மடிசார் மாமி 2.0

மடிசார் மாமி 2.0

தேவிபாலா

Pustaka
EBooks | Audiobooks | Paperback

முதற்பதிப்பு: 2023

First Edition: 2023

Madisaar Maami 2.0

மடிசார் மாமி 2.0

Devibala

தேவிபாலா

ISBN: 978-93-94505-77-3

Pustaka
EBooks | Audiobooks | Paperback

Pustaka Digital Media Pvt. Ltd.
#7-002, Mantri Residency,
Bannerghatta Main Road, Bengaluru - 560 076
Karnataka, India
+91 7418555884

மடிசார் மாமி 2.0

தேவிபாலா

Pustaka
EBooks | Audiobooks | Paperback

முதற்பதிப்பு: 2023

First Edition: 2023

Madisaar Maami 2.0

மடிசார் மாமி 2.0

Devibala

தேவிபாலா

ISBN: 978-93-94505-77-3

Pustaka

EBooks | Audiobooks | Paperback

Pustaka Digital Media Pvt. Ltd.
#7-002, Mantri Residency,
Bannerghatta Main Road, Bengaluru - 560 076
Karnataka, India
+91 7418555884

மடிசார் மாமி 2.0

முன்னுரை

1992 ஆகஸ்ட் மாதம் தமிழ் வாசகர்களுக்கு அறிமுகமான ரங்கநாயகி என்ற இந்த மடிசார் மாமி உலகம் முழுவதும் உள்ள தமிழ் வாசகர்களை ஒரு உலுக்கு உலுக்கியவள்!

தனக்காக மட்டுமே வாழும் தியாகப் பெண்களுக்கு மத்தியில் தன் கணவனின் கட்டளையை ஏற்று, அவன் இறந்த பிறகும் அவனது குடும்பத்தை தன் தோளில், நெஞ்சில் சுமந்த ஒரு வினோதப் பெண்மணி!

தனக்கென ஒரு குழந்தை இல்லாமல், தன் இரண்டு மச்சினர்களையும், மூன்று நாத்தனார்களையும் தன் குழந்தைகளாக பாவித்து கரை சேர்த்தவள்!

ஆசாரமான புரோகிதர் கைலாசத்துக்கு வாழ்க்கைப்பட்டதால், மடிசார், ரங்கநாயகியின் நிரந்தர உடை!

குறுகின காலமே கணவனுடன் குடித்தனம் நடத்திய தெய்வீக தாம்பத்யம்!

எனக்குப் பிறகும் இந்தப் பொட்டும் மூக்குத்தியும், மடிசார் கட்டும் உன்னை விட்டு விலகக் கூடாது! காரணம் அதில் நான் உன்னுடன் வாழ்வேன் என்று அன்புக் கட்டளையிட்ட கணவனுக்காக, அவளது சுமங்கலிக் கோலம் தொடர்கதையாக.

அதனால் அவள் கேட்ட ஏச்சும் பேச்சும், பட்ட அவமானங்களும் கொஞ்சமல்ல!

அதை அவள் பொருட்படுத்தவில்லை!

கணவன் இறந்த பிறகு வெறும் சமையல் பலகார பட்சண வேலைகள் மட்டும் பிள்ளைகளை கரைசேர்க்க முடியாது என உணர்ந்து மாலைக் கல்லூரியில் படித்து பட்டம் பெறுகிறாள்!

அங்கு தலைமை தாங்க வந்த தொழிலதிபர் டேவிட் ஆசிர்வாதம் தன் கம்பெனியில் வேலை தருகிறார். ரங்கநாயகியின் பேச்சு சாதுர்யம், புத்திக் கூர்மை புரிந்து அவளை வக்கீலுக்குப் படிக்க வைக்கிறார்.

ரங்கநாயகி லீகல் அட்வைஸர் ஆகிறாள்.

குழந்தைகள் ஐந்து பேருக்கும் 'மன்னி' என்கிற சொல், அம்மாவுக்கும் மேலே!

காலம் சென்ற கணவனுக்கு அம்முலு!

டேவிட் மற்றும் மாமியாருக்கு ரங்கம்!

உலகம் முழுக்க அவள் மடிசார் மாமி!

மூத்தவன் ராகவன் உத்தமன், அவன் மனைவி உஷா திமிர் பிடித்தவள், ரங்கநாயகிக்கு எதிரி.

அடுத்தவள் ஹேமாவுக்கு மன்னிமேல உயிர். அவள் கணவன் முரளிக்கு மாமி எதிரி.

வைதேகி, ஸ்ரீதர் இருவருமே மாமியின் பாசத்துக்கு கட்டுப்பட்டவர்கள். கிச்சாமிக்கு மன்னி கடவுள்.

மைதிலிக்கு மன்னி, தேவதை!

டேவிட் ஆசிர்வாதத்துக்கு தோழி

புரட்சிக்கரமான வக்கீல் - பாதிக்கப்பட்ட ஆண்களுக்காக ஆஜராகும் பெண்! மைதிலி, முகமதிய பகதூரை காதலிக்க, பெரும் மதக் கலவரம் தாண்டி, - மணம் முடித்து வைக்கிறாள்.

பிராமண ஆச்சாரங்களையும், மடிசார் கட்டையும் விடமாட்டாள். ஆனால் ஜாதி மத பேதம் பார்க்காமல் மனிதநேயமே வாழ்வின் ஜீவநாடி என துணிச்சலாக குரல் கொடுத்த பெண்!

தன்னை எதிர்த்த சுரேஷை தண்டித்தாள்.

அவனது ஊமைத் தங்கை ஷோபா கயவர்களால் கற்பிழக்க அவளையே கிச்சாமிக்கு மணம் முடித்தாள்.

தன் கடமைகளை முடிக்க பெரும் போராட்டம் நடத்தினாள். ரத்தக் கண்ணீர் வடித்தாள்.

ஒவ்வொரு அடியும் ரங்கநாயகி எடுத்து வைக்கும்போது, உள்ளே உள்ள அவளது கணவன் கைலாசத்தின் உத்தரவைக் கேட்டே நடந்தாள்!

கடைசி வரை எதிர்த்த மாமியாரை பெற்ற தாயாக பாவித்தாள்.

கணவன் இறந்தும் அவருடன் மானசீக குடித்தனம் நடத்தினாள்.

கடமை முடிந்ததும், கடந்த காலத்துக்கே சென்று அவருடன் மானசீக வாழ்வு வாழ்ந்து, அந்த மனப் போராட்டத்தில் இனி இந்த பூமியில் வேலையில்லை என முடிவெடுத்து, அவருடன் ஐக்கியமானாள்!

ரங்கநாயகியின் உயிர் 1993ஆம் ஆண்டு மார்ச் மாதம் பிரிந்தது!

அவளால் ஆளாக்கப்பட்ட ஐந்து பேரும் கதறினார்கள்.

அந்தப் பிரிவை தாங்கிக்கொள்ள முடியாமல் துடித்தார்கள். அவர்கள் மட்டுமல்ல...

அந்த நேரம்...

உலகம் முழுக்க உள்ள தமிழ் வாசக, வாசகிகள் கதறிவிட்டார்கள். எழுதிய என்னை வசைபாடித் தீர்த்தார்கள்!

இது கற்பனைக் கதாபாத்திரம் இல்லையோ... இவள் நிஜமா? இது சத்யமா என்று நானே மிரண்டு போகும் அளவுக்கு என்னையும், தமிழ் வாசக நெஞ்சங்களையும் ஆக்ரமித்தவள் ரங்கநாயகி என்ற இந்த மடிசார் மாமி!

அந்த ரங்கநாயகி மீண்டும் வரப் போகிறாள்!

மடிசார் மாமியுடன் உலவிய கதாபாத்திரங்களில் மாமியாரும், டேவிட்டும் மட்டும் இன்று இல்லை.

அவளால் உருவாக்கப்பட்ட, ராகவன், ஹேமா, வைதேகி, கிச்சாமி, மைதிலி இந்த 5 பேரும் இவர்கள் பெற்ற பிள்ளைகளும் உங்களை சந்திக்க வருகிறார்கள்!

சரி... யார் ரங்கநாயகி?

யாரிந்த மடிசார் மாமி - 2.0?

ரங்கநாயகிதான் கணவனுடன் வாழச் சென்று விட்டாளே!

ரங்கநாயகிக்கு, சுமந்து பெற்ற குழந்தையும் இல்லையே? பிறகு எப்படி?

எல்லா கேள்விகளுக்கும் பதில் வரப்போகிறது!

உங்களை சந்திக்க வருகிறாள் மடிசார் மாமி 2.0

1

அத்தியாயம்

கிச்சாமி பரபரப்பாக இருந்தான். மயிலாப்பூர், கபாலீஸ்வரர் கோயிலை ஒட்டியிருந்த அதே பழைய வீடு!

வசதிகள் பெருகிவிட்டாலும், மன்னி வாழ்ந்த வீடு! அண்ணா உயிரைவிட்ட வீடு... ஐந்து பேரையும் மன்னி ஆளாக்கிய வீடு மன்னியின் உயிர் பிரிந்ததும் இதே வீட்டிலதான்! அப்போது இது வாடகை வீடு! கிச்சாமி இன்று அதை சொந்தமாக்கிக் கொண்டு கொஞ்சம் மராமத்து வேலைகளை மட்டும் பார்த்து, அந்த பழைய வாசனை கொஞ்சமும் கலையாமல் அப்படியே நிலைநிறுத்தி, வாசலில் 'ரங்கநாயகி' இல்லம் என்ற பெயர்ப்பலகை!

மன்னி உபயோகப்படுத்திய சகல பொருட்களும் மன்னி நடமாடிய அதே பாணி! மன்னி கட்டிய மடிசார் சேலைகள் மன்னி உபயோகித்த கறுப்பு கோட், செருப்பு, கண்ணாடி என ஒரு நினைவு இல்லம் வீடாக அது இருக்க,

நாளைக்கு மன்னியின் 25ஆவது நினைவு நாள். வருஷா வருஷம் அதை திதியாக செய்யாமல், ஒரு சுமங்கலி பிரார்த்தனையாக நடத்துகிறான்.

அண்ணாவின் விருப்பப்படி கடைசிவரை சுமங்கலியாக நெற்றி நிறைய மீனாட்சிக் குங்குமம். எடுப்பான எட்டுக்கல் பேசரி, மடிசார் கட்டுடன் வாழ்ந்தவள் மன்னி!

அதனால அந்த நாளை ஒரு சுமங்கலி பூஜையாகக் கொண்டாடுவதுதான் மன்னிக்கு செலுத்தும் சரியான அஞ்சலி.

அந்த நாளில் ஹேமா, வைதேகி, மைதிலி, ராகவன் என மீதி நாலுபேரும் நிச்சயமாக வந்து விடுவார்கள்.

வழக்கம் போல உஷாவும், முரளியும் வர மாட்டார்கள்.

வீட்டுப் பெண்கள் ஹேமா, வைதேகி, மைதிலி தவிர வெளியிலிருந்து ஆறு சுமங்கலிப் பெண்களையும் அழைத்து, எல்லோரும் மடிசார் கட்டி ஒரு பெரிய பூஜையே நடக்கும்.

அவர்கள் கட்டும் சேலைகள் அத்தனையும் 25 வருடங்களுக்கு முன்பு மன்னி கட்டிய மடிசார் சேலைகள்!

ஷோபா அத்தனை பேருக்கும் தானே சமைத்து, மரியாதை செய்து, தாலியில் குங்குமம் வைத்து, விருந்து படைத்து இந்த பூஜையை தன் கணவன் கிச்சாமியுடன் நடத்துவாள்.

இது மன்னியின் 25வது நினைவு நாள்.

கோயிலில் வழிபாடும், ஏழைகளுக்கு அன்னதானமும், பக்தர்களுக்கு பிரசாதங்களும் வினியோகம் செய்ய கிச்சாமி ஏற்பாடு செய்திருந்தான்.

ஹேமா, வைதேகி, மைதிலி, ராகவன், ஸ்ரீதர், பகதூர் என்ற பாஸ்கர் அனைவரும் முதல் நாளே வந்துவிட்டார்கள்.

மன்னியின் பெரிய படம் ஹாலில் மாட்டப்பட்டு அதற்கு மாலை போட்டு அணையா விளக்கு பொருத்தி, களையாக இருந்தது.

கிச்சாமி, ஷோபாவுக்கு அவள்தான் தெய்வம்.

அவர்களைக் காக்கும் காவல் தெய்வம்.

குழந்தைக் காலம் தொட்டு இன்று வரை கிச்சாமி மானசீகமாக தன்னைப் பெறாத தாயான மன்னியுடன், அதே மகன் ஸ்தானத்தில் தன் நாட்களைக் கடத்துகிறான்.

ராகவன் வந்ததும் மற்ற ஏற்பாடுகளைச் செய்துவிட்டு, அனைவரும் கூடத்தில் ஒன்றுகூட

"குழந்தை எப்ப வர்றா கிச்சாமி?" ராகவன் கேட்க,

"நாளைக்கு காலை 4 மணிக்கு விமானம் வருது! அதுல வர்றா!"

"அதானே? அவ வராம இந்தாத்துல மன்னியோட நினைவு நாள் நடக்குமா?"

"அவளுக்கு மன்னினா உயிராச்சே!"

"அது மட்டுமில்லை வைதேகி! மன்னியோட ஸ்டைல்ல பேச்சு, நடை, சிரிப்பு, அந்த தைரியம், புத்தி எல்லாத்துக்கும் மன்னியைக் கொண்டு பொறந்தவளாச்சே?"

ஹேமா, ஷோபாவின் அருகில் வந்து, அவள் கூந்தலை வருடிக் கொடுத்தாள்!

"ஷோபா! நீ பேச முடியாதவ! ஆனா எங்க எல்லாரையும்விட ரொம்பக் குடுத்து வச்சவ! ஏன்னா, மன்னி உன் வயித்துல வந்து பொறக்க, நீ என்ன புண்யம் செஞ்சிருக்கணும்?"

"அதனாலதானே அவளுக்கு நான் ரங்கநாயகினு மன்னியோட பேரை வச்சேன்?" - இது கிச்சாமி!

"சும்மா இல்லடா கிச்சாமி! குழந்தை அதிர்ஷ்ட தேவதை! வெளிநாட்டுக்குப் போய் DGO படிப்பை முடிச்சு, டாக்டர் ரங்கநாயகி M.D., DGOனு வந்து இறங்கப் போறாளே! 25வது நினைவு நாள்ல மன்னிக்குத்தானே இது பெருமை?"

குடும்பமே குதூகலிக்க,

சென்னை நகரில் ஒரு பல மாடிக் கட்டிடத்தில் 12ஆவது மாடியில் ஒரு மீட்டிங் தொடங்கியிருந்தது!

"விக்ரம்! நாளைக்கு காலைல 4 மணி விமானத்துல சென்னைக்கு வந்து சேரப் போறா டாக்டர் ரங்கநாயகி!"

“தெரியும் டாக்டர்!”

“அவ உயிரோட வீட்டுக்குப் போகக் கூடாது! அவளோட உயிரில்லாத உடம்புதான் வீடு திரும்பணும்! ரங்கநாயகி தப்பிச்சா, நமக்கு பிஸினஸ் இல்லை புரியுதா?”

“டாக்டர்! எல்லா ஏற்பாடுகளையும் கச்சிதமா செஞ்சாச்சு! அவ மூச்சை நிறுத்த சகலமும் தயார். தமிழ் மண்ணுல வந்து உயிரைவிடட்டும் மடிசார் மாமியோட வாரிசு?”

2

அத்தியாயம்

டாக்டர் விக்ரமிடம் மற்ற டாக்டர்கள் உத்தரவு!

"காலைல 4 மணிக்கு விமானம். டாக்டர் ரங்கநாயகி வர்றா! தமிழ் மண்ல கால் பதிச்சதும், அவ உயிர் போகணும். அவ வீடு திரும்பக் கூடாது!"

"எல்லா ஏற்பாடுகளும் செஞ்சாச்சு டாக்டர்!"

"எப்படி? யாரை வச்சு?"

விக்ரம் விரல்களைச் சொடுக்க, கதவு திறந்து உள்ளே வந்தான் அந்த இளைஞன்.

"இவர் டாக்டர் திவாகர்!"

"எங்கே வொர்க் பண்றார்?"

"தனியா க்ளினிக் வச்சிருக்கார். பெரிசா போணியாகலை. வெறும் எம்.பி.பி.எஸ்! எதையும் ஸ்பெஷலைஸ் பண்ணல. பணம் தள்ளி பாஸ் பண்ணின ராசியில்லாத டாக்டர்!"

"இவரை எதுக்கு இங்கே கூட்டிட்டு வந்தீங்க?"

"வரப்போற டாக்டர் ரங்கநாயகிக்கு இவர் கஸின். அதாவது ரங்கநாயகியோட பெரியப்பா, ராகவன் பிள்ளை! ரெண்டு குடும்பத்துக்கும் சேராது! ரங்கநாயகி வளர்ச்சி பார்த்து இவர் வெந்து போயிருக்கார். கொலைவெறில இருக்கார்!"

"சபாஷ்!"

"அவளைத் தீர்த்துக்கட்ட இவர் தயார். நம்ம திட்டத்தை இவரை வச்சு நடத்தப் போறேன்! அதுக்காக பெரும் தொகை பேசியிருக்கேன். நம்ம மெடிக்கல் ஃபவுண்டேஷன்ல இவரை வேலைக்கு சேர்த்தாச்சு!"

"பிரமாதம்! இப்படி வாங்க டாக்டர் திவாகர். நம்முது பெரிய கார்ப்பரேட் கம்பெனியோட டை அப். மார்க்கெட்ல பெரிய அளவுக்கு மருந்துகளை விடப் போறோம். எங்ககூட கை கோர்த்துக்கிட்டா, உங்க வளர்ச்சி அபாரமா இருக்கும். சரியா? டாக்டர் விக்ரம் சொன்னபடி செய்ங்க!"

விக்ரம் வெளியே வந்து தன் திட்டத்தை திவாகரிடம் ரகசியக் குரலில் விளக்க,

"நான் பாத்துக்கறேன்!"

"கவனமா இருக்கணும்! டாக்டர் ரங்கநாயகி உயிரோட வீடு திரும்பக் கூடாது!"

"திரும்ப மாட்டா!"

கரன்சிகள் கைமாற, திவாகர் புறப்பட்டான்.

நேராக தன் வீட்டுக்கு வந்து விட்டான். ராகவன் அப்பா ஏற்கெனவே சித்தப்பா வீட்டுக்குச் சென்றுவிட்டபடியால் அம்மா உஷா மட்டும் இருந்தாள்!

"அம்மா! நாளைக்கு சித்தப்பா கிச்சாமி ஆத்துல பெரியம்மாவுக்கு சுமங்கலி பிரார்த்தனை ஆச்சே?"

"அதுக்கு எனக்கென்ன?"

"புறப்படு அங்கே போகலாம்!"

"பைத்தியமாடா உனக்கு? உங்கப்பா காற்று வீசறதா! மன்னி செத்த பிறகும் அவளைக் கட்டிண்டு அழறார். விதவையா செத்தவளுக்கு வெள்ளிவிழா, சுமங்கலிப் பிரார்த்தனையாம்! அதுக்கு ஊரைக் கூட்டி அன்னதானமாம்! அசிங்கமா இருக்கு"

“புறப்படும்மா!”

“புத்திகெட்டுப் போச்சா திவாகர் உனக்கு! அந்த டேவிட் ஆசிர்வாதம் சாகும்போது தன் எல்லா சொத்துக்களையும் கிச்சாமி பேர்ல எழுதி வச்சார். ஓட்டல், மில், தியேட்டர், ஆஸ்பத்திரினு அத்தனைக்கும் இவன் சொந்தக்காரன்! கெட்டுப்போன ஷோபாவுக்குப் பிறந்தவ இந்த ரங்கநாயகி! இவளை டாக்டராக்கி வெளிநாட்டுக்கு அனுப்பி அசிங்கப்பட்டவா, ஆகாயத்துல கால ஊனிட்டா, அழகா வாழற நமக்கு எதுவும் வாய்க்கல. இதுல... பொண்டுகள் ஒரு கேடு! நானும் போக மாட்டேன்! நீயும் போகக் கூடாது!”

“அம்மா நாளைக்கு என் தங்கை சென்னை திரும்புறா!”

“வாயை மூடு! உனக்குத் தங்கையே இல்லை. தம்பி ஒருத்தன்தான்! அவனும் என்ஜினியரிங் முடிச்சிட்டு புனால வேலை பாக்கறான்!”

“நான் தங்கைனு சொன்னது ரங்கநாயகியை!”

“வாயை அலம்புடா! நான் கொலைகாரி ஆயிடுவேன். அந்த மடிசார் மாமி உன் பெரியம்மா, குடும்பத்தையே கேவலப்படுத்தி கூத்தாடினா! இப்ப அவளுக்கு வாரிசா இவ?”

“நீ இங்கே வாம்மா!”

திவாகர் தன் திட்டத்தைச் சொல்ல, உஷா அலறி விட்டாள்.

“கொலையா?”

“இல்லைம்மா! விபத்து! ஏற்பாடுகளை அவா துல்லியமா செஞ்சாச்சு!”

“டேய்! அந்த ரங்கநாயகி நாசமாப் போகட்டும்! உன் உயிருக்கு ஆபத்து வந்துட்டா...”

“வராதும்மா! நான் பாத்துக்கறேன். இதை செஞ்சா பெரிய கார்ப்பரேட் கம்பெனில லட்சக் கணக்குல சம்பளம். இப்பவே முன்பணம் அஞ்சு லட்சம்!”

“அந்த அளவுக்கு ரங்கநாயகியை, இவா பயப்படற அளவுக்கு அவகிட்ட என்னடா இருக்கு?”

“அது பெரிய கதை! உனக்கு நிதானமா சொல்றேன். நீ புறப்படு! வா!”

உஷா தலையாட்டினாள்!

மாலை ஏழு மணிக்கு கபாலீஸ்வரர் கோயில் அருகிலிருந்த கிச்சாமி வீடு ஜே ஜே என இருந்தது.

மறுநாளைய சுமங்கலி பூஜை ரங்கநாயகி வரவு என அமர்க்களப்பட்டது!

உஷாவும், திவாகரும் நுழைய... குடும்பமே அதிசயப்பட்டது! ராகவனுக்கு மயக்கமே வந்து விட்டது!

“உஷா! நீயா வந்திருக்கே?”

“ஏன் வரக்கூடாதா? மன்னிக்கு அடுத்த ஸ்தானம் இந்தாத்துல நான்தான். நியாயமா சுமங்கலிப் பிரார்த்தனையை நான்தான் நடத்தணும்!”

கிச்சாமி பூரித்துப் போனான்.

“நடத்துங்கோ! அதைவிட சந்தோஷம் என்ன இருக்கு! மன்னி உங்க மனசுல புகுந்துட்டா!”

ஹேமா, மைதிலி தனியாக வந்து, “இவ நாடகம் ஆடறாளா? இவளா திருந்துவா?”

“விட்றி! நல்லது நடந்தா சரி!”

திவாகர், கிச்சாமியிடம் வந்து, “சித்தப்பா! நாளைக்கு ஏர்போர்ட்டுக்கு யாரு போகப் போறேள்?”

“நானும் உங்கப்பாவும்!”

“நான் வர்றேன்! என் தங்கையைக் கூட்டிண்டு வரத்தான் நான் வந்திருக்கேன்!”

“என்னடா சொல்ற?”

"சித்தப்பா! நானும் டாக்டர். அவளும் டாக்டர்! அவ பெரிசா சாதிச்சிட்டு வர்றா! எனக்கந்த பெருமை இருக்காதா! அப்பா! நீ இங்கே வேலைகளை கவனி! நானும் சித்தப்பாவும் போயிட்டு வர்றோம். எங்க சீஃப் டாக்டர் கார் தந்திருக்கார்! அதுல ரங்கநாயகியை கூட்டிண்டு வந்திடலாம்!"

"சரிப்பா!"

உஷா வந்த காரணமாக சந்தோஷமும், சந்தேகமும் குடும்பம் முழுக்க பரவிக் கிடக்க,

இரவு மொட்டை மாடியில் வந்து திவாகர் தனியாக டயல் செய்து, "நான், சித்தப்பா ரெண்டு பேரும் போறோம்!"

"நல்லது! அப்பன், மகள் ரெண்டு பேரும் சாகட்டும். சுமங்கலி பூஜை நாள்ல, ஷோபா, தாலி அறுக்கட்டும்! ஜாக்ரதையா செயல்படு!"

"சரி டாக்டர்!"

"கார் காலைல 3 மணிக்கு வந்துரும்! பாம் செட் பண்ணியாச்சு! விமானம் நைட் டைம்! ரங்கநாயகி செக்யூரிட்டி செக் முடிச்சு வெளில வர, அஞ்சு மணியாகும்! நீ பிக்கப் பண்ணிக்கோ! அஞ்சு இருபதுக்கு தேனாம்பேட்டை தாண்டும் போது கார் வெடிச்சு சிதறும். நீ சைதாப்பேட்டைல இறங்கிடு, சரியா!"

"சரி டாக்டர்!"

காலைல ரெண்டரை மணிக்கே எழுந்து, கிச்சாமியையும் எழுப்பி விட்டான் திவாகர்.

கிச்சாமி குளித்து வழக்கம்போல மன்னி படத்துக்கு விளக்கேற்றி, கும்பிட்டு,

"மன்னி! உன் வாரிசு, உன் பேர் கொண்டவ வர்றா! இனிமே இங்கேதான், அவளுக்கு எப்பவும் நீ பக்க பலமா இருப்பே! சாதிக்கப் போறது அவ இல்லை. திரும்பவும் நீதான்!"

கண்கலங்க வணங்கிவிட்டு,

"திவாகர்! ரெடியாடா?"

"கார் வந்தாச்சு சித்தப்பா! வாங்கோ!"

"ஷோபாவிடம் சொல்லிக் கொண்டு கிச்சாமி காரில் ஏற, திவாகர் முன்னால் உட்கார, கார் புறப்பட்டது?"

ரீமோட்டில் வெடிக்கும் ஏற்பாடு தயார்.

இவர்கள் விமான நிலையம் போய்ச் சேர்ந்து சரியாக நாலுக்கு விமானம் வந்து விட்டது.

செக்யூரிட்டி செக் முடிந்து நாலு ஐம்பதுக்கு ரங்கநாயகி வெளியே வந்தாள்.

கிச்சாமி ஆடிப்போனார்.

மடிசார் கட்டி, அழகாக குங்குமம் வைத்து மூக்குத்தி சகிதம்? ரங்கநாயகி நடந்து வர, மன்னி நடந்து வருவது போலவே இருந்தது.

கிச்சாமி கண்களை கசக்கிக் கொண்டான்.

இது பிரமையா?

ரங்கநாயகி அருகில் வந்து விட்டாள்.

"என்னடா கிச்சாமி அப்படிப் பாக்கற?"

"மன்னி... நீ... நீ... என்ன மன்னி இது?"

"அப்பா! நான் மன்னி இல்லை. உன் பொண்ணு ரங்கநாயகி!" அப்பாவைக் கிள்ளினாள்.

"என்னமா ரங்கு இது மடிசார்?"

"இன்னிக்கு மன்னியோட 25வது நினைவுநாள். நம்மாத்துல சுமங்கலிப் பிரார்த்தனை இல்லையா! நான் ரங்கநாயகி ஆச்சே! அதான் இந்த பூமில கால் பதிக்கும்போது மன்னி மாதிரி மடிசார் கட்டி மீனாட்சி குங்குமம், எட்டுக்கல் பேசரி சகிதம் அக்மார்க் ரங்கநாயகியா வந்திருக்கேன்!"

கிச்சாமி அழுதுவிட்டார்.

"மன்னி உனக்குள்ளே புகுந்துட்டா!"

"அப்பா! மன்னி எப்பவும் எனக்குள்ளேதான் இருக்கா!"

"ஹலோ! நான் டாக்டர் திவாகர். உனக்கு அண்ணா! என்னை கண்டுக்கமாட்டியா?"

"அண்ணா! நீ வந்தது எனக்கு ரொம்ப சந்தோஷம்!"

"அவன் கார் கொண்டு வந்திருக்கான் உன்னை வரவேற்க!"

வாங்கி வந்த பொக்கேயை திவாகர் அவளிடம் தந்தான். மனசுக்குள்...

'இது பொக்கே இல்லடி! மலர் வளையம். உனக்கு இறுதி அஞ்சலிக்கான பூக்கள்!'

"போலாமா ரங்கநாயகி!"

"சரி அண்ணா! வாப்பா போகலாம்!" மூவரும் காரில் ஏற, கார் புறப்படும் போது ஐந்து பத்து! திவாகருக்கு பதட்டமாக இருந்தது.

SMS தந்து தகவலைத் தெரிவிக்க, புதிய மெஸேஜ் வந்தது.

"எல்லாம் சரியா நடக்குது! கீப் இட் அட்!"

சைதாப்பேட்டை

"ஒரு நிமிஷம் நிறுத்தப்பா! சித்தப்பா! அவசரமா ஒரு கால் வந்திருக்கு! நீங்க ரெண்டு பேரும் போங்கோ! நான் நேரா ஆத்துக்கு வந்திர்றேன்!"

திவாகர் இறங்கிக்கொள்ள, கார் புறப்பட்டது.

அது ஓடத் தொடங்கியது.

தேனாம்பேட்டையை கார் கடக்க, காமராஜ் அரங்கத்துக்கு சற்று முன்னால், அது வெடித்துச் சிதறியது.

பெருத்த ஓசை! அந்தப் பிரதேசமே ஸ்தம்பித்தது!

தகவல் திவாகருக்கு வந்துவிட, 12 மாடி கட்டிடத்தில், அனைவரும் கை குலுக்கி, “ரங்கநாயகி கதை முடிஞ்சாச்சு!”

3

அத்தியாயம்

தேனாம்பேட்டையில் கார் வெடித்துச் சிதற,

''ரங்கநாயகி கதை முடிஞ்சாச்சு!'' ஒரு உயர்மட்டக் கூட்டம் அதைக் கொண்டாடிக் கொண்டிருக்க,

சைதையில் இறங்கிக் கொண்ட திவாகர், எதுவும் தெரியாத மாதிரி நேராக வீட்டுக்குப் புறப்பட்டான்!

''சுமங்கலி பூஜைக்கு எல்லாம் தயாரா இருக்கும்! சித்தி ஷோபாவுக்கு எல்லாமே முடிஞ்சு போச்சு! எதுக்கும் தாமதமாகவே போகலாம்! குடும்பமே அழறதைப் பார்த்து ரசிக்கணும்!''

இருட்டு விலகி, விடியத் தொடங்கிவிட்டது!

வீடே பரபரப்பாக இருந்தது! நேரம் ஆறரை மணி! பெண்கள் அத்தனை பேரும் குளித்து, மடிசார் கட்டிக்கொண்டு பூஜைக்குத் தயாராக, உஷா மட்டும் ஒரு எதிர்பார்ப்புடன் காத்திருக்க,

ராகவன் முகத்தில் பதட்டம்!

''அஞ்சு மணிக்கு வெளில வந்திருந்தாக்கூட ஆறுக்குள்ளே ஆத்துக்கு வந்திருக்கணுமே! ஏழாகப் போறதே! என்னாச்சு? ஹேமா, போன் போடு கிச்சாமிக்கு!''

உடனே டயல் செய்தாள்! ஸ்விட்ச் ஆஃப் என வந்தது!

"திவாகருக்கு நான் பண்றேன்!" ராகவன் அடிக்க, திவாகர் அதைப் பார்த்து எடுக்கவேயில்லை.

மைதிலி பதட்டமாக அழைக்க, அனைவரும் ஓடிவர, டி.வி. சேனல் ஒன்றைக் காண்பித்தாள் - செய்தி சேனல்.

சற்றுமுன்... என காண்பிக்கப்பட்டு, விமான நிலையத்திலிருந்து வந்த கருநீல ஸ்விஃப்ட் கார் ஒன்று தேனாம்பேட்டை அருகே வெடித்துச் சிதறியது!

அந்தக் காட்சி காட்டப்பட்டது!

கார் வெடித்துச் சிதறியிருக்க, புகை மண்டலம். பொதுமக்கள் ஓரளவே கூடியிருக்க, சைரன் ஒலித்தபடி போலீஸ் வாகனங்கள்.

"கார்த்தால கிச்சாமிகூட நானும் வாசல் வரைக்கும் போனேனே... அது கருநீல கார்தானே?" ராகவன் குரலில் பதட்டம் கூடியிருக்க,

"என்ன பேசறேள்?" என உஷா நடிக்க,

மற்றவர்கள் பதற,

"அய்யோ! கிச்சாமிக்கும், ரங்கநாயகிக்கும் என்னாச்சு?" வைதேகி அலற,

தனியாக வந்த உஷா, மறுபடியும் திவாகருக்கு போன் போட

"அதே கார்தான். நான் சைதாப்பேட்டைல இறங்கிட்டேன்! செத்தது அவா ரெண்டு பேரும்தான். போனை வை!" திவாகர் அதட்ட, உஷா திரும்ப, மைதிலி நின்றாள்.

"யாரு மன்னி?"

"திவாகருக்கு போன் போட்டேன். எடுக்கலை மைதிலி!"

வாசலில் வேறொரு கார் வந்து நிற்க, ஷோபா உட்பட அனைவரும் வாசலுக்கு ஓட

அதிலிருந்து கிச்சாமியும், ரங்கநாயகியும் இறங்கினார்கள்.

''வந்துட்டா ரெண்டு பேரும்! எந்த பிரச்னையும் இல்லை. நாம பார்த்தது வேற காரா இருக்கும்!''

வைதேகி சொல்ல,

''முதல்ல ஆரத்தி கரைச்சு எடுத்துண்டு வா! ரங்கநாயகி மடிசார் புடவையோட மன்னி மாதிரியே வந்து நிக்கறா!'' ராகவன் உணர்ச்சிவசப்பட,

''அசல் மன்னியேதான்!'' ஹேமா குதூகலிக்க, வைதேகியும், ஷோபாவும் ஆரத்தி எடுக்க, ஷோபா மகளை கட்டித் தழுவி முத்தமிட

ரங்கநாயகி நேராக, படத்தருகே போய் நின்றாள்.

வாங்கி வந்த வாடாத மாலையை படத்துக்கு அணிவித்தாள்!

''மன்னி! நான் வந்துட்டேன்! வெற்றிகரமா ஆராய்ச்சியை முடிச்சிட்டு வந்துட்டேன்! இனிமே நீங்கதான் எனக்குத் துணையா இருக்கப் போறேள்!'' நமஸ்கரித்தாள்.

படத்திலிருந்து பூ விழுந்தது அவளது தலையில!

''மன்னி உன்னை ஆசீர்வாதம் பண்ணிட்டா!'' கிச்சாமி கூத்தாட,

''ஏண்டா கிச்சாமி இத்தனை லேட்?''

''அது வந்து ராகவா... சைதாப்பேட்டைல திவாகர் இறங்கிட்டான், ஏதோ வேலையா! நாங்க நந்தனம் வரும்போது, அவசரமா ரோட்டை ஒரு பையன் க்ராஸ் பண்ணி, எங்க கார் முன்னால விழ, அடி எதுவும் இல்லை, மயக்கமாயிட்டான். அவனை கார்ல எடுத்துப் போட்டுண்டு பக்கத்துல உள்ள ஆஸ்பத்திரிக்கு போகலாம்னா, கார் ஸ்ட்ரக் ஆயிடுத்து!

சரி! ரங்குவோட பெட்டிகளை இறக்கி, வேற கார் புடிச்சு, அவனையும் ஏத்திண்டு ஆஸ்பத்திரிக்குப் போனோம்!''

''நீங்க வந்த காரை அனுப்பிட்டேளா?''

''ஆமாம்!''

''கொஞ்சம் இரு ராகவா! நியூஸ்ல ஏதோ சொல்றா?''

அந்தக் கார் வெடித்துச் சிதறியதில் அதை ஓட்டிய டிரைவர் உடல் கருகிக் கிடக்க,

''அப்பா! இது நாம வந்த கார்தான்! நம்மை இறக்கிவிட்ட கார், ஸ்ட்ரக் ஆகி, வெடித்துச் சிதறியிருக்கு''

ரங்கநாயகி சொல்ல,

குடும்பமே ஸ்தம்பிக்க,

திவாகர் உள்ளே நுழைந்தான். இவர்களைப் பார்த்து அவனுக்கு பலத்த அதிர்ச்சி

''மன்னிதான் உங்க மூணு பேரையும் தெய்வமா காப்பாத்தியிருக்கா?''

அதற்குள் போலீஸ் அதிகாரிகளை மீடியா சூழ்ந்துகொள்ள,

''பாம் வெடிச்சுதான் கார் சிதறியிருக்கு ஓட்டிட்டு வந்த டிரைவர் செத்திருக்கார். இதுல வேற யாரு வந்தாங்கன்னு தெரியலை. இதுல ஏதோ ஒரு சதி இருக்கு!''

ரங்கநாயகி விசுக்கென நிமிர்ந்தாள்!

''அப்பா! புறப்படு! உடனே போலீஸ் அதிகாரிகளைப் பார்த்து வந்தது நாமதான்னு சொல்லணும்! நான் ஐ.ஜி.க்கு போன் போடறேன் இப்பவே!''

திவாகர் பாய்ந்து வந்தான்.

''ரங்கநாயகி! உன்னை யாராவது கேட்டாளா! நமக்கேன் வம்பு? அத்தை சொன்ன மாதிரி பெரியம்மா நம்மை

காப்பாத்திட்டா. ஆத்துல பெரியம்மாவுக்கு பூஜை பண்ற நாள். நீயும் இப்பத்தான் வந்திருக்கே! பூஜை தடைபடக் கூடாது!''

சொல்வதற்குள் அவனுக்கு வியர்த்துவிட்டது!

ராகவன் நெருங்கி, ''திவாகர்! இது நீ ஏற்பாடு செஞ்ச கார். அப்படீன்னா உன் சீஃப் டாக்டருக்கு நீ பதில் சொல்லணுமில்லையா?''

''அப்பா! இதுக்கு நானா பொறுப்பு? என் தங்கையை நான் ஏர்போர்ட்ல ரிசீவ் பண்ணப் போறேன்னு சொன்னேன். அவர்தான் காரை எடுத்துட்டுப் போங்கனு குடுத்தார்!''

உஷா உள்ளே வந்தாள்.

''இதப்பாருங்கோ! நம்ம தலைக்கு வந்தது தலைப்பாகையோட போச்சு! பூஜையை ஆரம்பிக்கற வேலையைப் பாருங்கோ! மத்த சுமங்கலிகளுக்கு போன் போடுங்கோ!''

''பூஜை எத்தனை மணிக்கு அத்தே?'' ரங்கநாயகி ஹேமாவிடம் கேட்க,

''பத்து மணிக்கு பொண்டுகளை ரெடி பண்ணி, இலை போட்ரலாம்!''

''நான் குளிச்சிட்டு கொஞ்சம் வெளில போயிட்டு வந்திர்றேன். நீங்க எல்லாம் ரெடி பண்ணுங்கோ! பூஜை தொடங்கும்போது நான் இங்கே இருப்பேன்! அண்ணா! நீயும் என்கூட வா!''

திவாகரை அழைத்தாள்.

''வேண்டாம் ரங்கநாயகி! போலீஸ் நம்மைக் குடையும்''

''குடையட்டும். பதில் சொல்லலாம். நாம வந்த கார்ல ஓட்டின உயிர் போயிருக்கு! அவன் குடும்பம் தத்தளிக்கும். இதுல நிச்சயமா ஏதோ ஒரு சதி இருக்கு!''

''ஆமாண்டா! அவ சொல்றது சரிதான்! நீ கூடப் போயேன்!''

“அவன் போக வேண்டாம்! எனக்கு பயம்மா இருக்கு!” உஷா தடுக்க,

“சரி, பெரிம்மா! நான் மட்டும் போறேன். பொறுப்பான ஒரு டாக்டர் நான். இந்த விபத்தை என்னால சாதாரணமா எடுத்துக்க முடியாது?”

குளித்து, சுடிதாருக்கு மாறினாள்!

“எதுல போவே ரங்கு?” கிச்சாமி கேட்க,

“நான் ஆட்டோ புடிச்சு போயிடறேன்பா!” வேகமாக படத்தருகே வந்து கண்மூடி நின்றாள்.

“மன்னி! தமிழ் மண்ணை மிதிச்சதுமே போராட்டம் தொடங்கியாச்சு! நீ பாக்காத போராட்டமா! நானும் உன்னை மாதிரி ரங்கநாயகியாச்சே! போகலாமா! வா என்கூட!”

“நீ என்னடீ பேசற?” வைதேகி கேட்க,

“அத்தே! மன்னி சாகலை. என் கூடத்தான் இருக்கா! அவா பார்த்துப்பா! வர்றேன்!”

கிச்சாமியிடம் சில எண்களை வாங்கிக் கொண்டாள்.

கார் வெடித்த இடத்துக்கே வந்துவிட்டாள். உயர் அதிகாரி ஜேக்கப், டி.எஸ்.பி. அங்கே இருந்தார்.

தன்னை அறிமுகப்படுத்திக் கொண்டாள். “இது நான் வந்த கார்!”

“மை காட்! என்ன சொல்றீங்க?” அவர் தனியாக வர, சகல விவரமும் சொன்னாள்.

“இதுலேருந்து நாங்க மூணு பேரும் தப்பிக்கக் காரணம் எங்க பெரியம்மா ரங்கநாயகி?”

“வாட் டு யு மீன்?”

“விடுங்கோ! அது கடவுள் நம்பிக்கை! நிச்சயமா இதுல சதி இருக்கு சார்!”

"கொலை முயற்சியா?"

"எக்ஸாக்ட்லி!"

"யார் உங்களுக்கு எதிரி? உங்களைக் கொல்ற அளவுக்கு யாருக்குப் பகை? என்ன காரணம்?"

மீடியா சூழ்ந்துகொள்ள,

"எதுவும் உறுதியா தெரியாத வரைக்கும் மீடியா உள்ளே வர வேண்டாம் டி.எஸ்.பி. சார்! நாம கமிஷனர் ஆபீஸ்ல சந்திச்சுப் பேசலாம். ஒரு உயர்மட்ட சந்திப்புக்கு ஏற்பாடு பண்ணுங்க! பல அதிர்ச்சிகரமான தகவல்களை உங்களுக்குத் தர நான் தயாரா இருக்கேன்! இப்ப உங்க பார்மாலிட்டிகளை இங்க முடிங்க ஈவினிங் நாலு மணிக்கு விவில் மீட் எகைய்யன்!"

தன் கார்டை அவரிடம் தந்துவிட்டு, அவரது நம்பரையும் வாங்கிக் கொண்டு புறப்பட்டாள்.

அந்த ஸ்பாட்டில் அவள் நின்று, பேசுவதுகூட டி.வி.யில் வந்தது! அதையும் குடும்பம் பார்க்க,

திவாகருக்கு போன் வந்தது. டாக்டர் விக்ரம்தான்.

"உடனே புறப்பட்டு வா!"

"சரி டாக்டர்!"

திவாகரின் கை, கால்கள் நடுங்க, யாரும் பார்க்காமல் அதை அவன் மறைக்க, உஷா அவனையே கவனிக்க, இதை மைதிலி மட்டும் பார்த்தாள்.

திவாகர் வாசலில் இறங்க, உஷா பின்னால் ஓடினாள்.

"என்னடா! நீ மாட்டிக்கப் போறியா? வேண்டாம்னு கெஞ்சினேன்! கேட்டியா?"

"நீ உள்ள போம்மா! யாராவது பாக்கப்போறா! நான் பாத்துக்கறேன். நீ எதையும் காட்டிக்காதே! போ!"

"இவளை அழிக்கற அளவுக்கு யாருக்குடா பகை!"

"கதை சொல்ல நேரமில்லை, உள்ளே போ!"

உஷாவை விரட்டிவிட்டு திவாகர் வேகமாக நடந்து தெருக்கோடியை அடைய,

ஆட்டோ ஒன்று வர, கையை ஆட்டினான்.

அது அருகில் வந்து நின்றது!

ரங்கநாயகி அதிலிருந்து இறங்கினாள். அவனை உற்றுப் பார்த்தாள்!

"என்னைக் கொல்ல உன்கிட்ட காரைத் தந்து, அதுல வெடியும் வச்சு அனுப்பினது யாரண்ணா? உன் தங்கை இந்த பூமில கால் வச்சதும் உயிரை விடணும்னு உனக்கு ஆசையா?"

பேயறைந்த தினுசில் நின்றான் திவாகர்!

4

அத்தியாயம்

மயிலாப்பூர் வீட்டுக்குள் ஒரே பரபரப்பு! கிச்சாமி, ரங்கநாயகி வந்த காரில் வெடிகுண்டு! மீடியா முழுக்க அது பரவ, செய்திகள் ஏவுகணைகளாக பறக்க,

ஷோபா ரங்கநாயகி படத்தின் முன்பு பேயறைந்த தினுசில் நின்றாள். வாயும் பேச முடியாத ஊமை! இதயம் அலறியது!

"உங்களுக்காக பூஜை பண்ற உங்களோட நினைவு நாள்ல ஏன் இந்த சோதனை! அவரும், ரங்குவும் வெடிவிபத்துல பலியாகியிருந்தா, என் கதி என்ன?"

கிச்சாமி அருகில் வந்தார்.

"ஷோபா அழாதே! நாங்க ஒருக்காலும் சாகமாட்டோம். மன்னி எங்களை சாக விடமாட்டா! சரி! யாரும் அழப்படாது! பூஜையைத் தொடங்கலாம். மன்னியோட நினைவு நாள்ல ஒரு குறையும் வரப்படாது!" அதே நேரம் மைதிலி, வைதேகியை தனியாக அழைத்து வந்தாள்!

"உஷா மன்னியோட முகம் பேயறைஞ்ச மாதிரி இருக்கு! திவாகர் நல்லவன் இல்லை. வராதவ வந்திருக்கா! ஏற்கனவே இந்தக் குடும்பத்துமேல உஷா மன்னிக்கும், முரளி அத்திம்பேருக்கும் தீராத பகை! நம்ம மன்னிமேல வச்ச வஞ்சம் 26 வருஷங்களா தொடர்ந்துண்டே வர்றது!

இந்த வெடிகுண்டு சதியில திவாகருக்கும் பங்கு இருக்கும்னு எனக்குத் தோன்றது!''

''என்ன மைதிலி இப்பிடிப் பேசற? ரங்கு, திவாகரோட தங்கையாச்சே!''

''சொந்தத் தங்கையா? அவா கொலை பாதகத்துக்கும் அஞ்சாதவா!''

''ரங்கநாயகி வெளிநாட்லேயே இருந்திருக்கலாம். இங்கே என்னெல்லாம் பிரச்னைகளை சந்திக்கப் போறாளோ?''

''எதுவும் வராது! மன்னி பக்கபலமா இருப்பா! மன்னியோட ஜாடைலதானே அவ இருக்கா, முகமும், மனசும், செயலும், தைரியமும் எல்லாமே மன்னிதான். சரி! ராகவன் வர்றான். பேச்சை நிறுத்திக்கோ!''

''பூஜையை ஆரம்பிக்கலாம்!''

இவர்கள் தொடங்க,

விக்ரம் எதிரே அந்த கார்ப்பரேட் கம்பெனியின் சொகுசான கான்ஃபரன்ஸ் அறையில் திவாகர் தலைகுனிந்து நின்றான்.

'தப்பிச்சிட்டாளே டாக்டர் ரங்கநாயகி?'

''சார்! இதுல என் தப்பு எதுவும் இல்லை. எல்லாம் பக்காவாதான் இருந்தது! நந்தனத்துல அவ இறங்குவானு யார் கண்டா?''

''சாக்குச் சொல்லி நீ தப்பிக்கப் பாக்காதே திவாகர். எங்களுக்கு விளக்கம் தேவையில்லை. சொல்றதைச் செய்யணும்! உனக்கு பேஷண்டே இல்லை. நீ ஈயடிக்கற டாக்டர். எங்ககூட கூட்டணி வச்சா, பெரும் தொகையை வசதிகளைப் பாக்கலாம். அவளை காலி பண்ணணும்! நீ அவளுக்கு பெரியப்பா பையன். கஸின்! வீட்டு விவகாரங்கள், நடமாட்டம் எல்லாம் உனக்குத்தான் தெரியும்!''

''எங்களுக்கும் குடும்பரீதியா ரொம்ப 'டச்' இல்லை சார்!''

“நீ பேசக்கூடாது! நாங்க மட்டும்தான் பேசணும்! உங்க குடும்பத்துல டாக்டர் ரங்கநாயகியைப் பிடிக்காத வேற யாராவது உண்டா?”

“எங்க ஹேமா அத்தைப் பொண்ணு தர்ஷினியும் ஒரு டாக்டர்தான்!”

“என்ன ஸ்பெஷல்ஸ் பண்ணியிருக்காங்க?”

“ஜெனரல் டாக்டர்தான்! ஒரு பிரைவேட் ஆஸ்பிட்டல்ல வேலை செய்யறா!”

“அந்த தர்ஷினிக்கு ரங்கநாயகிமேல பகை உண்டா?”

“நிறைய! ரங்கநாயகி தொழில் ரீதியா ஜெயிக்கறவ! டேவிட் சார் கட்டிக்குடுத்த ஆஸ்பத்திரிக்கு சொந்தக்காரி! அந்தப் பொறாமை நிறைய உண்டு!”

“அந்த டாக்டர் தர்ஷினியை நாங்க பாக்கணும்! நாளைக்கு கூட்டிட்டு வா திவாகர்!”

“சரி சார்!”

“சேர்ந்து ஒக்காந்து பிளான் பண்ணலாம்! விடக்கூடாது! ரங்கநாயகியை வளரவிட்டா, நம்மோட சாம்ராஜ்யமே சரியற அபாயம் உண்டு!”

“அது கூடாது சார்”

“தர்ஷினியோட வா! இப்ப நீ போகலாம்.”

இதே நேரம் ரங்கநாயகி வீட்டில் இருந்தாள். சுமங்கிலிப் பொண்டுகள் பூஜை சிறப்பாக நடந்து, சுமங்கலிகளுக்கு மரியாதை செய்து, எல்லாருக்கும் பட்டுப்புடவையோடு தாம்பூலம் தந்து உபசரிக்க, உஷா மூத்த மருமகளாக இருந்ததால் அவளையே செய்ய வைத்தார் கிச்சாமி!

மைதிலி உள்ளே வந்து,

“மன்னிமேல இப்பக்கூட இவளுக்கு பகை போகலை! வாழ்ந்த காலத்துல மன்னியை கரிச்சுக் கொட்டினவ இப்ப

மூத்த மாட்டுப்பொண் ஸ்தானத்துல இவளுக்கு கௌரவம். மன்னியே இதை மன்னிக்கமாட்டா!''

எல்லாம் முடிந்தது!

ரங்கநாயகி வாங்கி வந்த பரிசுப் பொருட்களை பாரபட்சமின்றி எல்லாருக்கும் தர,

ராகவன் அருகில் வந்து அவளது கூந்தலை வருடிக் கொடுக்க,

''பெரியப்பா!''

அவர் நெஞ்சில் சாய, உஷா கடுப்புடன் முகம் திருப்பிக்கொள்ள,

''வந்ததுமே கார்ல பாம் வச்சு, உன்னைக் காலி பண்ண நினைக்கற எதிரிகள் யாரம்மா! நீ பெரிய அரசியல்வாதி இல்லையேம்மா! ஒரு டாக்டர்! உன்மேல யாருக்குப் பகை?''

''பெரியப்பா! இதுல நிறைய சங்கதிகள் இருக்கு! ஓரிரு வார்த்தைகள்ல நான் சொன்னா, உங்களுக்குப் புரியாது! டேவிட் அங்கிள் பெரிய ஆஸ்பத்திரி கட்டி மன்னி பேர்ல ரங்கநாயகி க்ரூப் ஆஃப் ஹாஸ்பிட்டல்னு உருவாக்கி வச்சிட்டுப் போனார். பணம் பறிக்கிற ஆஸ்பத்திரியா அது இருக்காது! பாதிக்கப்பட்டவா, ஏழைபாழைகளுக்கு மருத்துவம் பாக்கணும். மத்தவாளைவிட பல மடங்கு குறைவான செலவுதான். இன்னிக்கு வியாதிகளை குறைக்காம அதிகப்படுத்தற வேலைகளைத்தான் ஆஸ்பத்திரிகள் செய்யறது பெரியப்பா!

படிப்புக்கு போட்ட பணத்தை திரும்ப பல மடங்கா வசூல் பண்ணத்தான் பல டாக்டர்கள் களம் இறங்கறா!

மருந்துகள் வியாதிகளை குணப்படுத்தலை, பக்க விளைவுகளைக் கூட்டி அதிகமாக்கறது!

கால்ல முள் தச்சாக்கூட சிடி ஸ்கேன் எம்.ஆர்.ஐனு ஆரம்பிக்கறா!

சக்கரை வியாதியை உருவாக்கி, வளர்த்து, கோடிக்கணக்குல பணம் பண்ணறா!

கார்ப்பரேட் கம்பெனிகள் உற்பத்தி செய்யற மருந்துகளை இங்கே வியாபாரம் செய்ய, வியாதிகளை உருவாக்கறா!

வாழ்ந்தா போதும்னு நினைக்கற மக்கள் என்ன செய்வா பாவம்?

சம்பாதிச்ச பணமெல்லாம் வைத்தியத்துக்கு தந்தே அழியறது! இதனால மன உளைச்சல் அதிகமாகி வியாதி கூடறது! இதுக்கொரு முடிவு கட்டணும். அதுக்கான ஆராய்ச்சிகளை ஓரளவுக்கு முடிச்சிட்டுத்தான் நான் இப்ப வந்திருக்கேன்!''

அத்தனை பேரும் வாய் பிளந்து நிற்க,

''மன்னி 26 வருஷங்களுக்கு முன்னால, கோர்ட்டுக்கு வந்தாலே, கோர்ட் அலறும்! பணத்துக்காக மன்னி வாதாடலை. நியாயத்தை மட்டுமே பேசின காரணமா, மன்னியை கொல்லக்கூட பார்த்திருக்கா! எங்கப்பா சொன்ன தகவல்தான்!''

''ஆமாம்! அதெல்லாம் நிஜம்!''

''மன்னி சட்டத்தை கைல எடுத்தா! நான் மருத்துவத்தை எடுத்திருக்கேன். மன்னிக்கு கறுப்பு அங்கி! எனக்கு வெள்ளை! நோக்கம் ஒண்ணுதான் பெரியப்பா! எனக்கும் பெரியம்மாதான். ஆனா மன்னினு சொல்ல எனக்குப் புடிச்சிருக்கு!''

''ரங்கு! மன்னிக்கு நமஸ்காரம் பண்ணினியா?''

''இதோ பண்றேன்பா!''

எழுந்துபோய் மாலையிடப்பட்ட மடிசார் மாமி ரங்கநாயகி படத்துக்கு முன்பு நின்றாள் - கை கூப்பி!

''மன்னி! இந்த மண்ல நீ வாழ்ந்த இந்த பூமில பிறந்தவ நான்! என் படிப்பு தொழில் - போராட்டம் எல்லாம் உனக்குத் தெரியும்! நான் நடத்தப் போறது ஒரு துவந்த யுத்தம்! இதுல

நான் சந்திக்கப் போற முகம் தெரியாத எதிரிகளை நீதான் எனக்கு அடையாளம் காட்டணும்! நீ எப்பவுமே என் கூடவே இருக்கணும். இருப்பே! இதுவரைக்கும் இருந்திருக்கே! இன்னிக்கு உன்னோட 25 ஆவது நினைவு நாள். இப்ப முதலே நான் என் வேலைகளைத் தொடங்கறேன்!''

மீண்டும் நமஸ்கரித்தாள்!

படத்தில் இருந்த மாலை நழுவி, அவள் எழுந்தபோது அழகாக கழுத்தில் விழ, கிச்சாமி, ஷோபா அழுதுவிட்டார்கள்.

ராகவன், ஹேமா, வைதேகி, மைதிலி அவளை சூழ்ந்து கொண்டு முத்தமாரி பொழிய,

''25 ஆவது வருஷம் மன்னி நம்மாத்துக்கு வந்தாச்சு! அவ சாகலை!''

உணர்ச்சி மிகுதியால ராகவன் குரல் கொடுக்க,

''அப்பா! 4 மணிக்கு கமிஷனர் ஆபீஸ்ல மீட்டிங்! நான் புறப்படணும்!''

போன் அடித்தது! ரங்கநாயகி எடுத்தாள்.

ரங்கநாயகி மல்ட்டி ஸ்பெஷாலிட்டி ஆஸ்பத்திரியிலிருந்து தலைமை டாக்டர் அழைத்தார்.

''யெஸ் டாக்டர்!''

''வெல்கம் டாக்டர் ரங்கநாயகி! நீங்க உடனே வர முடியுமா?''

''ஏதாவது பிரச்னையா டாக்டர்?''

''வாங்க பேசலாம், ப்ளீஸ்!''

''வந்துட்டேன் டாக்டர்...''

உள்ளே போன ரங்கநாயகி உடை மாற்றிக்கொண்டு, மேலே வெள்ளைக் கோட்டு, ஸ்டெதஸ் சரிதம் வெளியே வந்தாள்.

“அப்பா! நான் புறப்படறேன். பெரியப்பா, அத்தைகள் எல்லாரும் இருக்கட்டும் நம்மாத்துல. ராத்திரி வந்து பேசறேன்! பை?” அவள் நடந்து போக,

26 வருடங்களுக்கு முன்பு மன்னி கறுப்பு கோட்டுடன் கம்பீரமாக நடந்து போகும் அந்தக் காட்சி கிச்சாமி கண்களில் விரிந்தது!

இதே வீடுதான்!

ரங்கநாயகிக்கு கார் காத்திருக்க, அவள் ஏறிக்கொள்ள, கார் தெருமுனையைக் கடக்க, மறைவிலிருந்து வெளியே வந்தவன்,

“சார்! டாக்டர் கிளம்பியாச்சு!”

“அவ ஆஸ்பத்திரிக்குத்தான் இப்பப் போறா. நான் சொல்றதை ஞாபகம் வச்சுக்கோ!”

எதிர்முனையில் விக்ரம் உத்தரவு பிறப்பிக்க,

ரங்கநாயகி, அந்த பிரமாண்ட ஆஸ்பத்திரிக்குள் நுழைந்தாள்.

முகப்பில் பெரிதாக ரங்கநாயகி மற்றும் டேவிட் ஆசிர்வாதத்தின் புகைப்படங்கள் மாட்டியிருக்க,

ஒரு வணக்கத்தைப் போட்டுவிட்டு ரங்கநாயகி நடக்க, சக டாக்டர் எதிரே வந்து வணங்கி, கைகுலுக்கி, வாழ்த்துக்களை தெரிவிக்க, தலைமை டாக்டர் வெளியே வந்துவிட்டார்.

ஒரு பொக்கே தந்து தன் வாழ்த்துக்களைச் சொல்ல,

“என்ன பிரச்னை டாக்டர்!”

“சர்க்கரை அளவு நானூறு தாண்டி, மயங்கி, பெரிய பிரச்னையாகி, ஒரு பெண்மணி இங்கே அட்மிட் ஆகியிருக்காங்க!”

“நம்ம பேஷண்டா?”

“இல்லை டாக்டர்! நட்சத்திர அந்தஸ்துல ஊரையே வளைச்சுப் போட்டு பகல் கொள்ளையடிக்கற ஆம்ஸ்ட்ராங்க் ஆஸ்பத்திரி பேஷண்ட்! இவங்களை மரணத்தோட விளிம்பு வரைக்கும் கொண்டு வந்துட்டு, சக்கையா வெளில துப்பிட்டாங்க!”

“அவங்க அராஜகங்களை உலகத்துக்கு சொல்லத்தானே நான் வந்திருக்கேன்! எங்கே அந்த பேஷண்ட்?”

ரங்கநாயகியின் நடையில் அதிர்வு!

5

அத்தியாயம்

ரங்கநாயகி நேராக அவசர சிகிச்சைப் பிரிவுக்கு வர, அந்தப் பெண்மணி அரை மயக்கத்தில் இருந்தாள். ஐம்பது கடந்தவள். களையாக, நல்ல நிறத்துடன், பூசின உடல்வாகுடன் அசப்பில் மன்னிபோல இருந்தாள்!

'என்ன சிகிச்சை நடக்கிறது' என ஸ்பெஷலிஸ்ட் டாக்டர்களை ரங்கநாயகி கேட்டுத் தெரிந்து கொண்டாள்.

அந்தப் பெண்மணி ஜானகியின் மெடிக்கல் ரிப்போர்ட்டுகளை கேட்டு வாங்கினாள்.

"நான் சொல்ற ஒரு இன்ஜெக்ஷனை மட்டும் நரம்பு மூலமா குடுங்க! இந்த ட்ரிப்ஸ் வேண்டாம். எடுத்துடுங்க!"

அந்த மருந்துகளை உடனே எழுதித்தர,

"இது நம்ம பார்மஸில் இல்லை டாக்டர்!"

"இருக்காது! நான் சொல்ற ஒரு ஆர்கானிக் பார்மசிக்கு நம்ம ஆளை அனுப்புங்க! நான் போன்ல பேசறேன்!"

உடனே நடவடிக்கை எடுக்க, அடுத்த பதினைந்து நிமிடங்களில் அந்த மருந்து வர, அது ஒரு மாதிரி மூலிகை குணமுள்ள - பக்க விளைவை ஏற்படுத்தாத மருந்து!

ரங்கநாயகியே நரம்புகளின் மூலம் அந்த மருந்தைச் செலுத்தினாள். அங்கேயே உட்கார்ந்து விட்டாள்!

பத்தே நிமிடங்கள்... அந்தம்மா ஜானகி கண்களை பளிச்சென விழித்துவிட்டாள்!

"இப்ப சக்கரையை ரேண்டம் பாருங்க"

பார்க்கப்பட்டது! நானூறில் இருந்தது கிட்டதட்ட நூத்தி அறுபதுக்கு வந்துவிட்டது!

அங்குள்ள டாக்டர்கள் மிரண்டார்கள்.

"இது எப்படி டாக்டர்?"

"சொல்றேன்! இவங்க இங்கே நாலு நாள் இருக்கட்டும்! என் கண்காணிப்புல வரணும். நான் தர்ற மருந்துகள், உணவுகளை மட்டும்தான் தரணும்! நம்ம ஆட்கள் கூடவே இருக்கணும். புரியுதா?" வெளியே வந்தாள்.

அந்தம்மாவின் கணவர் ஹரிஹரன் பிள்ளை க்ருஷ்ணா, மகள் என ஒரு கூட்டமே பதட்டமாக நிற்க,

"என்கூட வாங்க!"

அவர்கள் ரங்கநாயகியின் அறைக்குள் நுழைய,

"ஒக்காருங்க! சொல்லுங்க"

"ஆம்ஸ்ட்ராங் ஆஸ்பத்திரிக்கு மட்டும் ஜானகி தொடர்பா இதுவரைக்கும் பத்து லட்சம் செலவழிச்சாச்சு டாக்டர். போன வருஷம்கூட முழுமையான ஆரோக்யத்தோட இருந்தா! ஒரு நாள் தலைசுற்றி மயங்கி விழுந்தா – வரலக்ஷமி நோன்புக்கு பயந்தோம். சரி! கூட்டிட்டுப் போறது நல்ல ஆஸ்பத்திரியா இருக்கட்டும் - மெடிக்கல் இன்ஷ்யூரன்ஸ் இருக்கேனு எங்க பிள்ளை க்ருஷ்ணா, ஆம்ஸ்ட்ராங் ஆஸ்பத்திரிக்குப் போகலாம்னான். அன்னிக்கு புடிச்ச சனிதான்!"

"எல்லா டெஸ்ட்டுகளையும் எடுப்பாங்க! அதுக்கு சில பல ஆயிரங்கள் பில் வந்திருக்குமே!"

"ஆமாம் டாக்டர். எல்லா டெஸ்ட்டுகளும், ஸ்கேன், எக்ஸ்ரே உட்பட! அதுக்கே அறுபதாயிரம் ஆச்சு. ரிப்போர்ட்

வந்தப்ப சுகர், பிபி, கொலஸ்ட்ரால் எல்லாம் அதிகமாகவே இருந்தது!"

"ஈஸி.ஜி.ல ஹார்ட் வேரியேஷன் காட்டியிருக்குமே!"

"சரியாச் சொன்னேள்!"

"நாலு நாள் இருக்கச் சொல்லி, ட்ரிப்ஸ் போட்டு, நிறைய ட்யூபுகளை பொருத்தி, கூட இருக்கறவாளுக்கு தனி ஏஸி ரூம். அதுக்கான வசதிகள் டயட்டீஷியன் தர்ற சாப்பாட்டு பட்டியல் வெளில வந்தப்ப ரெண்டு லட்சம் தாண்டியிருக்குமே!"

"ரொம்ப சரி! இந்த மாதிரி நாலு தடவை ஒரே வருஷத்துல நடந்தாச்சு! என்னதான் வசதியுள்ள குடும்பமா இருந்தாலும் தாங்கணுமே டாக்டர்!"

அந்த அறுபதை நெருங்கிய ஹரிஹரன் குரல் கலக்கத்தில் தேய்ந்தது!

"அங்கே போயும் அம்மா குணமாகலை நாசூக்கா மருந்துகளை வித்யாசமா தந்து வியாதியை அவா உற்பத்தி பண்றா! இந்த வியாதி என்னிக்கும் குணமாகாம இருக்க என்ன செய்யணுமோ, அதைச் செய்யறா, சாதாரண மக்களுக்கு இது புரியாது! இவா தரக்கூடிய ரசாயன - பக்க விளைவை உண்டாக்கக் கூடிய மருத்துவ விஷம் படிப்படியா உடம்புல ஏறும். அது கணிசமா கலந்துட்டா, அப்புறமா அதைக் குறைக்கறேன் கட்டுப்படுத்தறேன்னு, உங்களை நிரந்தர நோயாளி ஆக்கிடுவாங்க. அவங்களைவிட்டு நீங்க விலகிப் போனாலும், ஏற்கனவே நரம்புல ரத்தத்துல பரவின விஷம் காரணமா, யாராலும் சுலபமா உங்களை மீட்டெடுத்து வெளில் கொண்டு வர முடியாது!"

அந்தக் குடும்பமே அதிர்ந்து போனது!

"இதுக்கு ஒரு நட்சத்திர அந்தஸ்து இருக்கற காரணமா, பெரிய புள்ளிகள் எல்லாரும் அங்கே போய் விழற காரணமா, அதுக்கொரு மரியாதை உண்டாகியிருக்கு! விளம்பரம் பொறி

பறக்கறது! பத்துக்கு மூணை குணப்படுத்தி, அதையும் காசாக்கறாங்க!''

''கடவுளே!''

''கார்ப்பரேட் கம்பெனிகள் உற்பத்தி பண்ற மருந்துங்கற பேர்ல உள்ள விஷம், வியாபாரத்துக்கு வரணும் இல்லையா? நோய் குணமாயிட்டா, வியாபாரம் படுத்துடுமே! தொடர்ந்து நோயாளிகளை உற்பத்தி செஞ்சாத்தான் இந்த மருந்துக் கம்பெனிகள் பல கோடிகளை சம்பாதிக்க முடியும்! இதுக்கு இந்த மாதிரி ஆஸ்பத்திரில உள்ள சில டாக்டர்கள் - மருந்துக் கம்பெனிகள், மெடிக்கல் ஷாப்புகள், சில தனியார் டாக்டர்கள் உடந்தை! இது ஒரு மாதிரி மெடிக்கல் மாஃபியா கும்பல்!''

''இதுல இத்தனை இருக்கா?''

''நான் சொன்னது லட்சத்துல ஒரு சாம்பிள்! எல்லாம் கேட்டா, பயத்துல உங்க உயிரே போயிடும்! அவசர யுகத்துல, சம்பாதிக்கற வெறில, அப்பர், மிடில்கிளாஸ் வர்க்கத்துக்கு இதைப் பற்றியெல்லாம் யோசிக்கவே நேரமில்லை.''

''டாக்டர்! நாங்க ரொம்ப அப்செட்ஆகி, பல லட்சங்களை இழந்துட்டு மனசு உடைஞ்சு வந்திருக்கோம்!'' மகன் க்ருஷ்ணா சொல்ல,

''ஜானகி குணமாவாளா?'' ஹரிஹரனின் குரல் சிதற,

''நிச்சயமா? அம்மாவுக்கு பெரிசா எந்தப் பிரச்னையும் இல்லை. நான் சரி பண்றேன். நீங்க என்மேல நம்பிக்கை வச்சா, அம்மா நாலு நாள் இங்கே இருக்கட்டும்!''

''நிச்சயமா டாக்டர். நாங்க எவ்ளோ முன் பணம் கட்டணும்?''

''ஆம்ஸ்ட்ராங்ல எவ்ளோ கட்டினீங்க?''

''ஒரு லட்சம் அட்மிட் ஆனதும்!''

சிரித்தாள் ரங்கநாயகி!

"அது கொள்ளைக் கூட்டம்! இது குணப்படுத்தற கோயில்! எதுவும் கட்ட வேண்டாம்! அம்மா குணமாகி எழுந்திருக்கட்டும். நியாயமா உங்ககிட்ட என்ன வாங்கணுமோ, அதை வாங்கிக்கறோம்!"

அவர்கள் விழிகள் ஆச்சர்யத்தில் விரிய,

"அம்மாவோட முழு மெடிக்கல் ரிப்போர்ட்டையும் என்னை நம்பித் தர முடியுமா?"

"நிச்சயமா டாக்டர்!"

அதை ஹரிஹரன் தர, மேலோட்டமாக ரங்கநாயகி பார்த்தாள்.

"சரி! யாராவது ஒருத்தர் அம்மாகூட இருங்க! இப்ப நான் பாத்துட்டு புறப்படறேன்!"

ICU-வுக்குள் வந்தாள் ரங்கநாயகி.

மறுபடியும் பரிசோதித்தாள்.

அதற்குள் இங்கே டெஸ்ட் எடுத்த ரிப்போர்ட் வந்தது.

"பிபி நார்மல்! ஷுகரும், கொலஸ்ட்ராலும் கொஞ்சம் கூடுதலா இருக்கு. இந்த மூணு நாள்ல, அதையும் நார்மலுக்குக் கொண்டு வந்திடலாம்!"

அந்தம்மா ஜானகி விழித்திருந்தாள். முகத்தில் ஒரு வெளிச்சம் தெரிந்தது!

"எப்படி இருக்கேள்?"

"டாக்டர்! நீங்க மடிசார் மாமி ரங்கநாயகி மாதிரியே இருக்கேள்! அவா ஒரு காலத்துல என் படிப்புக்கெல்லாம் நிறைய உதவி செஞ்சிருக்கா! டேவிட்தான் இவருக்கு வீடு கட்ட முன்பணம் தந்தார்!"

"அந்த ரங்கநாயகி என் பெரியம்மாதான்!"

"ராகவன் பொண்ணா நீ... ஸாரி... நீங்க"

"இல்லை. கிச்சாமி பொண்ணு!"

அந்தம்மா முகம் சுருங்கியது! "அப்படீன்னா அந்த ஷோபா பெத்த மகளா நீ?"

பெரிய ஸ்டோரி. பாவம் இல்லை.

"என்னைப் பற்றி கவலைப்பட்டு நீங்க டென்ஷன் ஏத்திக்க வேண்டாம்மா! உங்களை குணப்படுத்தற டாக்டரா மட்டும் என்னை நீங்க பார்த்தா போதும். சரியா?"

ரங்கநாயகி வெளியேற,

"என்னம்மா? நீ அந்த டாக்டர்கிட்ட தப்பா பேசற மாதிரி இருக்கே!"

கிருஷ்ணா கோவப்பட

அந்த ஜானகி, கணவர் ஹரிஹரனை அருகில் அழைத்தாள்.

"உங்களுக்கு ஞாபகம் இருக்கா? 93ஆம் வருஷம் ஜனவரி மாசம் கோர்ட்ல ஒரு கொலை கேஸ் நடந்ததே! எங்கண்ணா பிச்சுமணிதானே அந்த ரங்கநாயகிக்கு எதிரா கோர்ட்ல பப்ளிக் பிராசிக்யூட்டரா நின்னான்!"

"நீ என்னடி சொல்ற?"

"ஒங்களுக்கு ஒரு எழவும் புரியாது! எல்லாம் மறந்து போகும்! ஷோபாவை, பவன்னு ஒருத்தன் கெடுத்தான்! அவனை ஷோபா கொலை செஞ்சா! அந்த கேஸை எடுத்துண்டது ரங்கநாயகி மடிசார் மாமிதான்! கெட்டுப்போன ஷோபாவை விடுவிச்சு வெளில கொண்டு வந்தா! அப்புறமா தன் கடைசி மச்சினன் கிச்சாமிக்கு அந்தக் கெட்டுப்போன ஷோபாவை கல்யாணம் பண்ணி வச்சா! அந்த ஷோபா பெத்த பொண்ணுதான் இந்த ரங்கநாயகி! கிச்சாமியை அப்பாங்கறா! யாரு கண்டா! இவளுக்கு அப்பா கிச்சாமியா இல்லை அந்த பவனா? இவ பிறப்பே ஒரு கேள்விக்குறி! அந்த மடிசார் மாமி - அப்பவே ஆம்பிளைக்காக வக்காலத்து வாங்குவா!

புருஷன் செத்தும் மடிசாரும், நெத்தில மீனாட்சி குங்குமமும், எடுப்பான எட்டுக்கல் பேசரியும் போட்டுண்டு அலைவா! வில்லங்கம் புடிச்ச பொம்பிள அவ! இவளுக்கு அவ பெரியம்மாவா? இதுவும் வில்லங்க பார்ட்டிதானா?''

அந்த ஜானகி வெளுத்து வாங்க, வெளியே போகாமல் கதவின் விளிம்பில் நின்று சகலமும் கேட்டாள் ரங்கநாயகி!

ஒரு நிமிட இடைவெளிக்குப் பிறகு

உள்ளே வர அந்தக் குடும்பமே அதிர்ந்து போக

''ஸாரி டாக்டர் நீங்க...?'' கிருஷ்ணா தடுமாற,

''உங்கம்மா என்ன பேசினாலும் அவாளை குணப்படுத்தாம இங்கிருந்து நான் அனுப்பமாட்டேன். என்னை அவா குத்திக் கிழிச்சாலும், எனக்கு இப்ப கோவம் வராது. ஏன்னா, இங்கே நான் டாக்டர் ரங்கநாயகி மட்டும்தான். இங்கே சொந்த உணர்ச்சிகளுக்கு இடமில்லை. இது என்னோட மருத்துவ மனோ தர்மம்! சிஸ்டர்! அவங்களுக்கு வேண்டிய வசதிகளைச் செஞ்சு குடு!''

ஜானகி அருகில் வந்தாள்.

''அம்மா! நெருப்பு என்னிக்குமே அழுக்குப்படாது! என்னோட ரத்தத்துல கலந்தது எங்க மன்னி - அதான் பெரியம்மா - ரங்கநாயகி- தி கிரேட் மடிசார் மாமி!''

சொல்லிவிட்டு கம்பீரமாக நடக்கத் தொடங்கினாள் ரங்கநாயகி 2.0.

6

அத்தியாயம்

அந்த பிரபலமான உலகளாவிய மருத்துவ கார்ப்பரேட் கம்பெனியின் அவசர விசேஷக் கூட்டம் அந்த நட்சத்திர ஓட்டலில் ஆரம்பமாகிவிட்டது!

தலைமை விக்ரம் - கார்ப்பரேட் கம்பெனியின் வலதுகை! அவனும் ஒரு டாக்டர். மற்றும் பல உலகளாவிய உயர்மட்ட அதிகாரிகள்!

தவிர, நட்சத்திர அந்தஸ்து பெற்ற ஆம்ஸ்ட்ராங் மருத்துவமனையின் டீன் தலைமை மருத்துவர்கள்...

புதிதாக இந்தக் கூட்டத்தில் சமீபத்தில் சேர்ந்திருக்கும் ராகவன் மகன் திவாகரும், ஹேமாவின் மகள் தர்ஷினியும்!

கொஞ்சம் பரபரப்பாக ஆரம்பமாகியிருந்தது!

எல்லாரிடமும் ஒரு பதட்டம் உருவாகியிருந்தது.

"சொல்லுங்க டாக்டர்!"

ஆம்ஸ்ட்ராங் ஆஸ்பத்திரி டாக்டர் வில்சன் எழுந்தார்.

"எங்க பேஷன்ட் ஜானகியோட கணவருக்கும் எங்களுக்கும் உரசல் ஏற்பட்டு, அவரோட மனைவியை ரங்கநாயகி ஸ்பெஷாலிட்டி ஆஸ்பத்திரிக்கு கூட்டிட்டுப் போயிட்டார். வெளிநாட்லேருந்து நேத்திக்கு திரும்பியிருக்கும்

ரங்கநாயகி, அந்த ஜானகிக்கு ஒரு விசேஷ ஆர்கானிக் இன்ஜெக்ஷன் தந்து நானூறு ஷுகரை நூற்றியெண்பதுக்கு கொண்டு வந்திருக்கா?''

"ஸோ வாட்?''

"அது பரவாயில்லை. ஆனா மொத்த மெடிக்கல் ரிப்போர்ட், நாம குடுத்த பிரிஸ்கிரிப்ஷன், நம்ம ட்ரீட்மென்ட்ல ஜானகி இருந்த நாட்கள், அதுக்காக நாம வாங்கின ஃபீஸ் - நம்ம மருந்துகள், சகல டெஸ்ட் ரிப்போர்ட்டுகளும் இப்ப ரங்கநாயகி கைல!''

"அதனால என்ன?''

"இதை ஈஸியா எடுத்துக்க முடியாது! நாம கார்ப்பரேட் வியாபாரிகள்! நம்ம மருந்துகள் நோயை அதிகப்படுத்துது! அதனால மருந்து உற்பத்தியை அதிகப்படுத்தி, மார்க்கெட்ல உலக அளவுல பெரிய பிஸினஸ் போகுது!''

"ஷட்டப்! இது பொது இடம்! சுவருக்கும் காது உண்டு!'' விக்ரம் கூச்சலிட

"இது க்ளோஸ்டு சர்க்யூட்! சிசி டி.வி. கூட இங்கே கிடையாது! எல்லாரும் நம்ம ஆட்கள். பேசினா தப்பில்லை! நம்மோட மருத்துவ வியாபாரத்துக்கு பெரிய அளவுக்குத் துணை போற ஆம்ஸ்ட்ராங் ஆஸ்பத்திரி க்ரூப்தான் இங்கே இருக்கு''

விக்ரம் சிரித்தான்.

"பணம் படைச்ச பெரிய மனுஷங்க தும்மினாக் கூட ஆம்ஸ்ட்ராங்லதான் அட்மிட் ஆவாங்க!''

"நம்பிக்கை?''

"நெவர்! கௌரவம். இங்கே சேர்ந்தாலே சமூகத்துல மரியாதை''

"ஷ்! ரங்கநாயகி குடும்பத்தைச் சேர்ந்த டாக்டர் திவாகரும் டாக்டர் தர்ஷினியும் இங்கே இருக்காங்க!"

திவாகர் முன்னால் வந்தான்.

"எங்களால உங்களுக்கு எந்த பிரச்னையும் வராது! அப்படி வந்தா, எங்களை நீங்க கொன்னு போடலாம்! அரசியல் பின்னணியும், செல்வாக்கும், பெரும் பலமும், பண வசதியும் படைச்ச ஒரு பெரிய கார்ப்பரேட் கம்பெனியை, ஆம்ஸ்ட்ராங் ஆஸ்பத்திரியை எதிர்த்து நாங்க வாழ முடியுமா?"

"குட்!"

தர்ஷினி ஆரம்பித்தாள்.

"எங்க ரெண்டு குடும்பமும் ரங்கநாயகி குடும்பத்துக்கு சேராத குடும்பம்! எங்கப்பாவும், இவங்கம்மாவும் கசப்போட உச்சத்துல 26 வருஷமா வாழறோம்! மடிசார் மாமி ரங்கநாயகிமேல உள்ள பகை இப்ப உள்ள டாக்டர் ரங்கநாயகிமேல திரும்பியிருக்கு! டேவிட் ஆசீர்வாதம் கட்டி வச்ச மல்ட்டி ஸ்பெஷாலிட்டி ஆஸ்பத்திரிக்கு அவ சொந்தக்காரி! வெளிநாட்டுப் படிப்பு! இதெல்லாம் தப்பான வழில வந்த அதிர்ஷ்டம். அவளை தரைமட்டமாக்க நாங்க எந்த எல்லைக்கும் உங்ககூட வரத் தயார்!"

"வெரிகுட், ரத்த பந்தங்களே தயாரா இருக்கு! திப்புசுல்தான் காலம் தொட்டே க்ரைம் உருவாகுற இடமே குடும்பம்தான். உறவுகளுக்கு மத்தியில் உள்ள பகைதான் சகல குற்றங்களுக்கும் காரணம். உங்க ரெண்டு பேருக்கும் எல்லா வசதிகளும் செஞ்சு தர்றோம். ரங்கநாயகி தலைதூக்கக் கூடாது! புரியுதா?"

"நிச்சயமா!"

"அவ தொழிலை, வளர்ச்சியை, பர்சனல் வாழ்க்கையை வேரோட வெட்டணும். அதுக்கு நீங்க உதவியா நிக்கணும்!"

"கண்டிப்பா!"

"சரி! அவளோட அடுத்த கட்ட நடவடிக்கைகள் என்ன?"

"பாதிக்கப்பட்ட நோயாளிகளை வெளில கொண்டு வந்து நம்ம கார்ப்பரேட் மருத்துவ சதியை அம்பலமாக்கப் போறா!"

"தனி மனுஷியால முடியுமா?"

"முடியும். ரங்கநாயகி மல்ட்டி ஸ்பெஷாலிட்டி ஆஸ்பத்திரில குறைஞ்ச ஃபீஸ், குறைவான விலைக்கு மருந்து, இலவச வைத்தியம் - தரமான மருத்துவப் பரிசோதனைகள்னு கூட்டம் அள்ளுது! பலமுறை மீடியா கவரேஜ்ல வந்தாச்சு!"

"அதனால?"

"நோயாளிகள் திசைமாறத் தொடங்கிட்டா, மக்களுக்கு வேகமா செய்தி பரவிட்டா, பிரச்னைகள் பெரிசாகும்!"

"நாமும் ஜாக்ரதையா களத்துல இறங்கணும்!"

"எப்படி?"

அடுத்த நொடியே ரகசியமாக பேசத் தொடங்கிவிட்டார்கள்.

திவாகரும், தர்ஷினியும் தன் பக்கத்து ஆலோசனைகளை அள்ளி வீசத் தொடங்க, கூட்டம் சூடுபிடித்தது!

அதே நேரம் ரங்கநாயகி தன் வீட்டுக்குள் நுழைந்து கொண்டிருந்தாள்.

அத்தைகள், பெரியம்மா எல்லாரும் சுமங்கலி பூஜை முடிந்து அவரவர் வீட்டுக்குப் போய்விட

வீட்டில் கிச்சாமி, ஷோபா மட்டுமே இருந்தார்கள்.

பூஜை முடிந்த களேபரத்தில் வீடு இருந்தது!

ஷோபா ஓடி வந்து மகளைக் கட்டிக் கொண்டு, தன் மௌன மொழியில் மகளுடன் பேசத் தொடங்கி விட்டாள்.

அப்பாவும் அருகில் வந்து உட்கார,

அம்மாவின் மௌன மொழி நன்றாகத் தெரிந்ததால் ரங்கநாயகி அதற்கு ஈடுகொடுத்து பேசத் தொடங்கினாள்.

கிச்சாமி (அப்பா) மகளின் கூந்தலைத் தடவிவிட்டார்.

“நீ வந்ததும் நம்மைக் கொல்ல சதி நடந்திருக்கேம்மா! யாரது? உன்மேல எதுக்கு பகை? பாம் வச்சு சிதறடிக்கற அளவுக்கு என்ன ஆவேசம்?”

ஷோபா அழுதாள்.

கிச்சாமி குரலும் இடறியது.

“மன்னி உயிரோட இருந்த வரைக்கும் போராடிண்டே இருந்தா! எத்தனை துணிச்சலான முடிவுகளையெல்லாம் மன்னி எடுத்திருக்கா தெரியுமா! இப்ப அவாளோட அம்சமான நீயும் பிரச்னைகளை சந்திக்க வேண்டியிருக்கே! கவலையா இருக்குடா ரங்கு”

ஷோபா, ரங்கநாயகியை கட்டிப் பிடித்து விசும்ப,

“அய்யோ அம்மா! அழாதே! நீ பாக்காத பிரச்னைகளா? எத்தனை துணிச்சலா அன்னிக்கு முடிவெடுத்தே! அப்பா தைரியமா முன்வந்து உன்னைக் கல்யாணம் செஞ்சுக்கக் காரணம் மன்னிதானே? எத்தனை புரட்சிகரமான, மனிதாபிமானமுள்ள முடிவை மன்னி எடுத்தா? எல்லாம் நீங்க சொல்லித்தானே எனக்குத் தெரியும்?”

கிச்சாமி முகம் இறுகியது.

“அதையெல்லாம் இனிமே பேசணுமா ரங்கு?”

“அப்பா! யாரையும் புண்படுத்தணும்னு இப்ப இதை நான் பேசலை. நான் பிறந்த பிறகு ஆரம்பிச்ச பேச்சுக்கு யார் காரணம்?”

கிச்சாமி முகம் சிவந்தது!

“இப்ப எதுக்கு இதெல்லாம்?” என ஷோபா நயன பாஷையில் கேட்க,

"சொல்லுப்பா!"

"உஷா மன்னியும், முரளி அத்திம்பேரும் காரணம்! அப்பவே மன்னியை டேவிட் சார்கூடச் சேர்த்து அசிங்கப்படுத்தினவாதானே இவா! புருஷனை இழந்த மடிசார் மாமிக்கு டேவிட்கூட கள்ளத் தொடர்புனு ஊரையே பேசவச்சாளே! இது நம்மாத்துல பெரிய விவகாரமாகி, மன்னி வீட்டைவிட்டே கொஞ்ச நாள் வெளில இருந்தாளே! விடு! அதேமாதிரி நீ பிறந்தப்ப, என் மூலமா நீ பிறக்கலை. ஷோபா கெடுக்கப்பட்ட காரணமா அதுல பிறந்த பொண்ணு நீயின்னு சேதியை பரப்பினதும் உஷா மன்னியும், முரளி அத்திம்பேரும்தான்!"

"தெரியும்பா! நான் ஸ்கூல்ல படிக்கும்போது, விவரம் தெரியாத நாள்ல, உங்கப்பா கிச்சாமி இல்லை! உன் பிறப்போட ரகசியம் என்ன தெரியுமானு என்னை கேலி பேசாதவ யாருமே இல்லை. நான் ஆத்துக்கு வந்து இதைச் சொல்லி அழும்போது மன்னி படத்துக்கு முன்னால என்னைக் கொண்டுபோய் நிறுத்தி நீ சமாதானப்படுத்துவே!"

"ஆமாம் ரங்கு! நமக்கு என்னிக்குமே ஆறுதல் மன்னிதானே?"

"அப்பா! நீ எத்தனை பெரிய தியாகத்தை செஞ்சிருக்கே! உன் மூலம் பிறக்காம, ஒரு பாவியோட மூர்க்கத்துல பிறந்தவ நான்! ஆனா, அதை பெரிசுபடுத்தாம, என்னை உன் மகளா ஏத்துக்க எத்தனை பெரிய மனசு உனக்கு?"

"இந்த மாதிரி பேசாதே ரங்கு! உனக்கு அப்பா நான்தான்! ஒடம்புதான் குழந்தையை உருவாக்கறதுனா, யார் வேணும்னாலும் அப்பா ஆகலாம். அதுக்கு தியாகம் தேவையில்லை. காமம் போதும். புருஷன் இறந்தும், அவன் குடும்பத்தை தோள்ல தூக்கிச் சுமந்தாளே மன்னி... அவளால ஆளாக்கப்பட்ட நான், இதைக்கூட செய்யலைனா, அந்த

வளர்ப்புக்கு என்ன அர்த்தம்? ஷோபா உடைஞ்சு போறா! இந்தப் பேச்சை விடு!''

"அப்பா நாம விடலாம்! ஆஸ்பத்திரியில என்னால குணமான ஜானகியம்மா, என்மேலயே சேறு தெளிக்கறா!''

"மன்னியோட வேர்வைல ஆளாகி, மன்னிமேலயே எச்சில் துப்பின குடும்பம்தானே நம்ம குடும்பம்! விடும்மா!''

"அப்பா! அதுக்காக நான் கவலைப்படலை.''

"நீ ஜாக்ரதையா இருக்கணும் ரங்கு''

"வெளில உள்ள எதிரிகளை சமாளிக்கறது சுலபம்பா! ஆனா வீட்டு எதிரிகள்தான் ஆபத்து!''

"யாரு?''

"பாம் சதியில் கூட்டாளி திவாகர் அண்ணா! இப்ப அந்தக் கூட்டணில தர்ஷினி அக்காவும் சேர்ந்திருக்கா!''

"உஷா மன்னியும், முரளி அத்திம்பேரும் அடுத்த அவதாரம் எடுக்கறாளா?''

"ஆமாம்பா!''

"விடும்மா! மன்னியும் அடுத்த அவதாரம் எடுத்தாச்சே உன் மூலமா! மன்னியோட சத்யத்தை தர்ம யுத்தத்தை சந்திக்கற திராணி அன்னிக்கு யாருக்குமே இல்லையேம்மா! அந்த மடிசார் மாமி மறுபடியும் உன் மூலமா அடுத்த கட்ட போருக்கு ஆயத்தமாயாச்சு!''

ரங்கநாயகியின் முகத்தில் புது வெளிச்சம் பரவ, அவளது முகம் மடிசார் மாமியின் புகைப்படத்துக்குள் ஒளி வீசியது!

7
அத்தியாயம்

ரங்கநாயகி அவர்களது ஆஸ்பத்திரி லேப்ல சில பரிசோதனைகளை நிகழ்த்த, ஆம்ஸ்ட்ராங் மருத்துவமனையில் ஜானகிக்குக் கொடுத்த மருந்துகளின் ரிப்போர்ட் வந்துவிட்டது!

சக டாக்டர்களும் கூடவே இருக்க,

ரங்கநாயகி பரிசோதனை முடிவுகளைக் காட்டினாள்.

"சர்க்கரை அளவை இவங்க குறைக்கறதே இல்லை டாக்டர்!"

வேறொரு டாக்டர் சொல்ல,

"அவங்க செய்யற பரிசோதனைகளே முதல்ல தப்பு! ஒவ்வொண்ணுக்கும் ஒரு லெவல் ஃபிக்ஸ் பண்றாங்க! அப்பாவி மக்களுக்கு என்ன தெரியும்? நம்பித்தானே ஆகணும். உனக்கு நோயோட தீவிரம் இந்த அளவுக்கு இருக்குனு சொன்னா, இல்லைனு சொல்ற அறிவு சராசரி மக்களுக்கு எப்படி இருக்கும்!

என்ன நோய் நமக்கு அதுக்கு என்ன காரணம்னு அவங்க படிச்சிட்டா வந்திருக்காங்க?

அந்த நோயை குணமாக்கிட்டா, வியாபாரம் எப்படி? குணப்படுத்தாம, முடிஞ்சா அதிகமாக்கி, அதுக்கும் உங்க உணவுப் பழக்கம் சரியில்லைனு அவங்களையே குற்றவாளியாக்கி,

தொடர்ந்து மருந்துகளைத் தர வேண்டியது! நோய்க்கு முதல் காரணம் உடம்பு இல்லை, மனசு! அந்த மனசுல படிப்படியா பயத்தை உண்டாக்கி, அவங்களை சோர்ந்துபோக வச்சிட்டா, ஒடம்பு தளர்ந்துடும்! தளர்ந்த ஒடம்புல தப்பான மருந்துகளை செலுத்திட்டா, சரிவு அதிகமாகும்! அப்புறமா குணப்படுத்தறேன் பேர்வழினு தொடர்ந்து மருந்தோட தாக்குதல்கள்... பணச் செலவு குடும்பத்துல குழப்பம்! இந்த மாதிரி சைக்கலாஜிக்கல் அட்டாக்தான் வியாபாரத்தோட வேர்!''

''ஆமாம் டாக்டர்!''

''சாதாரண ஜூரம்னு ஒருத்தர் போனாலே ரத்தப் பரிசோதனை... சிறுநீர் பரிசோதனைனு செய்ய வேண்டியது! அதுல வர்ற ரிப்போர்ட் நூறு சதவீதம் சரினு நோயாளிக்கு எப்படித் தெரியும்? அங்கே ஆரம்பிச்சு, வியாதிகளோட பட்டியலை பெரிசாக்க வேண்டியது! எதுக்கோ போய், எப்படியோ மாட்டிக்கிட்டு, ஏதேதோ நடக்குது!''

''அப்படின்னா, எல்லாமே தப்பா டாக்டர்?''

''இல்லை நியாயமான நல்ல மருத்துவமனைகளும், கடமை உணர்வோட மனசாட்சியோட வேலை பாக்கற டாக்டர்களும் நிறைய உண்டு! வெள்ளை கோட் மாட்டி, ஸ்டெதஸை கைல எடுத்துட்டா, கடமைக்கு மட்டுமே மரியாதை தரக்கூடிய நல்ல மருத்துவர்கள் இங்கே நாற்பது சதவீதம்தான்! அப்படிப்பட்டவங்க பெரிய உயரத்துக்கு வரலை! கார்ப்பரேட் கம்பெனிகள், மெடிக்கல் ஷாப்புகள், டாக்டர்கள் மூணு பேரும் கூட்டணி அமைச்சாத்தான் இந்த வியாபாரம் பெரிசா நடக்கும்! பல லட்சங்களை, கோடியை செலவழிச்சு டிகிரி வாங்கும்போது, போட்ட பணத்தை யார்கிட்ட எடுக்கறது? அப்பாவி மக்கள்கிட்டத்தானே?

ஓட்டு வாங்கி பதவிக்கு வர, பணத்தை இறைக்கற அரசியல்வாதிகள், போட்ட பணத்தை எங்கிருந்து எடுப்பாங்க? மக்கள்கிட்டேயிருந்துதானே?

அங்கே அரசியல் ஊழல்... இங்கே மருத்துவ ஊழல்! ரெண்டுக்கும் நடுவுல இழக்கறது மக்கள் மட்டும்தான்!''

''இந்த மாதிரி வியாபாரங்களை வேரறுக்க முடியுமா டாக்டர்!''

ரங்கநாயகி நிமிர்ந்து உட்கார்ந்தாள்.

''நிச்சயமா முடியும்! மக்களுக்கு நியாயமான சிகிச்சை தந்து, அவங்க மனசு சோர்ந்து போகாம ஒரு விழிப்புணர்வை உண்டாக்கினா, ஒடம்பு சோர்ந்து போகாது! நோய் வந்த பிறகு மருந்து தர்றதைவிட, அது வராமலே தடுக்கப் பாக்கலாம் இல்லையா?''

''டாக்டர்! நியாயமான நோய்களுக்கு நியாயமான மருந்துகள் உண்டா?''

''நிச்சயமா உண்டு! எதைச் சாப்பிடலாம்னு தெரிஞ்சுக்கறது முக்கியமில்லை! எதைச் சாப்பிடக் கூடாதுனு தெரிஞ்சா போதும்!''

போன் அடித்தது! எடுத்தாள்.

''ம்! வரச் சொல்லுங்க!''

சில நொடிகளில் மதன் உள்ளே வந்தான்.

வைதேகி அத்தையின் வளர்ப்பு மகன். ஸ்ரீதரின் மூத்ததாரத்து மகன்!

இப்போது மீடியாவில் ஒரு சேனலில் முக்கியமான - தலைமைப் பதவி வகிக்கும் நிருபர்.

''வா மதன்! ஒக்காரு''

மற்ற டாக்டர்கள் விடைபெற்றுப் போக,

''தொந்தரவு பண்ணிட்டேனா ரங்கா?''

''இல்லை மதன்! என்ன சாப்பிடற?''

"ஜில்லுனு ஏதாவது குடு! சூடான தகவல்களையும் தொட்டுக்க வை!"

ரங்கநாயகி சிரித்தாள்!

ரோஸ் மில்க் வந்தது!

"ரொம்ப ஜில்லுனு இருந்தா குடிக்காதே! சளிப்பிடிக்கும்!"

"தேவலை! நீ இருக்கியே நியாயமான மருந்தைத் தர!"

"மதன்! நீயும் நானும் ஒரே ஜாதி! வைதேகி அத்தையின் வளர்ப்பு மகன் நீ!"

"ஆனாலும் மடிசார் மாமி ரங்கநாயகியைத் தானே நான் அம்மானு கூப்பிட்டேன்! அவா என்னை ஆதரிச்சு மகனா ஏத்துக்கலைனா நான் எங்கே?"

"சரி! உங்க சேனல் எப்படி? தைரியமா தகவல்களைச் சொல்லுவாங்களா?"

"கண்டிப்பா! யாருக்கும் பயப்பட மாட்டாங்க! அதனால எங்க டி.ஆர்.பி. எப்பவுமே உசத்திதான்!"

"நீயும் வியாபாரியா?"

"ஏன் ரங்கா?"

"டி.ஆர்.பிக்காக பேச வந்தா, அது வியாபாரம்தான்!"

"உங்கிட்ட மாட்டிக்கிட்டேனா! சரி! நான் என்ன செய்யணும்?"

"என்னை நேர்முகம் காணணும் நீ!"

"தாராளமா! அயல்நாட்டில் மருத்துவம் படித்து, மருந்து வியாபாரிகளை தோலுரிக்க வந்த மடிசார் மாமி 2.0னு ப்ரோமோ ரெடி!"

சிரித்தாள் ரங்கநாயகி!

"மதன்! விளம்பரம் வேண்டி உங்கிட்ட இதை நான் கேக்கலை! முகமூடிகளைக் கிழிக்கற முதல் முயற்சி இது!"

“சொல்லு!”

“நோயாளிகளுக்கு ஒரு விழிப்புணர்வை ஏற்படுத்தற முயற்சியோட ஆரம்பம்!”

“ரொம்ப நல்லது!”

“நான் நேரடியா, கசப்பான நிஜங்களை அப்பட்டமா உரிக்கப் போறேன்! இது வெளில ஒளிபரப்பானா, உனக்கு, எனக்கு நீ வேலை செய்யற சேனல் எல்லாருக்கும் பிரச்னை வரும்! உங்க சேனல் ஹெட் யாரோ, அவர்கிட்ட பேசணுமா! என் காரணமா, நீ மாட்டிக்கக் கூடாது!”

“பேசிடலாம்! அவர் புது முயற்சிகளுக்கு, போராட்டங்களுக்கு எப்பவுமே ஆதரவு தருவார். ஒண்ணு செய்யலாம். நான் சேனல் எம்.டி.யோட ஒரு சந்திப்புக்கு ஏற்பாடு செய்யறேன். எதை சொல்லப் போறே? எந்த உண்மை வெளிச்சத்துக்கு வரப் போகுதுனு நீ பேசிடு! அப்புறம் அவர் சொல்ற பதிலை வச்சு நேரடி ஒளிபரப்புக்கு நேரம் குறிக்கலாம். சரியா?”

“ரொம்ப சரி! ஆத்துக்கு வாயேன் மதன்!”

“கிச்சாமி மாமா போன்ல திட்டறார். நான் வந்தே ஆகணும். முதல்ல இதை முடிப்போம்.”

“வேடிக்கை பாரு மதன்! வைதேகி அத்தையோட பிள்ளை நீ! என் பக்கம் இருக்கே! ராகவன் பெரியப்பா பிள்ளையும், ஹேமா அத்தைப் பொண்ணும் எதிரணில இருக்கா! வேர்னு பார்த்தா மன்னிதான்!”

“வாய் ஒண்ணுதான் ரங்கா! அதுக்குள்ள நல்ல பல்லும் இருக்கு. சொத்தைப் பல்லும் இருக்கே”

“அழகா பேசறே மதன்!”

“மீடியால இருந்துட்டு, இது தெரியலைனா, பிழைக்க முடியாதே! நான் இப்பவே கேட்டுக்கறேன்!”

சேனல் எம், டி. பிரசாத்துக்கு செக்ரட்டரி மூலம் போன் போட்டு காத்திருக்க, அவர் இணைப்பில் வர,

அவன் விவரம் சொல்ல,

"உடனே ஏற்பாடு பண்ணு மதன். டாக்டர் ரங்கநாயகியைக் கொல்ல தமிழ் மண்ணை மிதிச்சதும் முயற்சி நடந்திருக்கு! அந்த பாம் சம்பவம் வைரல் ஆகியிருக்கு! இந்த நேரம் டாக்டர் ஒரு இன்டர்வ்யூ தந்தா, பரபரப்பா இருக்கும்! இன்னிக்கு ராத்திரி எட்டரை மணி சீரியலை ரத்து பண்ணிட்டு, டாக்டரோட பேட்டியை நேரடி ஒளிபரப்பு செஞ்சிடலாம்! அவங்க தயாரா?"

"இதோ எதிர்ல இருக்காங்க! பேசுங்க பாஸ்!"

கை மாறியது!

சேனல் எம்.டி. பிரசாத்துடன் ரங்கநாயகி பத்து நிமிடங்கள் பேசினாள்.

"இப்பவே மணி அஞ்சரை டாக்டர்!"

"எட்டரைக்கு லைவ் தானே! ஏற்பாடு பண்ணுங்க! நான் வீட்டுக்குப் போய் குளிச்சு ரெடியாகி சேனலுக்கு நேரா வந்துர்றேன்!"

"வெல்கம் டாக்டர்!"

"சரி ரங்கா! நான் போய் அதுக்கான ஏற்பாடுகளை உடனே செய்யறேன்! வண்டி அனுப்பட்டுமா?"

"வேண்டாம் மதன், நான் வந்துடுவேன்!"

ரங்கநாயகி புறப்பட்டு விட்டாள். நேராக வீட்டுக்குள் வர, நேரம் ஆறேகால்!

"ஷோபாவுக்கு ஜூரம் மாதிரி இருக்கு ரங்கு! கொஞ்சம் பாரு!" பரிசோதித்தாள்.

"சாதாரண வைரஸ் ஜூரம்தான். மங்கிலி பொண்டுகள் நாள்ல ஏகப்பட்ட வேலை. அம்மா மாடு மாதிரி இழுத்துப்

போட்டு வேலைகளைச் செய்தா! இன்ஜெக்ஷன் போட்டு மருந்தும் குடுத்துர்றேன்!''

உடனே செய்தாள்!

''நீ வந்த முதல் அவ கூடவே இல்லையேம்மா!''

''அந்த அளவுக்கு வேலைப்பா! இப்பக்கூட வெளில போகணும்! நான் குளிச்சிட்டு கிளம்பறேன். நீ அம்மாவை பக்கத்துல இருந்து பார்த்துக்கோ!''

''சரிம்மா!''

ரங்கநாயகி குளித்து முடித்து வெளியே வந்தாள்!

மடிசார் புடவை - மன்னி கட்டிய சேலையை எடுத்து கட்டிக்கொண்டாள்!

''என்ன ரங்கு இது?''

''முக்கியமான ஒரு சந்திப்பு! குருக்ஷேத்ரம் தொடங்க முன்னேற்பாடு! நான் மடிசார் மாமியோட வாரிசு இல்லையா? எனக்குள்ளே மன்னி நுழையணும்னா, இந்த மடிசாருக்குள்ளே நான் நுழையணும்பா! அதான்!''

''மன்னி கட்டிக்கற மாதிரியே பாந்தமா அழகா கட்டிக்கறே!''

''கல்யாணம் ஆகாத மடிசார் மாமி!''

தன்னை எளிமையாக அலங்கரித்துக் கொண்டாள். நெற்றியில் மீனாட்சி குங்குமம்! மன்னி உபயோகித்த மூக்குத்தி - எட்டுக்கல் பேசரி!

படத்தின் அருகே வந்து கை கூப்பி நின்றாள்.

''மன்னி! தமிழ் மண்ல நியாயத்துக்கு குரல் கொடுக்க நீ கறுப்பு அங்கியை அணிஞ்சே! நான் வெள்ளைக் கோட்டை போட்டுக்கறேன்! உடைகளோட நிறம் மாறினாலும், போராட்டம் என்னவோ ஒண்ணுதான். என்னை ஆசிர்வாதம் பண்ணு மன்னி?''

8

அத்தியாயம்

ரங்கநாயகி மன்னியின் விருப்பமான ஒரு மடிசார் சேலையை அழகாகக் கட்டி, நெற்றியில் குங்குமம், மூக்குத்தி சகிதம் அந்தப் பிரபலமான தொலைக்காட்சி நிறுவனத்துக்குள் நுழைய, அத்தனை பேரும் அதிசயமாகப் பார்த்தார்கள்!

"இவங்க ஒரு டாக்டர். வெளிநாட்ல படிச்சிட்டு வந்திருக்காங்க! வயசு இருபத்தி அஞ்சுகூட ஆகலை. கல்யாணம் ஆகாத இளம் டாக்டர்!"

"மருத்துவ ஊழல்களை தோலுரிக்கப் போறாங்களாம். அதோட நேரடி ஒளிபரப்பு!"

"இன்னிக்கு சீரியலை நிறுத்திட்டு இதைப் போடறாங்களா, இதுக்கு டி.ஆர்.பி. அதிகமா வரும்!"

மதன் காத்திருந்தான்.

வைதேகி - ஸ்ரீதரின் வளர்ப்பு மகன்! இந்தக் குடும்பத்தில குறிப்பாக ரங்கநாயகி மேல உயிர்!

"வா ரங்கு"

"அண்ணா! எல்லாம் ரெடியா?"

"சேர்மன் காத்துக்கிட்டிருக்கார்! வா!"

சேர்மனின் அறைக்குள் அவர் நுழைய, அவர் எழுந்து நின்று வரவேற்றார்.

"வாங்க டாக்டர் ரங்கநாயகி மடிசார் மாமி 2.0."

ரங்கநாயகி வணங்கினாள்.

ஏற இறங்கப் பார்த்தார் சேர்மன்.

"அன்னிக்கே மடிசார் சேலையோட, ஸ்கூட்டர்ல பயணிச்சு, போக்குவரத்தையே ஸ்தம்பிக்க வச்சவங்க அந்த மடிசார் மாமி! அப்பவே சட்டத்துறைல பெரிய பரபரப்பை உண்டாக்கினாங்க. அவங்க வாரிசு நீங்க மருத்துவத் துறைல சலசலப்பை உண்டாக்க வந்திருக்கீங்களா?"

"சார்! விளம்பரத்துக்காக நான் எதையும் செய்யலை. மலிவான பப்ளிசிட்டிக்கு நான் ஒருபோதும் ஆசைப்படமாட்டேன். எனக்கது அவசியமும் இல்லை. மக்களோட உயிரோட விளையாடற மருத்துவ மாஃபியா கும்பலை தோலுரிக்கணும்! மக்களை நோய்லேருந்து இந்த பகல் கொள்ளைக்காரங்ககிட்டேயிருந்து விடுவிக்கணும் அதுதான் என் நோக்கம்!"

"இதன் காரணமா பலமான எதிர்ப்பு உங்களுக்கு வரும்!"

"வரட்டும் சார். எங்க பெரியம்மா சந்திக்காத சவால்களா? அதுவும் 26 வருஷங்களுக்கு முன்னால! அவங்க இப்பவும் என்கூட இருக்காங்க!"

"ஆல் த பெஸ்ட்!"

"ஸார்! இதை நேரடி ஒளிபரப்பு செய்யற காரணமா உங்களுக்கும் மிரட்டல் வரும்!"

போன் அடித்தது! சேர்மன் பிரசாத் எடுத்தார்.

ஒரு பிரபலமான ஆளுங்கட்சி அமைச்சரிடமிருந்து அழைப்பு.

"சொல்லுங்க சார்!"

"எட்டரைக்கு ஏதோ நேரடி ஒளிபரப்பாமே?"

"ஆமாம் டாக்டர் ரங்கநாயகி வந்தாச்சு!"

"வேண்டாம். அவளை பேச விடாதீங்க!"

"ஏன் சார்?"

"பல விபரிதங்கள் வரும்! பிரச்னைகள் பெரிசாகும்! மக்களுக்கு நன்மை செய்யறேன்னு அவ வாய்க்கு வந்ததைப் பேசுவா! நிறுத்திடுங்க!"

"மன்னிக்கணும்! நாங்க உங்க கட்சி இல்லை."

"அதனால? என்ன வேணும்னாலும் செய்யலாமா? மக்களை அதைப் பார்க்கவிடாம எங்களால தமிழ்நாடு முழுக்க பவர்கட் பண்ண முடியாதா?"

"சார்! சீப்பை ஒளிச்சு வச்சிட்டா, கல்யாணம் நின்னுடுமா? இன்னிக்கு சோஷியல் மீடியா இருக்கு! பத்திரிகைகள் இன்னும் சாகலை. ஒரு விஷயத்தை தடுக்க நினைச்சா, அதோட வீர்யம் அதிகமாகும். விபரீதங்களை கூடுதலா சந்திக்க வேண்டி வரும்! மக்கள் முழிச்சுக்கிட்டாங்க!"

"மிரட்டலா! எனக்கு உபதேசமா?"

"இல்லை சார்! அது ஒளிபரப்பாகும்!"

அங்கே அந்த அமைச்சரின் எதிரே கார்ப்பரேட் கம்பெனியின் பிரதம நிர்வாகி விக்ரம், ஆம்ஸ்ட்ராங் மருத்துவமனையின் தலைமை டாக்டர் இன்னும் சில உள்ளூர் அரசியல் புள்ளிகள் சூடான விவாதத்தில் இருக்க,

"விட்ரலாம்! இதை நாம நிறுத்தினா, எப்படியும் சேனல் ஒளிபரப்பிடுவான் இன்னொரு நாள். தினமும் பவர்கட் பண்ண முடியுமா? அவங்க கைல பத்திரிகை இருக்கு! சோஷியல் மீடியாவுல வைரலாகி, விஷயம் வெளில வந்துடும்!"

"ஏர்ல போகும்போது, அந்த டாக்டர் என்னலாம் பேசப் போறாளோ!"

"பேசட்டும்! அவ ஒருத்தியால நம்மை என்ன செஞ்சிட முடியும். விட்ருங்க!"

"விட்டுட்டா, புடிக்க முடியாது! ஏற்கனவே பேர் ரிப்பேர். எலக்ஷன் கிட்டத்துல!"

அதற்குள் இங்கே பிரசாத் சேர்மன் வாழ்த்தி அனுப்ப, மதன் ரங்கநாயகியை ஸ்டுடியோவுக்கு அழைத்துச் சென்றான்.

அங்கே கேமராக்கள் சகிதம் எல்லாம் தயாராக இருந்தன.

"மதன் அண்ணா! நீதான் இன்டர்வியுவா?"

"ஆமாம்! கேள்விகளை ஒருமுறை பாத்துக்கிறியா ரங்கு?"

"எதுக்கு? அங்கே ஸ்பாட்ல தெரிஞ்சா, எனக்கும் ஒரு த்ரில் இருக்கும்! அங்கயே கேளு!"

அழைத்து வந்து உட்கார வைத்தான்.

மைக் அவளது மடிசார் உடையில் பொருத்தப்பட்டது!

நேரம் எட்டரையை நெருங்க, ஏற்கனவே சேனல் மதியம் 12 மணி முதல் ஒரு விளம்பரத்தை தந்து கொண்டேயிருக்க, மக்கள் தயாராகிவிட்டார்கள்.

ரங்கநாயகி வணக்கம் சொல்ல, மதன் கேள்விகளை ஆரம்பித்தான். "நீங்க ஒரு இளம் டாக்டர். வெளிநாட்டுக்குப் போய் படிச்சு, இப்பத்தான் திரும்பியிருக்கீங்க! கல்யாணமும் ஆகலை, எதுக்கு மடிசார் கட்டு, மூக்குத்தி, பொட்டு எல்லாம்?"

"தொலைக்காட்சி மூலமா மக்களை சந்திக்கற ஒரு நிகழ்வு! இது ஒரு ஆரம்பம்! நான் ரங்கநாயகி - என் மன்னி அதாவது பெரியம்மா - இந்தத் தோற்றத்துல தமிழ்நாட்டையே - இந்தியாவையே - ஏன் உலகம் முழுக்க வாழக்கூடிய தமிழர்களை திரும்பிப் பார்க்க வச்சாங்க - தன் உடையால, செயலால, உழைப்பால அவங்க சாகலை, எனக்குள்ளே வாழறாங்க! அதனால முக்கியமான சந்திப்புகள்ல நான் இப்படித்தான் இருப்பேன்!"

"சரி! வெளிநாட்ல போய் என்ன படிச்சிங்க!"

"மருத்துவ உயர்படிப்பு! ஆனா, அதை வச்சு இங்கே பணத்தை குவிக்கணும்னு படிக்கலை சட்டத்தோட சந்து பொந்துகள்ல புகுந்து, ஊழல்ல புரண்டு அந்த ரங்கநாயகி வந்திருந்தா, மாளிகை கட்டியிருப்பாங்க. கட்டலை. ஏன்? சத்தியம் பேசின காரணமா, சொத்துகள் குவியலை. நானும் சம்பாதிக்கறது மட்டுமே குறிக்கோள்னு வெள்ளைக்கோட்டை மாட்டலை! வாழப் பணம் இருந்தா போதும்! வெளிநாட்டு பேங்க்ல கணக்கு தொடங்கற அபிப்ராயம் எனக்கில்லை!"

ரங்கநாயகியின் நேர்முகத்தை கார்ப்பரேட் கம்பெனிகள், டாக்டர்கள், மருந்துக் கம்பெனிகள், குடும்பங்கள் என சகல பேரும் ஆவலுடன் பார்க்க,

"பல நட்சத்திர அந்தஸ்து பெற்ற மருத்துவமனைகள் மக்களோட நோயை அதிகப்படுத்தறதா புகார் வருதே?"

"அது உண்மைதான்! குறிப்பா சர்க்கரை நோய்! அதை வச்சு கோடிகளைக் குவிக்கறாங்க! நோயை அதிகப்படுத்தி, அதை நிரந்தரமாக்கி, மக்கள் மனசுல பீதியை உண்டாக்கி, அவங்களை நிரந்தர நோயாளி ஆக்கறாங்க!"

"ஆதாரம் காட்ட முடியுமா?"

"இதோ, இந்த மருந்தை ஒரு சர்க்கரை நோயாளிக்குத் தொடர்ந்து தர்றாங்க! அப்படியும் சர்க்கரை இறங்கலை. அவங்க சலிச்சுப்போய், ஒரு சில லட்சங்களை இழந்துட்டு எங்கிட்ட வந்தாங்க! நானூறு சர்க்கரையை நூத்தி ஐம்பதுக்கு நாங்க கொண்டு வந்திருக்கோம். அந்த மருந்து இதுதான்!"

அந்த மருந்தின் பெயர் மட்டும் பெரிதாக திரையில் வர,

"ஆஸ்பத்திரி பேரை நான் சொல்லலை, தெரிஞ்சவங்க புரிஞ்சுக்குங்க! அவங்களோட ஸ்பெஷல் மருந்து இது! அவங்க மெடிக்கல் ஷாப்புல மட்டும்தான் இது கிடைக்கும்!

காரணம், அந்த மருந்துகளை விக்கறதுக்காக நோயை அதிகப்படுத்தறாங்க! அதுல உள்ள ரசாயனங்களை நான் பட்டியல் போடட்டுமா?''

வரிசையாகச் சொல்லி, அதன் பக்க விளைவுகளையும் சொல்லிக் கொண்டே வந்தாள்.

''எப்படி சர்க்கரை இறங்கும்?''

''அதுக்கு உங்க தீர்வு என்ன?''

''ஒரு பக்கவிளைவில்லாத சாதாரண பாட்டி வைத்தியம்!'' என ஆரம்பித்து கொள்ளு வெந்தயம் என நாலைந்து பொருட்களை பட்டியலிட்டு, அதைப் பொடியாக்கி கேப்சூலில் அடைத்து தான் தரும் மருந்தை அவள் சொல்ல, பார்த்தவர்கள் மிரண்டார்கள். ''நட்சத்திர மருத்துவமனைகளை ஒட்டுமொத்தமா நான் குறைசொல்லலை. சில நல்ல சிகிச்சைகளும் நடக்குது! அது பத்து சதவீதம்தான். வெறும் முகமூடி! உள்ளே வியாபார முகம்.''

''ஜுரம் வந்தா, ஆஸ்பத்திரிக்கு போகாம இருக்க முடியுமா டாக்டர்?'' மதன் கேட்க,

''இதப்பாருங்க! ஜுரம்னா என்ன! ஏதோ ஒரு இன்ஃபெக்ஷன். ஆகாத பொருட்களை சாப்பிட்டு, வயிறு கனத்து கஷ்டப்படறது இயல்பு! ஏதோ ஒரு கிருமி உள்ளே புகுந்திருக்கு. அதை விரட்ட, அத்தனை உறுப்புகளும் வேகம் காட்ட, ஒடம்புல உள்ள சூடு ஏறுது! அதை நாம ஜுரம்னு பயந்து டாக்டர்கிட்டப் போறோம். அவங்க மருந்து தர்றாங்க! அதை நாம போடும்போது, ஒடம்புச் சூடு குறைந்து, சமனப்படுது. ஆனா கிருமிகள் வெளியேறலை. உள்ளே இருக்கு. அடுத்தடுத்து பிரச்னைகள் வந்து தொடர்ந்து மருந்து சாப்பிட்டா, அந்தக் கிருமிகள் பெரிசாகுது.

இதுதான் டைப்பாயிடு மாதிரி பல ஜுரங்களுக்கு ஆரம்பம்! வேர் நமக்குப் புரியாது! நல்ல டாக்டர்களுக்கு

இது புரியும். பக்க விளைவில்லாத மருந்துகளைத் தர்றதுல தப்பில்லை! அதை குணப்படுத்தவும் அவங்களால முடியும். செய்யறதில்லை. தன்கிட்ட ஒரு நோயாளி மாட்டினா, எவ்ளோ அடிக்கலாம்னு அவங்க கணக்குப் போடறாங்க! ஏன்னா, ஆஸ்பத்திரி நிர்வாகச் செலவு - ஊழியர்கள் சம்பளம், பராமரிப்புனு எல்லாத்தையும் சமாளிக்கணும்னா வர்ற நோயாளிகள் முதுகுல ஏறினாத்தானே சவாரி இதமா இருக்கும்! அப்பாவி மக்களுக்கு நோய் குணமாக கடன் வாங்கியாவது செலவழிப்பாங்க!''

''அதுக்காக இலவச வைத்தியம் செய்ய முடியுமா?''

''வேண்டாம்! அப்படி நான் சொல்லலை. எல்லாரும் பிழைக்கணும்! வாழணும்! தப்பில்லை. நீ மாளிகை கட்ட, மத்தவங்களை தெருவுல விடாதே! உன் படிப்பை, மனசாட்சியை நியாயப்படுத்தி, அதுக்கு எது சரியோ, அதை மட்டும் செய்! இது மருத்துவத்துறைக்கு மட்டுமில்லை. எல்லாத்துக்கும் பொருந்தும். வியாபாரம் மட்டுமே குறிக்கோள்னு எல்லாரும் களத்துல இறங்கினா, நாடு சுடுகாடாயிடும்!''

''உங்களால் இந்தச் சமூகத்தை மாற்ற முடியுமா?''

''முடியும். ஆனா, அதுக்கு கால அவகாசம் வேணும். மக்களோட ஒத்துழைப்பும் வேணும். நான் சார்ந்த துறை மூலம், மக்களுக்கு நல்லது செய்ய ஆசைப்படறேன்!''

''எதிர்ப்புகள் வரும்!''

''வந்தாச்சு! இந்த ஒளிபரப்பை நிறுத்த இப்பவே வேலை தொடங்கியாச்சு! வெளில போனா, நான் பல பிரச்னைகளை சந்திக்க வேண்டி வரும்!''

''அதுக்கு நீங்க தயாரா?''

''கோழைக்கு தினமும் சாவு! வீரனுக்கு ஒரே மரணம்தான்!''

“இதை எங்க மன்னி - மடிசார் மாமி அடிக்கடி சொல்லுவாங்கனு அப்பா சொல்லுவார். அது என்னோட தாரக மந்திரம்!”

கார்ப்பரேட் மருந்துக் கம்பெனி - கொலை வெறியுடன் நேரடி ஒளிபரப்பை பார்த்துக் கொண்டிருந்தது.

9

அத்தியாயம்

பேட்டியின் இறுதிப் பகுதிக்கு வர,

"இன்னும் நான் சொல்ல வேண்டியது நிறைய இருக்கு! அதுக்கு இப்ப நேரமில்லை. படிப்படியா மக்களுக்கு உண்மைகளை நான் சொல்லுவேன்! ஆனா உங்களுக்கும் விழிப்புணர்ச்சி வேணும். நியாயத்தைப் பேச நீங்களும் பயப்படக் கூடாது. காலம் மாறியாச்சு! கூகுள்ல சகலமும் இருக்கு! பாருங்க! படிங்க! தொழில் நுட்பம் இப்பல்லாம் வீட்டுக்குள்ள வந்தாச்சு! எங்க பெரியம்மா காலத்துல இந்த வளர்ச்சி இல்லை. ஆனாலும் அவங்க போராடினாங்க! விரல் நுனில வீட்டுக்குள்ள உலகமே வருது! நிறைய கத்துக்குங்க! உங்களை காத்துக்க உங்களால் மட்டுமே முடியும்! கூடுமானவரைக்கும் யாரையும் சார்ந்து நிக்காதீங்க! பயப்படாதீங்க! மறுபடியும் உங்களை நான் சந்திக்கறேன்!"

கைகூப்பி வணங்கினாள். நேரடி ஒளிபரப்பு ஒன்பது மணிக்கு முடிய,

வெளியே வந்தாள். சேர்மன் பிரசாத் வந்துவிட்டார்.

"பிரமாதம் டாக்டர்!"

"நான் பெரிசா எதையும் சொல்லலை சார்!"

"அந்த பிரிஸ்கிரிப்ஷனை காட்டிட்டோம். குறிப்பிட்ட அந்த மருந்தை அக்குவேறு, ஆணி வேறா கழட்டிட்டீங்க! அது ஆம்ஸ்ட்ராங் ஆஸ்பத்திரி மருந்துனு உலகத்துக்கே தெரியும்!"

"சார்! உங்களுக்கு ஆம்ஸ்ட்ராங் ஆஸ்பத்திரிலேருந்து..."

"அப்புறம் பேசறேன். வந்தாச்சு, டாக்டர்."

"என்னால உங்களுக்கு பிரச்னையா?"

"வரட்டும்! மீடியா மூலமாத்தானே மக்களைப் போய்ச் சேர முடியும்? சேரலாம்! நீங்க ஜாக்ரதையா இருங்க! இனி நிறைய தொந்தரவு வரும்!"

"தெரியும் சார். நான் தயாரா இருக்கேன்!"

வணங்கிவிட்டு வெளியே வந்தாள். கூடவே மதன்!

"நான் உன்கூட வரட்டுமா ரங்கு?"

"பாதுகாப்பா?"

"தப்பில்லைம்மா!"

"வேண்டாம் அண்ணா! இதுக்கெல்லாம் பயந்தா முடியுமா! தேவைனா கூப்பிடறேன். நீ ஆத்துக்கு வா!"

"சரி ரங்கு!"

காரில் ஏறினாள்.

கார் புறப்பட்ட உடன் போன் வந்தது. அசிஸ்டெண்ட் கமிஷனர் ஜேக்கப் இணைப்பில், அவர் டேவிட் ஆசிர்வாதத்தின் தங்கை மகன்.

"ரங்கநாயகி! பிரச்னை எதுவும் இல்லையே?"

"இப்போதைக்கு இல்லை சார்?"

"நீ வீட்டுக்குப் போனதும் எனக்கு போன் பண்ணு! உனக்கு செக்யூரிட்டி ஏற்பாடு செய்யணும்!"

"எதுக்கு?"

"கேள்வி கேட்காதே அதை நான் பாத்துக்கறேன்! உங்க மன்னிக்கு எப்படி எங்க மாமா டேவிட் ஆசிர்வாதம் பக்க பலமோ, அதே மாதிரி உனக்கு நான், புரியுதா?"

"தெரியுமே! டேவிட் அங்கிளாலதான் எனக்கு இந்தப் படிப்பும் உயரமும்! ஆஸ்பத்திரியும் அவர் கட்டித் தந்ததுதானே! இந்த அளவுக்கு அப்பா ராஜபோகமா வாழ அவர்தானே காரணம்!"

"இதெல்லாம் பாசக் கணக்கு ரங்கநாயகி!"

"இல்லை! மன்னியோட ஸ்பெஷல் கணக்கு!"

கார் வீட்டுக்கு வந்து சேர, பத்துமணியாகிவிட்டது! வாசலில் கிச்சாமியும், ஷோபாவும் கவலையில் குளித்த முகங்களுடன். ஷோபா மகளை கட்டிப்பிடித்துக் கொண்டாள்.

அந்தக் கண்களில் ஏராளமான கேள்விகள். கண்ணீர்!

"எதுக்கும்மா அழறே? எனக்கு எந்த பிரச்னையும் இல்லை. நான் நன்னாத்தானே இருக்கேன். அப்பா! நீ தைரியசாலி ஆச்சே! அம்மாவுக்கு சொல்லமாட்டியா? எனக்கொரு பிரச்னைனா, மன்னி பாத்துண்டு சும்மா இருப்பாளா?"

கிச்சாமி அருகில் வந்து அவளை அணைத்துக் கொண்டார்.

"அது எனக்குத் தெரியும்டா ரங்கு! ஆனாலும் வயசாச்சு இல்லையா? பழைய மனோபலம் இல்லைம்மா! நீதான்மா எங்க உசிர். உனக்கு ஒண்ணுனா, எங்களால தாங்கிக்க முடியுமா?"

"அப்பா!"

"வேண்டாமே ரங்கு! இப்ப உள்ள அரசியல்வாதிகளும், பெரிய மனுஷாளும், பணம் படைச்சவாளும் யாரையும் எதிரிகளா இருந்தா விட்டுவைக்கறதில்லை."

"அன்னிக்கே அதுதானேப்பா நடந்திருக்கு?"

"இது நவீன யுகம்மா! ஒருத்தரை அழிக்க ஒரு நொடி போறும். பணமும் செல்வாக்கும் அந்த அளவுக்கு வேலை செய்யறது!"

"இப்பிடியெல்லாம் பயந்தா, அப்பாவி மக்களை யாருப்பா ரட்சிக்கறது?"

ஷோபா சைகையால ஏதோ புலம்ப,

"அம்மா! நான் மட்டும்தான் உனக்கு முக்கியம்! இது பாசம்! அப்படி எல்லாரும் சுயநலமா நெனைச்சா, பாதிக்கப்பட்டவாளை யாரும்மா காப்பாத்தறது! மருத்துவப் படிப்பை முடிக்கும்போதே, உயிர்களை ரட்சிக்கற ஒரு மனநிலை உள்ளே வந்தாத்தானே அந்தப் படிப்புக்கு ஒரு நியாயம்? இல்லைனா, வெள்ளைக்கோட், கறை படிஞ்சிடாதா? சொல்லு!"

"சரி! நீ சாப்பிடவா!"

அவளை அணைத்து கிச்சாமி உள்ளே வந்தார்.

"ஆம்ஸ்ட்ராங் ஆஸ்பத்திரியைத்தான் நீ சுட்டிக்காட்டியிருக்கேனு மக்களுக்குத் தெரியாதா?"

"தெரிஞ்சு முழிச்சுக்கட்டும்! விலகி, வெளியே வரட்டும்! அப்பா! இந்த மாதிரி இடங்கள்ல நோயாளிகள் முட்டி மோதாம, யாரும் போகாம இடம் காலியாகி, வியாபாரம் படுத்தா, அப்பத்தான் அறிவு வரும்!"

"அப்படி அவா விடமாட்டா ரங்கு?"

"அப்பா! மக்கள் ஓட்டு போட்டாத்தான், ஆட்சிக்கு வர முடியும்! நோயாளிகள் போனாத்தான் ஆஸ்பத்திரிக்கு மவுசு! இதுவும் மக்கள் கைலதான் இருக்கு! உன்னை வாழ வைக்கறது மக்கள் ஐ மீன் நோயாளிகள்! குணப்படுத்தினா, நம்பி கூட்டம் வரும். நோயை நீ அதிகப்படுத்தினா, கூட்டம்

கலையும். வியாபாரம் படுக்கும். மக்களை ஏமாத்தி இங்கே யாருமே வாழ முடியாதப்பா!''

''முகத்தை அலம்பிண்டு வா! ஷோபா... எல்லாத்தையும் எடுத்து வை!''

ரங்கநாயகிக்கு ஒரு போன் வந்தது!

''அப்படியா? எதிர்பார்த்தேன்! இதுல ஆச்சர்யம் எதுவும் இல்லை வச்சிர்றேன். ம்! நான் பத்திரமா வந்து சேர்ந்தாச்சு!''

''யாரும்மா?''

''மதன் அண்ணா!''

''வைதேகி அவனைப் பெறலை! ஆனா அவளும் ஸ்ரீதர் அத்திம்பேரும் பிரமாதமா வளர்த்திருக்கா! என்ன தகவல்?''

''திவாகர் அண்ணாவும், தர்ஷினி அக்காவும் ஒரு கார்ப்பரேட் கம்பெனியோட, மெடிக்கல் போர்டுல முக்கியமான பதவிக்கு தேர்ந்தெடுக்கப்பட்டிருக்கா! பெரிய சம்பளமாம், லட்சங்கள்ல!''

''நல்ல சேதியாச்சே!''

''இல்லைப்பா! ஆம்ஸ்ட்ராங் ஆஸ்பத்திரியோட டை... வச்சு, விஷங்களை மக்களுக்கு செலுத்தி நோயாளி ஆக்கற கம்பெனிகள்!''

''என்னம்மா சொல்ற?''

''என்னை அழிக்க, அவாளுக்கு என் அண்ணாவும், அக்காவும் கைக்கூலிகள்!''

''இது ராகவன், ஹேமா ரெண்டு பேருக்கும் தெரியுமா?''

கிச்சாமி கொதித்தார்!

''உஷா பெரியம்மாவுக்கும், முரளி அத்திம்பேருக்கும் நிச்சயமா தெரிஞ்சிருக்கும்!''

"மன்னியை எதிர்த்த குடும்பம் இப்ப உன்மேல குறி வைக்கறாளா! நான் ராகவன், ஹேமாகிட்டப் பேசறேன்!"

"அப்பா! அதுல லாபமில்லை! பெரியப்பா, அத்தை ரெண்டு பேரும் வருத்தப்படுவா! குடும்பத்துல குழப்பம் வரும். இவா நிம்மதி போகும்! விட்ரு! இதை நான் பாத்துக்கறேன்! இப்பல்லாம் ஃப்ராடுன்னு தெரிஞ்சாலும் அதைக் காட்டிக்காம சாதுர்யமாக இருக்கறது நல்லதுப்பா! அதுதான் புத்திசாலித்தனமும் கூட!"

அதேநேரம் அந்த கார்ப்பரேட் நிறுவனம் சலசலப்பில் இருந்தது! விக்ரம் பதட்டமாக இருந்தான்.

"பிரிஸ்க்ருப்ஷனை காட்டிட்டான். நாளைக்கே அத்தனை பத்திரிகைகளும் இதை பப்ளிஷ் பண்ணுவாங்க! ஃபேஸ்புக், ட்விட்டர், வாட்ஸ் அப்னு எல்லாத்துலேயும் இது வரும். நமக்கு எதிரா, இந்த ஆட்சி கவிழணும்னு ஏராளமான பத்திரிகைகள் வேலை செய்யுது."

"தல...! நியூஸ் சேனலைப் பாருங்க!"

விக்ரம் திரும்ப,

"ரங்கநாயகி காட்டிய மருந்து சீட்டு அவர் சொன்ன விளக்கம்!" என்க

ரங்கநாயகி பேசியது மறுபடியும் காட்டப்பட

"அந்த மருந்தின் பக்க விளைவை டாக்டர் ரங்கநாயகி பிளந்து காட்டிவிட்டார். இதுபற்றி சில டாக்டர்களின் கருத்து...!"

நாலைந்து டாக்டர்களை உட்கார வைத்து கருத்துக் கேட்க,

அவர்கள் ரங்கநாயகி சொன்ன மருத்துவ விளக்கத்தை ஆமோதித்து, 'மேற்படி மருந்து, கடுமையான பக்க விளைவுகளை உண்டாக்கும் விஷம்' என்க,

"அந்த ஆஸ்பத்திரியால வாழ்ந்தவங்களைவிட, செத்தவங்கதான் அதிகம்!"

"பெரிய தலைகள் பல பேருக்கு இதுல பங்கு இருக்கு!"

சுடச்சுட விமர்சனம் போக,

"ஸ்டாப் இட்!" விக்ரம் கத்தினான்.

ஆம்ஸ்ட்ராங் தலைமை மருத்துவர்கள் கொதிநிலையில், ரத்த அழுத்தம் உச்சத்துக்கு ஏற,

"அதுக்குள்ளே பிரச்னை பெரிசாகுதே"

அந்தக் கூட்டத்தில் திவாகர், தர்ஷினி இருவரும் இருக்க,

"அவளை போட்டுத் தள்ளிடலாமா? நாளைக்கே குடும்பத்தோட வச்சுக் கொளுத்திடலாமா?"

விக்ரம் நிதானப்பட்டான்.

"இருங்க! அவசரப்படாதீங்க! பல லட்சம் பேர் நேரடி ஒளிபரப்பை பார்த்தாச்சு! இப்ப ரங்கநாயகிக்கு லேசா வேர்த்தாக்கூட, அதுக்குக் காரணம் நாமதான்னு வரும். சேனல்காரனே எதிர்க்கட்சி ஆள். ஊதிப் பெரிசாக்கிடுவான்! மீடியா கைல இருக்கும்போது, கவனமா இருக்கணும்!"

"ரங்கநாயகியை விட்டா, பேசிட்டே போவாளே!"

"அந்தப் பேச்சை எப்படி நிறுத்தணும்னு கொஞ்சம் புத்திசாலித்தனமா யோசிக்கணும்!"

"அவளை ஊமையாக்கிடலாமா - அவங்கம்மா மாதிரி!" தர்ஷினி கேட்க,

"நீ முட்டாளா இருக்கற காரணமாத்தான் ஈயடிக்கற டாக்டரா இருக்கே! அதே குடும்பத்துல பிறந்துட்டு எப்படி இப்பிடி விளங்காம இருக்கே... இடியட்!"

தர்ஷினி முகம் செத்தது!

"ரங்கநாயகியோட பலம் தைரியம் தன்னம்பிக்கை அவளோட பலவீனம் எது?" அதைத் தெரிஞ்சுகிட்டு

பலவீனத்தை கைல எடுங்க! அடிக்க ஆரம்பிச்சா, எழுந்திருக்க விடாம அடிக்கணும். அதுக்கு நிறையப் பேசணும்!''

ஆலோசனை ஆரம்பமானது!

10

அத்தியாயம்

அது கிறிஸ்துமஸ் நாள்!

கிச்சாமி, ஷோபாவுடன் ரங்கநாயகியும் புறப்பட, ஆஸ்பத்திரி வளாகத்தில் கார் வந்து நிற்க,

அனைவரும் இவர்களை வரவேற்க, அந்த ஆஸ்பத்திரியே விழாக்கோலம் பூண்டிருக்க,

டேவிட் ஆசிர்வாதம் கட்டி வைத்த மருத்துவமனை!

அவர் உயிரோடு இருக்கும்போது, கிறிஸ்துமஸ் பண்டிகையை பெரிதாக கொண்டாடுவார்!

தன்னிடம் பணிபுரியும் அத்தனை பேருக்கும் புதுத்துணிகள், போனஸ், தவிர கேக், இனிப்பு வகைகள்...

ரங்கநாயகி குடும்பத்தில் உள்ள அத்தனை பேருக்கும் துணிமணிகள். அவர் இறந்த பிறகும் கிச்சாமி அதை விடவில்லை. கிறிஸ்துமஸ் தினத்தில், பணிபுரியும் அத்தனை பேருக்கும் போனஸ் - உடைகள், கேக் என இது தொடர்கிறது!

டேவிட்டின் படம் மாலை போடப்பட்டு நடுநாயகமாக இருக்க, கிச்சாமி, ஷோபா, ரங்கநாயகி மூவரும் வந்து வணங்க,

கிச்சாமியின் கண்கள் கலங்கி விட்டது!

ஷோபா அழுதாள்.

"ரங்கும்மா! டேவிட் சார் இல்லைனா, நாம யாருமே இல்லை. மன்னியை எப்படியெல்லாம் தாங்கிப் புடிச்சிருக்கார். மன்னியை சட்டம் படிக்க வச்சு, வக்கீலாக்கி, குடும்பத்துக்கே விளக்கேத்தினார்! உன்னையும் டாக்டர் ஆக்கினது அவர்தான். நமக்கு குலசாமி டேவிட் சார்தான் ரங்கு!"

ரங்கநாயகி கைகூப்பி வணங்கினாள்!

ACP ஜேக்கப் - டேவிட்டின் தங்கை மகன் அங்கு வந்திருந்தார்.

அவருக்கும் கிச்சாமி வயதுதான்.

அன்றைக்கு ஆஸ்பத்திரி முழுக்க உணவுகள் - சில தேவாலயங்களில் சிறப்பு பிரார்த்தனை என நடந்தது!

ஜேக்கப் ரங்குவிடம் வந்தார்.

"ரங்கநாயகி! நீ ரொம்ப ஜாக்ரதையா இருக்கணும்?"

"புரியலை!"

"உன்னோட டி.வி. நேர்முகம் பற்றி பேசாத ஆளில்லை. அது பெரிய சேனல்! உலகம் முழுக்க போகக்கூடிய சேனல். தவிர, அவங்களுக்கு பத்திரிகை பலமும் இருக்கு. எல்லாம் சேரும்போது, அபாயமும் கூடவே வரும்!"

"தெரியும் சார்!"

"அந்த ஆம்ஸ்ட்ராங்க் ஆஸ்பத்திரி அதன் தொடர்பான கார்ப்பரேட் கம்பெனி எல்லாத்துக்கும் பலமான அரசியல் பின்னணி உண்டு! மருந்துங்கற பேர்ல, விஷத்தை இறக்குமதி செய்யற கூட்டம் அது! அவங்களுக்கு பலமான அரசியல் பின்னணி இல்லைனா, இங்கே கடை விரிக்க முடியாதும்மா!"

"யாருக்கு சார் பாதிப்பு? மக்களுக்குத்தானே? ஒரு டாக்டரா இருக்கற நான் என் நோயாளிகளை சாக விடலாமா? அப்புறமா எதுக்கு இந்த டாக்டர் தொழில்?"

"உண்மைதான்மா! ஆனா அவங்ககூட மோத முடியுமா?"

"சார்! பயந்தா வாழ முடியாது! கண்ணுக்கு முன்னால அழிவுகளை பார்த்துட்டே எனக்கு காசுதான் பெரிசுனு இருந்தா, இந்த வெள்ளைக் கோட்டுல கறை படியாதா?"

கிச்சாமி சிரிப்புடன் பார்த்தான்.

அப்படியே மன்னியை மறுபடியும் பார்ப்பது போல இருந்தது! 26 வருடங்களுக்கு முன்பே, பல சங்கதிகளில் துணிச்சலான முடிவை எடுத்தவள் மன்னி!

யாருக்கும், எதற்கும் மன்னி பயப்படமாட்டாள்.

எதைக் கொடுத்தும், யாராலும் மன்னியை விலைக்கு வாங்க முடியாது!

அப்படி ஒரு இரும்பு மனுஷி!

அப்படியே அந்த தெய்வம், மறுஜென்மம் எடுத்துவிட்டது!

"ரங்கு உங்க வீட்டுக்கு எதுக்கும் போலீஸ் காவலுக்கு நான் ஏற்பாடு பண்றேன்!"

கிச்சாமி, ஷோபா புறப்பட

ரங்கநாயகிக்கு ஆஸ்பத்திரியில் ஏராளமான வேலை இருந்தது!

ரவுண்ட்ஸ் போய், பேஷன்டுகளைப் பார்த்து, குறையறிந்து, அதன் பிறகு 2 சர்ஜரிகள் இருந்தன.

அவுட் பேஷன்ட் ஏராளமான பேர் காத்திருக்க,

பரபரவென ரங்கநாயகி பம்பரமாக சுழலத் தொடங்கிவிட்டாள்.

சகலமும் முடித்து மாலை நாலு மணிக்குத்தான் அவகாசமே கிடைத்தது. பசிப்பது போலிருந்தது! சாப்பாட்டு ஞாபகம் வந்தது!

வீட்டிலிருந்து சாப்பாடு வந்திருந்தது.

சாப்பிடத் தொடங்கினாள் ரங்கநாயகி. போன் அடித்தது! எடுத்தாள்!

"நான் டாக்டர் விக்ரம் பேசறேன்!"

"எந்த ஆஸ்பத்திரிலேருந்து டாக்டர்?"

"கார்ப்பரேட் கம்பெனி சேர்மன் விக்ரம்!"

"சொல்லுங்க டாக்டர்!"

"உங்களை நான் பாக்கணும் டாக்டர் ரங்கநாயகி!"

"எதுக்கு?"

"நீங்க அப்பாயின்ட்மென்ட் குடுத்தா, நாம எங்கே சந்திக்கறோம்? எப்ப சந்திக்கறோம்னு முடிவு பண்ணலாம்!"

"என்ன பேசணும்?"

"அதை நேர்ல சொல்றேனே!"

"இந்த வாரம் முழுக்க, ஆஸ்பத்திரில எனக்கு டைட்டா வேலை இருக்கு! அடுத்த வாரம் சந்திக்கலாமா?"

"இல்லை! இது அவசரம்!"

"எனக்கு என் பேஷன்டுகளைவிட எதுவுமே முக்கியமில்லை. எனக்கு அவசரமும் இல்லை டாக்டர்! அப்புறமா பேசுங்க"

துண்டித்தாள்.

அங்கே விக்ரம் கொதிநிலையில் இருந்தான்.

அவனது கார்ப்பரேட் கம்பெனியின் பிரதான தலைமை அதிகாரிகள் நாலைந்து பேர் எதிரில்! தவிர, ஆம்ஸ்ட்ராங் ஆஸ்பத்திரி டீன் முதலாக தலைமை மருத்துவர்கள் என ஒரு கூட்டமே இருந்தது!

"திமிர் அதிகமா இருக்கு! இந்த சந்திப்பு எனக்கு அவசரமில்லைனு சொல்றா!"

"வருவாளா? மாட்டாளா?"

"கட்டித் தூக்கிட்டு வாங்க! போட்டுத் தள்ளிடலாம்!"

ஒரு ஆள் சொல்ல,

"அவசரப்படாதீங்க! இப்ப என்ன பிரச்னை வந்தாலும், அது நமக்கு எதிராத்தான் திரும்பும். நம்ம ஆஸ்பத்திரி பிரிஸ்க்ரிப்ஷனை வச்சு, நியூஸ் சேனல்களும், சோஷியல் மீடியாக்களும் போட்டு கிழி கிழினு கிழிக்குது! பாத்தீங்களா?"

"இன்னிக்குக் காலைல நம்ம ஆம்ஸ்ட்ராங் ஆஸ்பத்திரி அவுட் பேஷன்ட் முப்பது சதவீதம் குறைஞ்சிருக்கு! சில பேஷன்டுகள் டிஸ்சார்ஜ் கேக்கத் தொடங்கிட்டாங்க! சின்னதா ஒரு சலசலப்பு தொடங்கியாச்சு."

"இதை இப்பிடியே விடலாமா?"

"அந்த ஜானகிங்கற பேஷன்ட் அங்கே போனதுதான் காரணம். ரங்கநாயகி ஆதாரத்தைப் புடிச்சிட்டா! அடுத்தடுத்து மற்ற பல பேஷன்டுகளும் அந்தப் பக்கம் திரும்பினார், நம்ம வியாபாரம் கவலைக்கிடமாகும்!"

"சரி! என்ன செய்யப் போறோம்?"

"விலை பேசணும். அதுக்குத்தான் போன் பண்ணினேன்!"

"அவ மடிவாளா?"

"நிச்சயமா மாட்டா!"

"வேற என்ன செய்யப் போறீங்க?"

"பணம், பதவி இதையெல்லாம் விடுங்க! ரங்கநாயகிக்கும் ஒரு விலை இருக்குமில்லையா? அவளோட பலவீனம் ஏதாவது கண்டிப்பா இருக்கும்! அதைப் புடிக்கணும்!"

"அந்த திவாகர், தர்ஷினியை கூப்பிடுங்க! ப்ளட் ரிலேஷன்! கண்டிப்பா எல்லாமே தெரிஞ்சிருக்கும்! அவங்க கொஞ்சம்

உள்ளே நுழைய முடியும்! அவங்களை துருப்புச் சீட்டா வச்சுத்தான் ஆட்டத்தை ஆரம்பிக்கணும்!''

''எப்படி?''

விக்ரம் குரலை தழைத்துக் கொண்டு தன் திட்டத்தை விவரிக்கத் தொடங்க,

''முடியுமா?''

''முடியணும்! நமக்கெதிரா அடுத்த கொடியை ரங்கநாயகி ஏத்தறதுக்கு முன்னால, அவ பேர் நாறணும்! வெள்ளைக் கோட்டை கழட்டணும். டாக்டர் தொழிலைவிட்டு அவ ஓடணும்.''

''சரி! படிப்படியா செய்யலாம். இங்கிருந்து எந்த பேஷன்டும் போகாம அக்கறை காட்டுங்க! வியாபார லாபங்களை கொஞ்ச நாள் தள்ளிப் போடலாம். அவளை ஒழிச்ச பிறகு, நம்ம கடையை பெரிசா விரிக்கலாம்!''

''சரி சார்!''

கூட்டம் கலைந்தது!

அன்று மாலை ஒரு ஓட்டலில் திவாகர், தர்ஷினியை அழைத்து விக்ரம் தன் திட்டத்தை விளக்க,

''சரி சார்! நாங்க பாத்துக்கறோம்!''

''சொதப்பிடக் கூடாது! புரியுதா?''

''சார் அவ பேரைக் கெடுத்து, டாக்டர் தொழிலை விட்டே அவ ஓடணும். அதுதான் எங்க ஆசை. நிச்சயமா நடத்தறோம்.''

''குட்! நீங்க நல்லா சம்பாதிக்க ஆசைப்பட்டா, ரங்கநாயகிக்கு சவப்பெட்டியை தயார் செய்ங்க!''

''ஆகட்டும் சார்!''

இருவரும் நேராக வீட்டுக்கு வந்தார்கள். ராகவன் வெளியே போயிருக்க, உஷா மட்டும் இருந்தாள்.

“வாடி தர்ஷினி! சௌக்யமா?”

“அம்மா! எங்க ரெண்டு பேருக்கும் சாப்பாடு ரெடி பண்ணு! நாங்க உள்ளே இருக்கோம்!”

இருவரும் உள்ளே நுழைந்து கதவைத் தாளிட்டபடி ரங்கநாயகிக்கு எதிரான திட்டங்களை தீவிரமாக தீட்டத் தொடங்க,

உஷா காபியுடன் உள்ளே வந்தாள்.

திவாகர் அம்மாவிடம் சகலமும் சொல்ல,

“கேக்க சந்தோஷமா இருக்கு! ஆனா நீங்க ரெண்டு பேரும் ரொம்ப ஜாக்ரதையா இருக்கணும்.”

“லட்சக்கணக்குல பணம் வரும்போது கொஞ்சம் ரிஸ்க் எடுக்கத்தான் வேணும்மா!”

“என்ன ரிஸ்க்? யாருக்கு லட்சக்கணக்குல பணம்?” கேட்டபடி ராகவன் உள்ளே நுழைய,

அவரை அங்கே எதிர்பாராத மூவரின் முகமும் வெளிறிப் போக,

உஷா எப்படியோ சமாளித்து,

“டாக்டர் தொழில்ல நிறைய ரிஸ்க் இருக்கு. லட்சக்கணக்கா சம்பாதிக்க அந்த ரிஸ்க்குகளை எடுக்கணும்னு சொல்றா ரெண்டு பேரும்!”

“நேர்மையா இருந்தாலே போறும் கிச்சாமி பொண்ணு ரங்கு பாரு நேர்மையா இருக்கா! கூட்டம் குவியறது! தப்புக்களை தைரியமா தோலுரிக்கறா! நோயாளிகளை மீட்க யாரையும் எதிர்க்கத் தயாரா இருக்கா! எங்க மன்னி சாகலை மறுபடியும் பிறந்து வந்துட்டா. சத்யம், நேர்மை, துணிச்சல், கடமைனு எதையும் விடமாட்டா மன்னி! ரங்கநாயகியும்

அப்படித்தான் இருந்தா! நீங்க ரெண்டு பேரும் உருப்படற வழியை பாருங்கோ! பேசாம ரங்கநாயகி ஆஸ்பத்திரில போய் வேலைக்குச் சேருங்கோ! நான் சேர்த்து விடறேன். அவ காற்று பட்டா, உங்கமேல உள்ள அழுக்குகள் கரையும்! புரிஞ்சுதா?''

ராகவன் விளாசி விட்டுப் போக,

இருவருக்கும் ஒரு புதிய பாதை திறந்தது!

11

அத்தியாயம்

ஜனவரி 2019 தொடங்கிவிட்டது. காலை 4 மணிக்கே எழுந்து குளித்து விளக்கேற்றி, முதலில் மன்னி படத்துக்கு நமஸ்கரித்தாள் ரங்கநாயகி பிறகு அப்பா, அம்மா!

நேற்று இரவு டிசம்பர் 31ஆம் தேதி ஏராளமான அழைப்புகள் பல ஓட்டல்களில் விருந்து!

அவளுடன் படித்த, பணிபுரிந்த டாக்டர்களின் அழைப்பு! புது வருட கொண்டாட்டம், இரவு நேர விருந்து இதிலெல்லாம் ரங்கநாயகிக்கு என்றுமே உடன்பாடு இல்லை.

வெளிநாட்டில் படிக்கும் போதும் இதேதான்!

எந்த ஒரு விருந்திலும் கலந்துகொள்ளவே மாட்டாள். அதுவும் நள்ளிரவு வரை நடக்கும் விருந்துகள்

அதிலும் பெண்கள் ஆண்களுக்கு சரிசமமாக மது அருந்தி, எல்லா தப்புகளுக்கும் கதவு திறந்துவிடும் இரவு நேரத்தை ரங்கநாயகி கடுமையாக எதிர்ப்பாள்.

ஆணுக்குப் பெண் சமம்...

பெண் விடுதலை என்றெல்லாம் பேசிக்கொண்டு, பெண்கள் புகை பிடிப்பது, மது அருந்துவது, தாலியைக் கழற்றி வீட்டில் வைப்பது... பிறரின் கண்களை உறுத்தும் உடைகள்

நுனி நாக்கு ஆங்கிலம் கண் சிமிட்டி, ஆணுக்கு சரி நிகர் ஆபாச மொழிகள். பெண்களின் மரியாதையைக் கெடுப்பது இப்போதெல்லாம் பெண்கள்தான்!

நோயாளிகளை சந்திப்பது - மருத்துவ மாநாடு முக்கிய அறுவை சிகிச்சைகள் போன்றவை முழு இரவு நடந்தாலும் விடிய விடிய நடந்தாலும், ரங்கநாயகி சந்தோஷமாக வெளியில் இருப்பாள். மற்றபடி கேளிக்கைகள், விருந்துகள் என்றால் கோடி கொடுத்தாலும் இரவு நேரத்தை ஏற்பதில்லை!

இதனால் சில நட்புகளோ, தொழில் ரீதியான இணைப்புகளோ அறுந்தாலும் அதை ரங்கநாயகி நஷ்டமாக நினைத்ததில்லை.

இதோ இங்கே வீட்டுக்கு தமிழகத்துக்குத் திரும்பிய பிறகு வரும் புது வருஷம்!

கிச்சாமி, ஷோபா இருவரும் குளித்துத் தயாராக,

வீட்டு வாசலில் கபாலீஸ்வரர் ஆலயம்!

என்றுமே அது மிகப்பெரிய கொடுப்பினை!

வீட்டு மொட்டை மாடியிலிருந்து பார்த்தால் கபாலீஸ்வரர் கோயிலின் உள் பிராகாரம் மொத்தமும் தெரியும்.

அதுவும் பிரதோஷ காலங்களில் ஈஸ்வரனின் புறப்பாட்டை வீட்டிலிருந்தபடியே ரசிக்கலாம்!

மன்னி வாடகைக்கு இருந்து, வாழ்வில் போராடி உயர்ந்து, அதன்பிறகு கிச்சாமி மன்னியின் நினைவாக வாங்கிய வீடு!

மூவரும் முதலில் உள்ளே சென்று வழிபாட்டை முடித்தார்கள். புதுவருடம் என்பதால் கூட்டம் அலை மோதியது!

பல வருடங்களாக, மன்னியின் காலம் தொட்டே தெரிந்த பல அர்ச்சகர்கள் இருந்ததால், இவர்கள் குடும்பத்துக்கு நேரடி தரிசன வாய்ப்பு உண்டு.

மனமார வேண்டிக் கொண்டு மூவரும் வெளியே வந்தார்கள்.

"அப்பா! ஆஸ்பத்திரிக்கு போய் பேஷண்டுகளுக்கு புத்தாண்டு வாழ்த்துக்களைச் சொல்லி, ஸ்வீட்ஸ் குடுத்துட்டு, இன்னிக்கு இலவச மருத்துவ முகாம், கண் தானம், ரத்த தானம் சங்கதிகளை ஆரம்பிக்கறோம்!"

"ஏற்பாடுகளை பண்ணிட்டியா ரங்கு?"

"ஆச்சுப்பா! டிபன் ஆஸ்பத்திரில தயாரா இருக்கும்!"

"சரிம்மா!"

மூவரும் ஆஸ்பத்திரிக்கு வந்து இறங்கி ரங்கநாயகி, மற்றும் டேவிட்டுக்கு மரியாதை செலுத்திவிட்டுத் திரும்ப, இலவச மருத்துவ முகாம் திறப்பு விழாவுக்குத் தயாராக இருக்க,

வாசலில் கார் வந்து நிற்க, ராகவன், ஹேமா, திவாகர், தர்ஷினி வந்து இறங்க,

ரங்கநாயகி உற்சாகமானாள்.

"வா பெரியப்பா! அத்தே வா! இதென்ன சர்ப்ரைஸ்?"

"புது வருஷம் பிறந்ததும் உன்னைப் பாக்க ஓடி வந்திருக்கோம்! ஆத்துக்குப் போனோம்! பூட்டியிருந்தது! அதான் இங்கே வந்துட்டோம்!"

அவளுக்கு வாழ்த்துச் சொன்னார்கள்.

"ரொம்ப சந்தோஷம். இலவச மருத்துவ முகாமை பெரியப்பா திறந்து வைக்கட்டும்!"

"எதுக்கும்மா?"

"ராகவா! அவ சொல்றாளே! செய்!" கிச்சாமி சொல்ல,

"ரத்ததான முகாமை அத்தை தொடங்கி வைக்கட்டும்!"

"சரி ரங்கு! நான்கூட டோனர்தான்!" ஹேமா சந்தோஷமாகச் சொல்ல,

முறைப்படி சகலமும் ஆரம்பமானது!

கிச்சாமிக்குப் பெருமையாக இருந்தது.

அடுத்த 2 மணி நேரங்களில் பரபரவென சகலமும் நடந்தது!

திவாகர், தர்ஷினி தனியாக வந்தார்கள்.

திவாகர் டயல் செய்ய, எதிர்முனையில் டாக்டர் விக்ரம்!

"என்ன? பேசியாச்சா?"

"இங்கே சமூக சேவை நடந்துகிட்டிருக்கு! அது ஒரு முடிவுக்கு வரட்டும். அப்புறமா பேசறோம்! முன்னேற்பாடுகளை செஞ்சாச்சு!"

"கவனமா இருங்க, நடந்தே ஆகணும்!"

"சரி டாக்டர்!"

இவர்கள் இருவரும் ஒதுங்கிப் பேசுவதை மதன் ஒரு ஓரமாக நின்று கவனித்தான்!

ஒரு பரபரப்புக்குப் பிறகு ரங்கநாயகி சகலமும் தொடங்கி வைத்து வெளியே வர, ராகவன் அவளை அணைத்து உச்சந்தலையில் கை பதிக்க, ஹேமா முத்தமிட,

"எங்களையும் பெருமைப்படுத்திட்டேம்மா ரங்கு!"

"என்னத்தே இப்படிச் சொல்ற? மன்னிக்கு நீங்கள்லாம் உயிராச்சே! இது என் கடமை அத்தே!"

ராகவன் ஹேமாவைப் பார்க்க,

இருவரும் பரஸ்பரம் பார்த்துக்கொள்ள,

"என்ன பெரியப்பா! ரெண்டு பேரும் ஏதாவது சொல்லணுமா? என்ன தயக்கம்? சொல்லு அத்தே!"

"ரங்கு திவாகர், தர்ஷினி டாக்டர் படிப்பை முடிச்சிருந்தாலும், பெரிசா தலைதூக்கவே காரணம், அவா ரெண்டு பேரும் உன்னை மாதிரி அதை ஒரு தவமா நினைக்கலை புரிஞ்சுதா?"

ரங்கநாயகி பேசவில்லை.

"நானும், ஹேமாவும் இதுக்காக ரொம்ப நாளா வருத்தப்படறோம். இது தொடர்பா நிறைய கருத்து வேறுபாடுகளும் வர்றது. குடும்பத்துல நிம்மதி குலையறது!"

"ஏன் பெரியப்பா?"

"இப்பத்தான் எங்க பேச்சை கேக்கற எண்ணம் அவா ரெண்டு பேருக்கும் வந்திருக்கு! அவாளே தேடி வந்து தன் இயலாமையை ஒப்புக்கறா!"

ஹேமா அருகில் வந்தாள்.

"ரங்கு இது பெரிய ஆஸ்பத்திரி! கூட்டம் குவியறது! மன்னி பேர்ல செயல்படற ராசியான மருத்துவமனை! இங்கே டாக்டர்கள் நிறைய தேவைப்படுவா இல்லையா? இங்கே திவாகரும், தர்ஷினியும் வேலை பார்க்க வாய்ப்பு உண்டா?"

கிச்சாமி குறுக்கே புகுந்தான்.

"இது நம்ம ஆஸ்பத்திரி ஹேமா! நம்ம குழந்தைகளுக்கு இல்லாத இடமா இங்கே?"

"இருடா கிச்சாமி! அவசரப்படாதே! இது வீடு இல்லை. நாம பெரியவா மட்டுமே முடிவெடுக்கற சங்கதியும் இல்லை. ரங்கநாயகி முடிவெடுக்கணும். தேவைகள் இருக்கானு அவதான் சொல்லணும். ஸாரிமா!"

"என்ன பெரியப்பா நீ? உனக்கில்லாத உரிமையா? இங்கே சேர முதல்ல அவா ரெண்டு பேருக்கும் விருப்பமா?"

"டேய் திவாகர்! எங்கடா போன? தர்ஷினி எங்கே?"

"வந்துட்டேன்பா!"

"உங்க விருப்பத்தைக் கேக்கறா ரங்கு!"

"பெரியம்மா பேர்ல உள்ள ஆஸ்பத்திரி! எங்க தங்கை இதோட ஓனர் இங்கே சேர கசக்கறதா? எங்க ரெண்டு பேருக்கும் சம்மதம்!"

“ரைட்! நீங்க ரெண்டு பேரும் இன்னிக்கே ஜாயின் பண்ணிக்கலாம். ஆனா பெரிய சம்பளத்தை எதிர்பார்க்க முடியாது! உள்ளே வந்த பிறகு, உங்க திறமை, பேஷண்டுகள்கிட்ட நீங்க நடந்துக்கற விதம், நல்ல பேரு, உங்க உழைப்பு, டெடிகேஷன் இதையெல்லாம் வச்சுத்தான் முடிவெடுக்க முடியும்! முழுக்க முழுக்க இந்த ஆஸ்பத்திரிக்கு இதோட நோயாளிகளுக்கு தன் நேரத்தை அர்ப்பணிக்கத் தயாரா இருக்கணும்! அதுக்கு சம்மதமா?”

இருவர் முகமும் மாறியது!

கண்கள் பரஸ்பரம் பார்க்க, மனசுகள் பேசியது!

“நம்மை விடச் சின்னவ - நமக்குப் பின்னால பொறந்தவ - அதுவும் நம்ம குடும்ப ரத்தமே கிடையாது! கெட்டுப்போனவ பெத்த பொண்ணு - எவனுக்கோ உருவானவ - இன்னிக்கு அடிச்ச காத்துல கோபுர உச்சிக்குப்போன குப்பை... இவ ஆடற ஆட்டத்தைப் பாத்தியா? வேலைனு கேட்டு வந்தப்ப, ஆணவம் தெறிக்குது - அகங்காரம் தலை விரிச்சாடுது! இந்த நொடியே இவளைப் போட்டுத் தள்ளினாத்தான் என்ன?”

“என்னடா திவாகர்? சம்மதம் இல்லையா?”

“சொல்லேண்டி தர்ஷினி!”

ராகவன், ஹேமா உலுக்க,

இருவரும் சுதாரித்து,

“ரங்கு எங்க தங்கை! ஸாரி இங்கே அப்படி நாங்க சொல்லக் கூடாது! பெரிய டாக்டர். அவங்க சொன்னா தப்பா இருக்க முடியுமா? சகலத்துக்கும் சம்மதிச்சு, சந்தோஷமா, மனப்பூர்வமா இதை நாங்க ஒப்புக்கறோம்!”

கிச்சாமி அருகில் வந்தார்.

“மன்னியோட காலடிக்கு வந்துட்டா, யாரையும் மன்னி விட்ரமாட்டா. அதுவும் நம்மாத்துக் குழந்தைகள் வேற! நீங்க ரெண்டு பேரும் ஓஹோனு வருவேள். போதுமா?”

ரங்கநாயகி, ஆஸ்பத்திரியின் ஜெனரல் மானேஜர் - அட்மின் செக்ஷனை அழைத்தாள்.

"டாக்டர் திவாகர், டாக்டர் தர்ஷினி ரெண்டு பேரும் இங்கே வேலைக்கு சேரப் போறாங்க! அதுக்கான அக்ரிமெண்ட் எல்லாம் ரெடி பண்ணுங்க! அவங்க ரெண்டு பேர்கிட்ட முறையா அப்ளிகேஷன், சர்டிஃபிகேட்ஸ் ஒரிஜினல், ஐ.டி. ஆதாரங்கள் எல்லாம் சரி பார்த்து வாங்குங்க! அப்பாயிண்ட்மெண்ட் ஆர்டர் ரெடி பண்ணுங்க! சம்பள விவரத்தை ஃபைனான்ஸ் மானேஜர்கிட்ட நான் பேசிக்கிறேன்! நல்ல நாள் பார்த்து ரெண்டு பேரும் ஜாயின் பண்ணட்டும்! அவங்க எந்த டிபார்ட்மென்ட்ல வேலை பார்க்கணும்னு நான் அலோகேட் பண்றேன். சரியா?"

"சரி டாக்டர்!"

"பெரியப்பா, அத்தே! இப்ப சந்தோஷமா?"

அங்கிருந்து விலகி ரங்கநாயகி வர, மதன் மடக்கினான்.

"ரங்கு! இவா ரெண்டு பேரும் இங்கே வேலைக்கு சேரணுமா! நீ தப்பான முடிவை எடுக்குறியோ?"

12
அத்தியாயம்

"ஏன் அப்படிச் சொல்ற மதன் அண்ணா?" கண்களை அகட்டி ரங்கநாயகி கேட்க,

"நீ சென்னைக்கு வந்து சேர்ந்ததும் உன்னைப் போட்டுத் தள்ள முயற்சி நடந்திருக்கு! அதுல திவாகர் பங்கும் உண்டு! எப்படி? அந்தக் கார்ப்பரேட் கூட்டத்தோட கையாள் திவாகர்!"

"சரி!"

"இப்ப மீடியால அந்தக் கூட்டத்தை கிழிச்சு நீ தொங்க விட்டிருக்கே! உடனே இவா ரெண்டு பேரும் இங்கே வந்து வேலை கேக்கறா! யோசிச்சுப் பாரு! ஆரம்பம் முதலே உஷா மாமிக்கும், முரளி பெரியப்பாவுக்கும் ரங்கநாயகி அம்மாமேல பகை நிறைய உண்டு! அதை தன் பிள்ளைகளுக்கும் ஊட்டி வளர்த்த காரணமா, இத்தனை காலம் இவாளும் விலகித்தானே நிற்கறா! இப்ப ராகவன் மாமா சிபாரிசைப் புடிச்சு உள்ளே வர, அந்த மீடியா சந்திப்புதான் காரணம்!"

"ஸோ வாட்?"

"என்ன ரங்கு நீ? திட்டம் போட்டுத்தான் ரெண்டு பேரும் உள்ளே வந்திருக்கா!"

"தெரியும்!"

“தெரிஞ்சுமா ரிஸ்க் எடுக்கறே? இது நல்லதா? இது வீடு இல்லை ரங்கு! ஆஸ்பத்திரி! உன்னை நம்பி பல நோயாளிகள் வசிக்கற இடம்! உன் பேரை, ஆஸ்பத்திரி பேரைக் கெடுக்கற நோக்கத்தோட இவா, செயல்படத் தொடங்கினா, அது யாருக்குமே நல்லதில்லையே?”

“புரியறது மதன் அண்ணா! எதிரிகளை வெளில விட்டுவைக்கறதைவிட, நம்ம பக்கத்துல வச்சுக்கறது இன்னும் பாதுகாப்பு!”

“உன் கான்செப்ட் புரியலை எனக்கு!”

“உன்னை மாதிரி ஒரு நல்ல அண்ணன் எனக்கு பக்கபலமா இருக்கும்போது, நான் எதுக்கு கவலைப்படணும்? மேலும் இவா ரெண்டுபேரும் அந்நியர்கள் இல்லை. சொந்த ரத்தம்! அவாளை சரி பண்ணி குடும்பத்துக்கு உதவக்கூடிய நல்ல மனுஷங்களா மாற்றணும்! இவா ரெண்டு பேரோட தப்பான நோக்கம் நம்மாத்து பெரியவா யாருக்கும் தெரிய வேண்டாம் வைதேகி அத்தை உட்பட புரிந்ததா! தெரிஞ்சா, நிம்மதி போகும்! நான் பாத்துக்கறேன்!”

“உன்னைப் புரிஞ்சுக்கவே முடியில ரங்கு!”

“மன்னியைக்கூட எங்கப்பா மட்டும்தான் கடைசி வரைக்கும் புரிஞ்சிண்டார். விடு!”

அதற்குள் ஃபார்மாலிட்டிகளை முடித்துவிட்டு திவாகரும், தர்ஷினியும் வந்து சேர, சகலத்தையும் ரங்கநாயகி பரிசோதித்தாள்.

சில மாற்றங்களைச் சொன்னாள்.

“சரி! நல்ல நாள் பார்த்து ரெண்டு பேரும் சேரலாம்! வேலை என்னானு சேர்ந்த பிறகு நான் சொல்றேன்!”

ராகவன், ஹேமா நன்றி சொல்ல,

“இதெல்லாம் என் கடமை பெரியப்பா!”

அனைவரும் புறப்பட்டார்கள்.

"நாங்க எங்க க்ளினிக் போறோம். வேலை இருக்கு!" திவாகர், தர்ஷினி கழண்டுகொள்ள, மதன் எதிரே வந்தான்!

"ஒரு நிமிஷம்!"

"என்ன மதன்?"

"நீங்க நுழைஞ்சிருக்கறது சொர்க்கம்! உட்காரப் போறது ரங்கநாயகி அம்மாவோட மடி! உங்களைத் தாங்கிப் பிடிக்கப் போறது நம்ம தங்கை! யாருக்கோ விலைபோய் புத்தி கெட்டத்தனமா வாழ்க்கையை இழக்க வேண்டாம்!"

திவாகர் அருகில் வந்தான்!

"நீங்க ரெண்டு பேரும் நம்ம குடும்ப ரத்தம்!" – மதன்.

தர்ஷினி சிரித்தாள்.

"நாங்க ரங்கநாயகி குடும்ப ரத்தம்தான் மதன்! ஆனா நீயும், ஷோபா மகளும் வேற! உங்க வேர் அழுகல்... எல்லாருக்கும் தெரியும்! நீங்க ரெண்டு பேரும் ரத்தம் பற்றியெல்லாம் பேசக் கூடாது! புரியுதா?"

மதன் கண்களை உயர்த்தினான்.

"வேண்டாம் தர்ஷினி! ஹேமா பெரியம்மா தங்கம்! அவங்க வயித்துல பொறந்த நீ, தகரமா இருக்காதே!"

"தர்ஷினி வாடி! இவனையெல்லாம் ஒரு மனுஷன்னு கருதி பேசணுமா! நேரமாச்சு!"

இருவரும் காரில் ஏறிப்போக,

மதன் பெருமூச்சு விட்டான்.

"ரங்கு அத்தை உள்ளே அனுமதிச்சாச்சு!"

இருவரும் நேராக டாக்டர் விக்ரம் ஆபீசுக்கு வந்தார்கள்.

தங்களது வேலைக்கான உத்தரவை அவனிடம் காண்பித்தார்கள்.

"ஆளுக்கு அறுபதாயிரம் சம்பளமா? ஒரு டாக்டருக்கு விலை வெறும் அறுபதாயிரமா?"

விக்ரம் நக்கலாகக் கேட்க,

"இது மட்டுமில்லை டாக்டர்! இதுக்கே ஆயிரம் நிபந்தனைகள்! 24 மணி நேரமும் ஆஸ்பத்திரியை கட்டிட்டு நாங்க அழணுமாம்! டெடிகேஷனாம். ஏதேதோ பேசறா திமிர் புடிச்சவ!"

"ஒரு பக்கம் பார்த்தா, எதுக்காக அவகிட்டப்போய் வேலைக்குச் சேர்ந்தோம்னு இருக்கு! அசிங்கமா இருக்கு! அவ போடற பிச்சைக்கு அவ உபதேசத்தையும் கேட்டுட்டு, 24 மணி நேரமும் அந்த ஆஸ்பத்திரியே கதினு கிடக்க முடியுமா?"

தர்ஷினி குமுற,

"நாங்க நல்ல நோக்கத்தோட அங்கே போகலைனு அவளுக்குத் தெரிஞ்சிருக்கும், இல்லைனா, இனி தெரிய வரும்!"

"எப்படி?"

"அந்த மீடியா மதன்! வைதேகி அத்தையோட மூத்தாள் மகன்! தங்கம் – தகரம்னு டயலாக் பேசறான்! ரத்த பந்தங்களுக்கு லெக்சர் தர்றான்! இவகிட்ட போட்டுக் குடுத்து, மனசை அவன் கலைச்சிடுவான். அது நிச்சயம்!"

விக்ரம் யோசித்தான்.

"அதனால? ரங்கநாயகி உங்களைத் துரத்திடுவாளா?"

"தெரியலியே! துரத்தமாட்டா! ஆனா எங்க ரெண்டு பேர்மேல தீவிரக் கண்காணிப்பு நிச்சயமா இருக்கும்! கிட்டத்தட்ட, நாங்க ஜெயில் கைதிகள் தான்!"

"தர்ஷினி! ரங்கநாயகி புத்திசாலி! ஓரளவுக்கு எல்லாத்தையும் கணிச்சிருப்பா! அவளும் இந்த மருத்துவ யுத்தத்துக்கு தன்னை

தயார்படுத்திக்க ஆரம்பிச்சாச்சு! உங்களை வச்சுத்தான் அவளும் ஆட்டத்தை ஆரம்பிக்கப் போறா!''

''அய்யோ!''

''நீங்க இங்கே வர்றது இன்னியோட கடைசி! நாம இனி நாலஞ்சு மாசங்களுக்கு சந்திக்க வேண்டாம்!''

''அது கஷ்டமாச்சே?''

''உங்க ரெண்டு பேருக்கும் தனித்தனி கணக்கு நான் தொடங்கியாச்சு! அதுல உங்க சம்பளம் மாசா மாசம் சேர்ந்துடும்! தனி செல்போன் வேற சிம்கார்ட்! அதுலதான் பேசப் போறீங்க! அவ்வப்போது தகவல்கள் அதன் மூலம் வரட்டும் அதுவும் கவனமா! மற்றபடி நானா கூப்பிட்டாலொழிய, நேரடி சந்திப்பு வேண்டாம்!''

''சரி!''

''அவ என்ன வேலை தந்தாலும் முகம் சுருக்காம செய்ங்க! நிஜமாவே உழைங்க! பேஷண்டுகள், சக டாக்டர்கள்கிட்ட நல்ல பேரை வாங்குங்க! கிட்டத்தட்ட இந்த 4 மாசங்கள்ல நீங்க முழுமையா அவ ஆளாவே மாறணும். நடிப்பு, நிஜமாகணும். அத்தனை பேரும் மிரண்டு போகணும்! நாளைக்கொரு தப்பு உங்களால் நடந்ததுனு பேஷண்டுகளே நம்பக்கூடாது! இது முதல் படி!''

''சரி டாக்டர்! இப்பிடிப்போனா, அவளை அழிக்கத் தாமதமாகுமே!''

''ஆகட்டும்! வேரோட ஒரு மரத்தை வெட்ட அவகாசம் எடுத்துக்கணும் திவாகர். அரைகுறையா வெட்டி லாபமில்லை!''

''நான் வரைபடம் போட்டு வச்சாச்சு! ரங்கநாயகியோட அழிவு படிப்படியா அமைய சார்ட் போட்டாச்சு! ஒட்டுமொத்த அழிவுக்கு நாள் குறிச்சாச்சு! நான் சொல்றதை மட்டும் நீங்க செஞ்சாப்போதும்! எக்ஸ்ட்ரா எதையும் செஞ்சு, சொதப்பிடாதீங்க!''

"சரி டாக்டர்!"

"எப்ப வேலைல சேரப் போறீங்க?"

"இன்னிக்கு வீட்டுக்குப் போய் பேசிட்டு முடிவெடுப்போம்!"

"ரொம்ப சீக்கிரம் சேரணும்! புரியுதா? புறப்படுங்க!"

"சரி டாக்டர் வர்றோம்!"

"வராதீங்க!"

இருவரும் சிரித்தபடி விடை பெற்றார்கள். அதே நேரம் ரங்கநாயகி ஒரு மருத்துவ ஆலோசனைக் கூட்டத்துக்காக தன்னை தயார்படுத்திக் கொண்டிருந்தாள்.

மெடிக்கல் ஷாப் அசோசியேஷன் கூட்டம். முந்திய டாக்டர்களுக்கும் அழைப்பு இருந்தது.

இவைகள் நல்ல மருந்துக் கடைகள்.

விஷம் விற்கும் வியாபாரிகள் அல்ல!

நல்ல டாக்டர்களுடன் கை கோர்த்து நியாயமான மருந்துகளை விற்கும் அமைப்புகள்!

ரங்கநாயகி அந்தக் கூட்டத்தில் சில முக்கிய உத்தரவுகளைத் தந்து, சில பல மாற்றங்களைக் கொண்டுவர, தன்னைத் தயார்படுத்திக் கொண்டிருந்தாள்!

சுரேஷ் - ஷோபாவின் அண்ணன் - ரங்கநாயகியின் மாமா உள்ளே நுழைந்தார்.

"வாங்க மாமா!"

"தொந்தரவு பண்ணிட்டேனா ரங்கு?"

"இல்லை மாமா! ஒக்காருங்க! காபி சொல்றேன்!"

அவளை ஏற இறங்கப் பார்த்தார் சுரேஷ்!

"என்ன மாமா?"

“இல்லைம்மா! மாமியோட அச்சு! பாவம் மாமி! எத்தனை துரோகங்களை செஞ்சேன்! கெட்ட பேரை உண்டாக்கி, கேவலப்படுத்தி, கொல்லப் பார்த்து, இதைவிட கெடுதல்களை யாரு செய்ய முடியும்? அப்படிப்பட்ட என்னை மன்னிச்சு, ஷோபாவுக்கு கிச்சாமியை கட்டி வச்சு, வைரமா உன்னைத் தந்திருக்கா! மாமி எனக்கு குலசாமி!”

“ஆமாம் மாமா!”

“ரங்கு! ஒரு டாக்டரை அழைச்சிட்டு வந்திருக்கேன். அவர் பேரு பிரவீன்! ஆம்ஸ்ட்ராங் நிர்வாகம் இவரை வேலையைவிட்டுத் துரத்தி, இவரோட சர்டிஃபிகேட்டுகளை எரிச்சு, அவரோட வாழ்க்கையை நாசமாக்கியிருக்கு!”

“அய்யோ! ஏன் மாமா?”

“அவா செய்யற தப்புக்களை டாக்டர் பிரவீன் தட்டிக் கேட்டார்! தப்புக்களை சுட்டிக் காட்டினார். ஊழல்களை பட்டியல் போட்டார். விட்டு வைப்பாங்களா? எல்லாவிதக் கெடுதல்களும் அவருக்கு செஞ்சாங்க!”

“போலீசுக்குப் போனாரா?”

“ம்! போனார்! எதுவும் நடக்கலை! மேலிடத்து செல்வாக்கு, அரசியல் பிரஷர்! இவர்மேல பழிபோட்டு தூக்கி உள்ளே வச்சாங்க! நேத்துதான் டாக்டர் பிரவீன் ஜாமீன்ல வந்திருக்கார். இப்ப எதுவும் இல்லை ஜெயிலுக்குப்போன கறை தவிர!”

“உங்களுக்கு எப்படி பழக்கம்?”

“மார்க்கெட்டிங் சைட்ல ஒரு மெடிக்கல் ஷாப் மூலமா தெரிய வந்தது! உன் மீடியா சந்திப்பை பிரவீன் பார்த்திருக்கான். முடங்கிக் கிடந்தவனுக்கு புது தைரியம் வந்திருக்கு! நண்பன் மூலம் என்னை வந்து சந்திச்சான். அழுதான். உன்னைப் பார்க்க விரும்பினான். உங்கிட்ட முன் அனுமதி கேக்காம, கூட்டிட்டு வந்துட்டேன் ரங்கு! உள்ளே கூப்பிடலாமா? உனக்கு நேரமிருக்கா?”

"கூப்பிடுங்க மாமா! பாதிக்கப்பட்டவராச்சே?"

சுரேஷ் வெளியே போய் சில நொடிகளில் உள்ளே வந்தார்.

"வா பிரவீன்!"

அந்த பிரவீன் உள்ளே நுழைந்து வணங்கிய நொடியில் ரங்கநாயகி தலையை உயர்த்திப் பார்த்தாள்!

அறையிலுள்ள மின்சாரம் படக்கென அணைந்தது!

13

அத்தியாயம்

மாமா சுரேஷ் அழைத்து வந்த டாக்டர் பிரவீன் உள்ளே வந்ததும் விளக்குகள் அணைய,

சில நொடிகளில் ஜெனரேட்டர் மூலமாக அது எரிய, பிரவீனை அழைத்து ரங்கநாயகி உட்கார வைக்க,

"இவர் டாக்டர் பிரவீன்! உன்னை மாதிரி கடுமையா உழைக்கக் கூடியவர். ஆம்ஸ்ட்ராங் ஆஸ்பத்திரில எத்தனை பெரிய பதவில இருந்தார் தெரியுமா?"

ரங்கநாயகி முகம் மாற,

"அங்கே உண்மையா உழைச்சார் ரங்கு! பேஷன்டுகள்தான் உலகம்னு வாழ்ந்தார். அவங்களோட அராஜகத்துக்கு இவரால ஈடு கொடுக்க முடியலை. ஒரு கட்டத்துல அவங்க செய்யற தப்புகளை சுட்டிக்காட்டத் தொடங்கினார். பணம்தான் குறிக்கோள்னு வாழக்கூடாதுனு எடுத்துச் சொன்னார். அங்கே உள்ள ஊழல் பெருச்சாளிகளால இவரை ஜீரணிக்க முடியலை. உள்ளே நடக்கற அராஜகம் வெளில வந்துடும்னு அவங்க பயந்தாங்க!"

"அப்புறம்?"

பிரவீன் எழுந்தான்.

"ஒரு முக்கியமான ஆபரேஷன் நான் செய்ய வேண்டியது! அனஸ்தீசியாவும் நான்தான் கொடுத்தேன்! கூட இருந்த சக டாக்டரை விலைக்கு வாங்கி, அந்த பேஷன்டை முடிச்சிட்டாங்க. பழி என்மேல! பேஷன்ட் தொடர்பான நெருங்கின உறவுகளைத் தூண்டிவிட்டு, பெரிய ரகளை பண்ணி, போலீஸை வரவழைச்சு, என்னை அரெஸ்ட் பண்ணினாங்க!"

"மை காட்!"

"இது பேப்பர்ல வந்து, பெரிய சிக்கலாகி, ஆம்ஸ்ட்ராங் ஆஸ்பத்திரி தலைமை டாக்டர்கள் என்னைப் பற்றி இல்லாததும், பொல்லாததுமா பழி சுமத்தி, கேஸை ஸ்ட்ராங் ஆக்கிட்டாங்க!"

"அப்புறமா?"

"கேஸ் நடந்தது! நானும் என்மேல குற்றமில்லைனு நிருபிக்க போராடினேன். சம்பாதிச்ச அத்தனை பணமும் போச்சு! எனக்குனு உள்ள ஒரே உறவு என் விதவை அம்மா கற்பகம். என்மேல உயிரையே வச்சிருந்தாங்க!"

"அவங்க எங்கே இருக்காங்க?"

"இந்த ஏக்கத்துல படுத்த படுக்கையாகி, என் ஞாபகமாகவே இருந்து மூளை கலங்கிப் போச்சு. இப்ப மென்டல் ஆஸ்பத்திரில இருக்காங்க"

"கடவுளே!"

"கிட்டத்தட்ட ரெண்டு வருஷ வழக்கு! நான் ஜெயில்ல இருந்தேன். இப்பத்தான் பெயில்ல வந்திருக்கேன். அம்மாவைக்கூடப் பாக்கலை." சுரேஷ் குறுக்கிட்டார்.

"நான்தான் பிரவீனுக்காக நிறைய போராடினேன். இவங்கப்பா என் உயிர் நண்பர். எனக்கு நிறைய செஞ்சவர்! இவங்கம்மாவை நான் அண்ணினுதான் கூப்பிடுவேன்!"

"அம்மாவை மென்டல் ஆஸ்பத்திரில சேர்த்தது சுரேஷ் அங்கிள்தான்!"

"பிரவீனை பெயில்ல எடுக்க பலமுறை முயற்சி செஞ்சு, இப்பத்தான் எனக்கு வெற்றி கிடைச்சிருக்கு! உங்க பெரியம்மா ரங்கநாயகி மாதிரி நியாயத்துக்காக வாதாடறவங்க இல்லவே இல்லை. அவங்ககிட்ட ஜூனியரா இருந்த ஒருத்தரைப் புடிச்சு, இதை சாதிச்சேன்!"

"உங்க மீடியா இன்டர்வியூ பார்த்தேன் டாக்டர்!"

"ம்!"

"ஆம்ஸ்ட்ராங் ஆஸ்பத்திரியை நேரடியா ஆதாரத்தோட கிழிச்சிட்டீங்க! ஒரு பக்கம் சந்தோஷமா இருக்கு அவங்களால பாதிக்கப்பட்ட பல பேருக்கு இதைப் பார்த்தா மனசு பொங்கியிருக்கும். ஆனா..."

"சொல்லுங்க!"

"வேண்டாம் டாக்டர். அவங்களை எதிர்க்க வேண்டாம்!"

"பாதிக்கப்பட்ட நீங்களா இதைச் சொல்றீங்க டாக்டர் பிரவீன்!"

"பாதிச்ச காரணமா, அதோட தாக்குதல்ல சின்னாபின்னமாகி, நொறுங்கிப் போயிருக்கேன். தொழில் போச்சு! கொலைகாரப் பட்டம்கட்டி, கவுன்சில்ல தீர்மானம் போட்டு, என் லைசென்ஸை ரத்து பண்ணியாச்சு! அந்த ஆஸ்பத்திரியோட செல்வாக்குதான். நான் இனி டாக்டரா இயங்க முடியாது!"

"அந்தக் கொலையை நீங்க செய்யலைனு நிரூபிச்சா, பழையபடி நீங்க டாக்டரா செயல்படலாம்!"

"அது கஷ்டம் டாக்டர்!"

"எதுவுமே கஷ்டமில்ல டாக்டர் பிரவீன்! பாடுபடணும்!"

"எனக்குத் தொழில் போச்சு! ஜெயில் வாசமாச்சு! ஏற்கனவே பேப்பர்ல நாறியாச்சு! எனக்கு பேஷன்டுகள்

வரமாட்டாங்க டாக்டர். அது ஒரு பக்கம்! நல்லா இருந்த அம்மா பைத்தியமாயாச்சு! அதுதான் மிகப்பெரிய இழப்பு எனக்கு''

அவன் அழுதுவிட்டான்.

ரங்கநாயகிக்கு பாவமாக இருந்தது!

அவன் கண்களை அவசரமாக துடைத்துக் கொண்டு,

"நீங்க சின்னப் பெண்! வாழ வேண்டிய காலம் நிறைய இருக்கு! நான் அடிபட்டு அடிமட்டத்துக்கு வந்த காரணமா சொல்றேன்! இதோட நிறுத்திக்குங்க! எந்த எதிர்ப்பும் வேண்டாம். அவங்களை எதிர்த்து நிற்க முடியாது! பெரிய நெட்வொர்க் அது! அரசியல் பலம், பணம், செல்வாக்கு எல்லாம் ஏராளமா இருக்கு''

"இருக்கட்டும்!''

"என் பிரச்னையாவது ஆஸ்பத்திரிக்குள்ளே! நான் அங்கே பேசின நியாயத்துக்கே இந்த தண்டனை! நீங்க உரக்க மீடியா மூலம் பேசிட்டீங்க! உங்களை விடமாட்டாங்க!''

"நான் சாதாரணமா தடுக்கி விழுந்தாலும் தள்ளிவிட்டது அவங்கதான்னு பதிலாகும்!''

"அதனால வெறி அதிகமாகியிருக்கும். போதாக்குறைக்கு அந்த கார்ப்பரேட் கம்பெனி விக்ரம் அஞ்சுதலை நாகத்தைவிட கொடிய விஷம் உள்ளவன்! அவனுக்கு நஷ்டம் வருதுன்னா, எந்த எல்லைக்கும் போவான். தேன் கூட்டுல கை வச்சா, விபரீதம்! அங்கிள் மூலம் எல்லாம் தெரிஞ்சு, உங்களை எச்சரிக்கத்தான் வந்தேன் டாக்டர், ப்ளீஸ்!''

"ஆமாம் ரங்கு நீ என் மருமகள்னு தெரிஞ்சதும் பிரவீன் பதறிப் போயிட்டான்!''

"இப்ப இவர் எங்கேயிருக்கார்?''

"நான் ஒரு ரூம் எடுத்து தங்க வச்சிருக்கேன்மா! வீடு, வாசல், சேமிப்பு எல்லாம் கேஸ் நடத்தியே போச்சு! எதுவும் இல்லை!"

"அங்கிள் உதவிலதான் வாழறேன். அம்மாவை இன்னும் பாக்கலை. நான் வீட்ல வச்சு கைது செய்யப்பட்டப்ப அம்மா கதறின கதறல் இப்பவும் என் கண்ல இருக்கு டாக்டர். நல்லா இருந்த அம்மாவை மென்டல் ஆஸ்பத்திரில வச்சுப்பாக்க, என் மனசுக்கு பலமில்லை. இப்பிடி இருக்கறதைவிட நான் செத்திருக்கலாம்!"

குரல் உடைந்து, கதறிவிட்டான். சுரேஷ், ரங்கநாயகி இருவரும் கண்கலங்கி விட்டார்கள். சுரேஷ் அவன் தோளில் தட்டி, "கம்மான் பிரவீன்! எத்தனையோ நீ பார்த்தாச்சு! இதுக்குமேல பாக்க என்ன இருக்கு"

"அம்மா தெளிவா இருந்தா, கண்காணாத இடத்துக்கு அவங்களையும் கூட்டிட்டு நான் போயிடுவேன்! இந்தப் பாவிகள் யாரையும் நான் பாக்கக் கூடாது!"

ரங்கநாயகி எழுந்தாள்!

"டாக்டர் பிரவீன்! உங்க கஷ்டங்கள் எல்லாம் முடிவுக்கு வரப்போகுது!"

"இல்லை டாக்டர்!"

"நோ! நம்பிக்கை தளரவே கூடாது! இப்பவும் நீங்க உயிரோட இருக்க எது காரணம்? உங்கம்மாவும் மூளை கலங்கினாலும் வாழறாங்க இல்லையா? கடவுள் நம்மை இந்த பூமில விட்டுவச்சிருக்கான்னா, நிச்சயமா அதுக்கொரு காரணம் இருக்கும்! நீங்க நிரபராதி! உங்கமேல கொலைப் பழியைச் சுமத்தி, உங்க குடும்பத்தை சீர்குலைச்சாச்சு! அது இல்லைனு நிரூபிச்சு வெளில வர வேண்டாமா?"

"முடியாது டாக்டர்! வழக்கு நடத்தி, என்னைக் குற்றவாளினு நிரூபிச்சாச்சு!"

"புதைச்ச உடலை வெளியே எடுத்து மறுபடியும் பிரேதப்பரிசோதனை செஞ்ச வழக்குகள் இங்கே ஏராளம்! ஜெயிச்சும் இருக்கு! உங்க சங்கதில உண்மைகளைத் தேடுவோம்! நான் உங்களுக்கு பக்கபலமா இருக்கேன். அவங்க ஊழலை உலகம் தெரிஞ்சுக்கத்தானே நான் போராட்டத்துல இறங்கியிருக்கேன்?"

"அவங்களை உங்களுக்குப் புரியலை!"

"எனக்குப் புரியறது முக்கியமில்லை. உலகம் புரிஞ்சுக்கணும். பேஷன்டுகளுக்குத் தெரியணும். என் டி.வி. பேட்டிக்கு பிறகு அங்கே பேஷன்டுகள் கூட்டம் குறையத் தொடங்கியாச்சு! இப்ப சோஷியல் மீடியா தலையெடுத்தாச்சு! யாரும் குற்றம் செஞ்சிட்டு தப்பிக்க முடியாது! பணமும், செல்வாக்கும், பதவியும் எப்பவும் கூடவே வராது. டாக்டர் பிரவீன்! யானைக்கும் அடிசறுக்கும். நான் உங்களுக்கு பக்கபலமா இருக்கேன். நீங்க உங்கம்மாவைப் பாத்துட்டு வாங்க! நானும் வந்து பாக்கறேன்! உங்களுக்குத் தங்கறதுக்கு நான் ஏற்பாடு செய்யறேன்! நீங்க இங்கே வேலை பாக்கலாம்!"

"நான் டாக்டரா இயங்க முடியாது!"

"நண்பரா, நல்ல ஆலோசகரா நீங்க இங்கே இருக்க எந்த கோர்ட்டும் தடை செய்ய முடியாது! உங்களை இங்கே கொண்டு வந்து சேர்த்ததுக்கு ஒரு அர்த்தம் இருக்கு டாக்டர்!"

"என்ன சொல்றீங்க?"

"உங்களுக்கே போகப்போகத் தெரியும்! அம்மா ட்ரீட்மென்டுக்கு பணம்?"

"அங்கிள்தான் பாத்துக்கறார் டாக்டர்!"

"மாமா! இங்கே நம்ம ட்ரஸ்ட் மூலம் தேவையான பணத்தை எடுத்துக்குங்க! பாதிக்கப்பட்ட நோயாளிகளுக்கு இலவச சிகிச்சை ஆபரேஷன் எல்லாத்துக்கும் டேவிட் சார்

- மன்னி பேர்ல ஒரு ட்ரஸ்ட் இருக்கு. உங்கம்மாவுக்கும் அது பயன்படும். நீங்க நாளைக்கே இங்கே வந்துடலாம். எனக்கு வழிகாட்டியா இருங்களேன்! குருஷேத்ர யுத்தம் நடக்க, பல வழிகாட்டிகள் இருந்தாங்க! இது மெடிக்கல் வார். கண்டிப்பா அடிபட்ட நீங்க உள்ளே வரணும்!''

‘‘சரி டாக்டர்!''

‘‘மாமா! கூட்டிட்டுப் போங்க!''

அதே நேரம் டாக்டர் விக்ரமின் அலுவலகத்துக்கு ஆம்ஸ்ட்ராங் டாக்டர் சம்பத் தலைதெறிக்க ஓடி வந்தார்.

‘‘விக்ரம்! அந்த பிரவீன் பெயில்ல வந்தாச்சு!''

‘‘தெரியும்! பிச்சைதான் எடுக்கணும். தொழிலைப் புடுங்கியாச்சு! அம்மா மென்டல். தள்ளுவண்டி வியாபாரம்கூட செய்ய முடியாது! அதுக்கும் விடமாட்டோம்!''

‘‘இல்லை டாக்டர்! பிரவீன் போய் சேர்ந்த இடம் எது தெரியுமா?''

‘‘எது?''

‘‘டாக்டர் ரங்கநாயகிகிட்ட!''

விக்ரம் படக்கென எழுந்தான்.

‘‘ரங்கநாயகியோட மாமா சுரேஷ், பிரவீனை இங்கே கொண்டு போயிருக்கார்!''

விக்ரம் திரும்ப,

‘‘அவனுக்கு நம்ம ஆஸ்பத்திரி சங்கதி அத்தனையும் அத்துப்படி! அவனுக்கு இங்கே எல்லா டிபார்ட்மென்டும் தெரியும்! ஊழலும் தெரியும்!''

‘‘தெரியட்டும்!''

‘‘இல்லை டாக்டர்! இவனோட போராட்டமெல்லாம் உள்நாட்டு சங்கதிகள். எல்லை மீறினதும், அவன்மேல பழி

சுமத்தி சுலபமா அவனை முடக்கிட்டோம்! ரங்கநாயகி சங்கதி அப்படி இல்லை. மீடியா மூலமா மக்களை நெருங்கிட்டா! மக்கள் கொந்தளிச்சிட்டா, பதவி, பணம் செல்வாக்கு எல்லாமே செல்லாக் காசாயிடும்!''

''என்ன சொல்ற?''

''ரங்கநாயகிக்கு நம்ம ஆஸ்பத்திரியோட வெளிப்பக்கம் மட்டும்தான் தெரியும். இவனுக்கு உள்ளே உள்ள பல சங்கதிகள் தெரியும். அடிபட்ட வலியும், இழப்புகளோட வேதனையும், கசப்பும், தோல்வியும் இவன்கிட்ட நிறைய இருக்கு. பழிக்குப் பழி வாங்கணும்னு வெறியும் நிறைய இருக்கும். ரங்கநாயகி கண்டிப்பா இவனை ஒரு ஆயுதமா கைல எடுப்பா! புத்திசாலி! அந்த ஆயுதத்தை வச்சு நம்மை எப்படி தாக்கப் போறானு தெரியலியே டாக்டர்!''

விக்ரம் முகம் மாறியது!

''நிச்சயமா செய்வா! அதுக்குத்தானே திவாகர், தர்ஷினியை நான் உள்ளே அனுப்பியிருக்கேனே! எல்லா தகவல்களும் வரும்!''

ரங்கநாயகியின் மூளை பலம் தெரியாமல் விக்ரம் கணக்குகளை தப்புத்தப்பாக போடத் தொடங்கியிருந்தான்!

14

அத்தியாயம்

காலை சீக்கிரமே எழுந்து குளித்து, மன்னி படத்துக்கு விளக்கேற்றித் தொழுதாள் ரங்கநாயகி!

ராகவன், ஹேமா உள்ளே வந்தார்கள்.

''பெரியப்பா, அத்தே ரெண்டு பேரும் வாங்கோ!'' வாய் நிறைய ரங்கநாயகி அழைக்க,

''உனக்கு நன்றி சொல்ல வந்தோம் ரங்கு!''

''எதுக்கு?''

''திவாகர், தர்ஷினியை வேலைக்கு சேர்த்துக்கிட்டியே!''

''பெரியப்பா! அந்த ஆஸ்பத்திரி நம்ம எல்லாருக்கும்தான் சொந்தம்! நானே வேலை செய்ய சம்பளம் போட்டுக்கறேன்! அதுல வர்ற எதையும் வச்சு சொத்து சேர்க்கற எண்ணம் எனக்கில்லை!''

கிச்சாமி உள்ளே வந்தார்.

''ஆமாம் ராகவா! ரங்கு பொறுப்பேற்ற முதல், அதுல வரக்கூடிய வருமானத்துல இவளுக்குனு நியாயமா ஒரு சம்பளம் போட்டுக்கறா. அதைத்தான் என்கிட்ட தர்றா! அதுலதான் குடும்பச் செலவு நடக்கறது! மற்றபடி ஆஸ்பத்திரி வருமானம் முழுக்க தனிக் கணக்கு! அதுல ட்ரஸ்ட் மாதிரி

உண்டாக்கி, பாதிக்கப்பட்ட மக்கள், நோயாளிகள், பெரிய மருத்துவ அறுவை சிகிச்சை, புற்றுநோய், படிப்பு செலவு, ஏழைப் பெண்கள் கல்யாணம்னு நிறைய தர்மகாரியத்துக்குப் போறது!''

"அப்படியா? எங்களுக்கே தெரியாது கிச்சாமி!'' ஹேமா சொல்ல,

"ஆரம்பத்துலேயே ரங்கு சொல்லிட்டா! பணம் நிறைய வந்தா, சொத்து சேர்க்கற ஆசை வரும்! அந்தப் பேராசை பல குற்றங்களை செய்யத் தூண்டும். பணம்தான் பல கிரிமினல்களை உருவாக்கறது! நாம அந்த வலைக்குள்ள விழ வேண்டாம்னு தீர்மானமா சொல்லிட்டா!''

"ஆமாண்டா கிச்சாமி! நம்ம மன்னி கை நிறைய சம்பாதிச்சா! இன்னிக்கு பல வக்கீல்கள் கோடீஸ்வர வாழ்க்கை வாழறா! ஆனா மன்னி, கடைசி வரைக்கும் இதே வீட்ல எளிமையான வாழ்க்கையைத்தானே வாழ்ந்தா! அவகிட்ட வளர்ந்த நமக்கும் ஆடம்பரம்னா என்னான்னே தெரியாதே!''

"மன்னிதாண்டா இவளுக்குள்ளே புகுந்திருக்கா!''

ராகவன் அருகில் வந்து, ரங்குவின் தலையை பாசமாக தடவித் தந்தார்.

"கிச்சாமி உன்னை மகளா அடையக் குடுத்து வச்சிருக்கான்!''

"பெரியப்பா! உங்களுக்கும் நான் பொண்ணுதான்!''

"ரங்கு! என் பிள்ளை திவாகருக்கு நீ வேலை கொடுத்தது சந்தோஷம்தான். சொன்னதே நான்தான். ஆனா...!''

"என்ன பெரியப்பா... ஆனா...!''

"ஒரு சமயம் இது தப்போனு படறதுடா!''

"ஏன் பெரியப்பா?''

“அவன் முழுக்க முழுக்க உஷா வளர்ப்பு! அதுதான் உருப்படவேயில்லை. உழைக்காம சம்பாதிக்கற ஆசை, மத்தவாளைப் பார்த்து பொறாமை, பெரியவாளை அவமதிக்கற குணம் எல்லாம் உஷாவைப் போல திவாகருக்கும் உண்டு!”

ஹேமா குறுக்கிட்டாள்.

“தர்ஷினியும் அப்பா பொண்ணு! இவருக்குள்ள கெட்ட குணம், சந்தேகப்புத்தி, சில்லறை குணம் எல்லாம் உண்டு! நானும் ரங்குவை மாட்டிவிட்டுட்டதா தோணறது!”

“உனக்கு அவ சரிப்படலைனா, எப்ப வேணும்னாலும் கழட்டி விடும்மா! உன்னோட மரியாதை, மதிப்பு நம்ம குடும்ப உறவுகளால கெடக்கூடாது!”

“ஏன் பெரியப்பா அப்படி நினைக்கறேள்?”

“இல்லைம்மா! நாங்க எல்லாரும் மன்னியோட வளர்ப்பு! மறுபடியும் உன்கிட்ட மன்னியை நாங்க பாக்கறோம்! உனக்கு எந்த ஒரு கஷ்டமும் வரக்கூடாது!”

“எதுவும் வராது அத்தே! அவாகிட்ட தப்புகள் இருந்தாலும் நான் சரி பண்றேன். ரத்த பந்தங்களை விட்டுத்தர முடியுமா?” ராகவன், ஹேமா அவளை உச்சி முகர்ந்து கண்கலங்க, ஷோபா வந்து அவர்களை சாப்பிட அழைத்தாள்!

“கிச்சாமி! சீரடிக்கு போகணும்பா! ரொம்ப நாளாச்சு!”

“எப்பனு சொல்லு! நான் புக் பண்றேன்!”

“குடும்பத்தோட போகலாம்டா!”

“எல்லாரையும் ஒண்ணு திரட்டி, அதெல்லாம் வேலைக்கு ஆகாது! முடிஞ்சவா போகலாம்!”

ரங்கநாயகிக்கு போன் அடித்தது! எடுத்தாள்!

“டாக்டர்! வயது எண்பது! ஒடம்புக்கு சுத்தமா முடியலை! அவங்களை வீட்ல வந்து பார்க்க யாராவது டாக்டர் வருவாங்களா?”

“என்ன புகார்?”

“அம்மாவுக்கு ஒடம்புல எல்லா புகாரும் உண்டு. காலைல பயங்கர தலைசுத்தல். இப்ப எழுந்து நடக்கக்கூட முடியலை! இந்த வீட்டு ஆண்கள் யாரும் உள்ளூர்ல இல்லை! நான் ஒருத்தி லேடி! கூட்டிட்டு வரணும். வீட்டுக்கு வந்து பார்க்க வாய்ப்புண்டா?”

“நீங்க உங்க விலாசத்தை வாட்ஸ் அப் பண்ணினா, நான் டாக்டரை அனுப்பறேன்!”

“டாக்டர்! உங்க பேட்டியை டி.வில பார்த்த பிறகு உங்களையே பார்க்க, எங்கம்மா ஆசைப்படறாங்க! நாங்களும் அந்த ஆஸ்பத்திரி பேஷன்டுதான்! இப்ப வெளில வந்துட்டோம்! நிறையப் பேசணும் டாக்டர்!”

ரங்கநாயகி யோசித்தாள்!

“சரி! நானே வர்றேன். அட்ரஸ் அனுப்புங்கோ!” வைத்தாள்.

“அம்மா! நான் புறப்படறேன். ஒரு பேஷன்டை வீட்ல போய் பாக்கணும்! பெரியப்பா அத்தை இருந்து சாப்டுட்டுப் போங்கோ!”

“நீ ரெண்டு இட்லியாவது சாப்டுட்டுப் போ ரங்கு!”

“இல்லைப்பா! பசிக்கலை!”

“எல்லாருக்கும் செய்வா! தன்னை மட்டும் கவனிச்சுக்க மாட்டா!”

“அப்படி இருக்காதேம்மா!”

ரங்கநாயகி பத்தே நிமிடங்களில் தயாராகி, மன்னி படத்தின் முன்பு வந்து நின்றாள்! வணங்கிவிட்டு விலக, ஊதுபத்தியின் மேலிருந்த சாம்பல் உள்ளங்கையில் விழுந்து சுட்டது.

சுருக்கென்றது அந்த நெருப்பு!

நிமிர்ந்து பார்த்தாள்.

"மன்னி ஏதோ எச்சரிக்கறா! இந்த மாதிரி ஆனதில்லை! என்ன சொல்ல வர்றா?"

ஹேமாவுக்கு போன். முரளி!

"எங்கே இருக்கே!"

"மன்னியாத்துக்கு வந்தேன்!"

"அதென்ன மன்னியாம்? அவ செத்து 26 வருஷங்களாச்சே!"

"மன்னி சாகலை!"

"சரி! வாழட்டும்! இப்ப அங்கே என்ன வேலை?"

"பொறந்தாத்துக்கு வர விசேஷ காரணம் தேவையில்லை!" அதன் பிறகு அவன் ஏதோ திட்ட, ஹேமா பதில் பேசிவிட்டு, "கிளம்பறேன் கிச்சாமி! சாகற வரைக்கும் எனக்கு மட்டும் நிம்மதியும் இல்லை. சுதந்திரமும் இல்லை! அந்த ஆள் மாறவே மாட்டார். மன்னியையே ஆட்டி வச்சவர் அவர். விடு, என் தலையெழுத்து மாறாது!"

வாசலில் நின்ற ரங்கநாயகி சகலமும் கேட்டாள்.

'அத்தையின் புலம்பல் ஒருபுறம்!'

'ஊதுபத்தி சாம்பலின் சூடு மறுபுறம்!'

'மன்னி என்னவோ சொல்ல வர்றா! என்னது? சீக்கிரம் தெரியும்!'

"அப்பா! மன்னியோட வண்டிச்சாவியை எடு!"

"இன்னிக்கு அதுலயா போறே? காரை எடுக்கலையா?"

"இல்லைப்பா! மன்னி என்கூட வரட்டும். சாவியைக் குடு!" வாங்கிக் கொண்டாள். புறப்பட்டாள்.

"மன்னியோட ஸ்கூட்டரை இவ ஓட்டறாளா?"

"ம்! முப்பது வருஷத்து வண்டி! ரிப்பேர் பண்ணி பிரமாதமா வச்சிருக்கேன்! ரங்குதான் அதை விக்கக்கூடாதுனு ஸ்ட்ரிக்டா சொல்லிட்டா!"

''விசித்ரமான பொண்ணுடா!''

ரங்கநாயகி, வாட்ஸ்அப்பில் வந்திருந்த அந்த விலாசத்தை ஒருமுறை பார்த்துக் கொண்டாள்!

ஜேக்கப்புக்கு அதை அனுப்பினாள்!

அவர் உடனே போன் செய்து,

''ரங்கு! எதுக்கு இந்த அட்ரஸ்?''

''ஒரு வயசான பேஷன்டை பார்க்கப் போறேன். நீங்க அங்கே வர முடியுமா?''

''நான் எதுக்கு?''

''காரணம் இல்லாம நான் சொல்ல மாட்டேன்!''

''சரி வர்றேன்!''

ரங்கநாயகி அரைமணி நேரத்தில் அந்த இடத்தை அடைந்து விட்டாள்!

அது ஒரு தனி வீடு! புறநகர் பகுதியில் உள் தள்ளியிருந்தது. புதிதான குடியிருப்பு! விட்டு விட்டு வீடுகள், புதிதாக கட்டப்பட்ட வீடு!

சுற்றி தோட்டம்! வீடு பெரிதாக இருந்தது.

ரங்கநாயகி வண்டியை நிறுத்திவிட்டு, படியேறி காலிங்பெல்லை அடிக்க, ஒரு சில நொடிகள் தாமதித்து ஒரு பெண் கதவைத் திறந்தாள்! நடுத்தர வயது!

''வாங்க! உங்களை டி.வி.ல பார்த்தது! இப்ப வீட்டுக்கே வந்துட்டீங்க! சந்தோஷமா இருக்கு டாக்டர்!''

ரங்கநாயகி சிரித்தாள்.

''ஒக்காருங்க! காபி கொண்டு வர்றேன்!''

''அதெல்லாம் வேண்டாம். உங்கம்மாவை பார்க்கலாமா?''

''உள்ளே படுத்திருக்காங்க! வாங்க!''

ரங்கநாயகி உள்ளே வர, ஒரு மாதிரி மருந்து வாசனை வீசியது! போர்வை போர்த்தி ஒரு உருவம் படுத்திருக்க,

"கூப்பிடுங்க! நான் செக் பண்ணிர்றேன்!" சொல்லிவிட்டு ரங்கநாயகி திரும்ப, வெளியேறும் அந்தப் பெண் கதவை வெளியே சாத்தித் தாளிட

போர்வை விலக, ஒரு முரட்டு ஆண் உருவம் விசுக்கென எழுந்தது! மதுவாடை

"வா டாக்டர்! உங்கம்மாவை ஒரு காலத்துல இப்பிடித்தான் அந்தப் பவன் மடக்கி, உள்ளே கொண்டு போய் கற்பழிச்சான். டி.வி.ல பேட்டியா? ஊழலுக்கு எதிரா போர்க்கொடி தூக்கப்போறியா? பாத்தியா? ரூம் முழுக்க கேமரா! உன் கற்பழிப்பு வீடியோவை இன்னும் ஒரு மணி நேரத்துல நெட்ல உலகம் முழுக்க பார்க்கும்! பெரிய இடத்துலயா மோதற? ஆயிரம்தான் ஆனாலும் நீ பொம்பிளைடி! அதை மறக்காதே!"

வெறியுடன் அவளை நெருங்க,

ரங்கநாயகி கொஞ்சமும் அசையாமல் நிற்க,

அவன் வெகு அருகில் வந்துவிட

தடாலென கதவு திறந்தது!

ஜேக்கப் இன்னும் சில போலீஸுடன் ஆவேசமாக உள்ளே புகுந்தார்!

அந்தப் பெண் போலீஸ் பிடியில! இந்த தடியன் ஓடப் பார்க்க, ஜேக்கப் பாய்ந்து பிடித்து சரமாரியாக தாக்கினார்!

அவனும் அவரைத் தாக்கிவிட்டு தப்பிக்க நினைக்க, முடியவில்லை! அவனை சக்கையாக ஆக்கி, வாசலில் நிற்கும் ஜிப்பில் கொண்டுபோய் கிடத்த, அவனது கை, கால் கட்டப்பட்டது! செல்போன் பறிக்கப்பட்டது.

அந்தப் பெண்ணின் போனைப் பறித்து ஜேக்கப் பார்த்தார்.

டயல் செய்தார்!

"என்ன வந்துட்டாளா ரங்கநாயகி?"

டாக்டர் விக்ரமின் குரல் தெளிவாக ஒலிக்க,

"நம்ம ஆள் உள்ளே இருக்கானா! இவளை நாசம் பண்ற வீடியோ உடனே எனக்கு வரணும்! வச்சிர்றேன்!"

ஜேக்கப் முகத்தில் நரம்புகள் கலைய,

"இப்பவே அந்த விக்ரமை நான் அரெஸ்ட் பண்றேன்!"

"வேண்டாம் சார்! இது நெட்வொர்க். நான் சொல்ற மாதிரி பொறுமையா டீல் பண்ணுங்க! முதல்ல இவனை லாக்கப்ல போடாதீங்க! வெளில எடுத்துடுவாங்க! நான் சொல்ற மாதிரி செய்ங்க?"

ரங்கநாயகி வேகமாக ஆலோசனை தர, ஜேக்கப்பின் விழிகள் ஆச்சர்யத்தில் விரிந்தன!

"ரங்கு! நீ போலீஸா இருந்திருக்க வேண்டியவ!"

"என்னை எச்சரிச்சது யாரு தெரியுமா?"

"யாரு?"

"மடிசார் மாமி!"

15

அத்தியாயம்

அந்த பிச்சமுத்துவை ஜேக்கப் ஜெயிலில் போடாமல் ரங்கநாயகி தந்த ஆலோசனையின் பேரில் தனது தனி இருப்பிடத்துக்கு அழைத்து வந்தார்.

கூடவே ரங்கநாயகியும்.

''இவனை நீங்க லாக்கப்ல போட்டா தன் செல்வாக்குல வெளில எடுத்துடுவான் டாக்டர் விக்ரம்! உங்க ஐஸ்ரூம் ட்ரீட்மென்டை ஆரம்பிங்க!''

முழுக்க முழுக்க பனிக்கட்டிகளால் ஆன அந்த அறைக்குள் அவனைத் தள்ளி ஜேக்கப் தன் சித்ரவதையை ஆரம்பிக்க, அவன் துடித்துப் போனான்!

ஒரு சில குற்றவாளிகளிடம் உண்மைகளை வாங்க ஜேக்கப் பயன்படுத்தும் முறை இது!

''சொல்லுடா! விக்ரம்கூட யாரெல்லாம் கூட்டணி? உனக்கு தரப்பட்ட பொறுப்பு எது?''

முதலில் வாய் திறக்காதவன் கடுமையான சித்ரவதை தாங்காமல் கதறி விட்டான்.

''நான் அடியாள்தான்! எனக்கு நியமிக்கப்பட்ட பணி டாக்டர் ரங்கநாயகியைக் கடத்தி, நாசம் பண்ணி, அதை போட்டோ எடுத்து நெட்ல விடணும்! அதுக்காக பேசப்பட்ட

தொகை 2 லட்ச ரூபாய்! இதுக்குமேல எனக்கு எதுவும் தெரியாது! முன் பணம் ஒரு லட்சம்!''

அதையும் காட்டினான்!

அவனது வாக்குமூலம் ஆடியோ, மற்றும் வீடியோ எடுக்கப்பட்டது!

அடுத்த அரைமணியில் அந்த பிச்சமுத்து அதிர்ந்து போனான். அவனது 15 வயது மகளும், மனைவியும் அழைத்து வரப்பட்டார்கள்.

''டாக்டருக்கு நீ செஞ்ச ஏற்பாட்டை, இப்ப இவங்களுக்கு நான் செய்யட்டுமா?''

''அய்யோ!''

''வலிக்குதா? எல்லாரும் பெண்கள்தானே? மனைவி, மகள்னு வரும்போது வலிக்குதா?''

''அய்யா! என் மகளுக்கு இதயத்துல துளை! அதுக்காக சிகிச்சை போகுது!''

ரங்கநாயகி குறுக்கிட்டாள்.

''எங்கே? ஆம்ஸ்ட்ராங் ஆஸ்பத்திரிலேயா?''

''ஆமாங்க!''

''எத்தனை நாளா இந்த நோய்?''

''கடந்த ஒரு வருஷமா!''

''ஏன் ஆபரேஷன் நடக்கலை?''

''அவங்க தள்ளிப் போடறாங்க! அவங்க சொன்ன வேலையை நான் செய்யாம போய், நாளைக்கு சிகிச்சைல என் மகளைக் கொன்னுட்டா? ஏற்கனவே கையெழுத்து வாங்கி வச்சிருக்காங்க! அந்த டாக்டர் விக்ரம் எதுக்கும் துணிஞ்சவர்!''

''ஜேக்கப் சார்! அவனை விடுங்க!''

"ஏன்மா?"

"இதப்பாரு! உன் மகள் குணமாக இனி நான் பொறுப்பு!"

"ரௌடித் தொழிலை விடுன்னு நான் கெஞ்சறேன்! அந்தப் பணம் வேண்டாம்பா! இது இருமுனைக் கத்தி மாதிரி! எடுத்தவனையே பதம் பாத்துடும்!"

"அம்மா! நான் மாட்டிக்கிட்டேன். விடுபட முடியலை. என்னை அவங்க கொன்னுடுவாங்க!"

"மாட்டாங்க! உன்னை ஜெயில்ல போட்டா, ஜாமீன்ல எடுத்துட்டுப் போய், கொல்லுவாங்க! உனக்கு நாங்க பாதுகாப்பு தர்றோம். உன் மனைவி என் ஆஸ்பத்திரில ஆயாவா வேலை பாக்கட்டும்! உன் மகளை இன்னிக்கே அட்மிட் பண்ணி, சிகிச்சையை நான் தொடங்கறேன்."

பிச்சமுத்து மனைவி கதறி, ரங்கநாயகி காலில் விழுந்துவிட்டாள்.

"வேண்டாம்! நீங்க என்னைவிடப் பெரியவங்க! இந்த கால்ல விழற கலாச்சாரமே எனக்குப் புடிக்காது! விக்ரம் தன் ஆட்களோட கூடக் கூடிய இடம் எது?"

"அவங்களுக்கு நிறைய இடமுண்டு டாக்டர்!"

"சரி! நாங்க பாத்துக்கறோம்! ஜேக்கப் சார்! இவனை பாதுகாப்பா வைங்க! நீங்க ரெண்டு பேரும் வாங்க!"

"டாக்டரம்மா! எங்க வீடு அவங்களுக்குத் தெரியும். தேடிப் புடிச்சுக் கொல்லுவாங்க!"

"நீங்க அங்கே போக வேண்டாம். ஜேக்கப் சார்! அவங்க வீட்டை போலீஸ் காவலோட காலி பண்ணி பொருட்களை ஆஸ்பத்திரிக்கு கொண்டு வந்துடுங்க! பிச்சமுத்து உன் மனைவி, மகள் இனி என் பொறுப்பு! உன் பேரென்னம்மா!"

"வசந்தி!"

"உன் மெடிக்கல் ரிப்போர்ட்டுகள் எங்கே?"

"அந்த ஆஸ்பத்திரில அவங்க கைல! எங்களுக்கு எதுவும் தெரியாது!"

"சரி! நான் பாத்துக்கறேன்!"

"ரங்கு! நீ இவங்களை கூட்டிட்டு புறப்படு! மற்ற வேலைகளை நான் பாத்துக்கறேன்!"

ரங்கநாயகி புறப்பட்டாள்.

அவர்களை அழைத்து வந்தாள்.

ஆஸ்பத்திரியின் பின்புறம் டேவிட் ஆசிர்வாதம் ஒரு குடியிருப்புபோல கட்டியிருந்தார்.

கிட்டத்தட்ட ஐம்பது வீடுகள்!

சில நோயாளிகளை, மகப்பேறு பெண்களை, இதய நோயாளிகளை தங்க வைத்து சிகிச்சை!

அதில் ஒரு வீட்டில் இவர்களை ரங்கநாயகி கொண்டு வந்து சேர்த்தாள்!

மாலைக்குள் வீட்டை காலி செய்து ஜேக்கப் இங்கே கொண்டு வந்து பொருட்களை சேர்க்க, மாலைக்குள் வசந்தியை ஆஸ்பத்திரியில் சேர்த்தாள் ரங்கநாயகி!

புத்தம் புதிதாக சில பரிசோதனைகளையும் நடத்த உத்தரவிட்டாள். எல்லாம் வேகமாக நடந்தது! இரண்டு முழு நாட்கள் இதயம் தொடர்பான பரிசோதனை!

எல்லா ரிப்போர்ட்டுகளும் வந்துவிட,

சக டாக்டர்கள் - கார்டியாலஜிஸ்ட் ஸ்பெஷலிஸ்ட் டாக்டரிடம் ரங்கநாயகி கலந்து பேச,

"உடனே சர்ஜரி பண்ணணும். அப்பவே செஞ்சிருந்தா பிரச்னை இத்தனை தீவிரப்பட்டிருக்காது! இழுத்தடிச்சிருக்காங்க!"

பிரவீன் வந்தான்!

"இந்த பேஷன்ட் ஒரு கிறிஸ்துமஸ் நாள்ல அட்மிட் ஆன பொண்ணு! நெஞ்சுவலி வந்து அவளை அட்மிட் பண்ணினாங்க! அவ கேஸ் ஹிஸ்டரி எனக்குத் தெரியும். முறையா அவளுக்கு சிகிச்சை தராம இழுத்தடிச்சிருக்காங்க! நான் ஆதாரத்தோட நிரூபிக்க முடியும். அதை செஞ்ச டாக்டர்கள் யார், யாருன்னு எனக்குத் தெரியும்!"

புள்ளி விவரங்களை பிரவீன் அடுக்க,

ரங்கநாயகி மதனை உடனே போனில் அழைத்தாள். மதன் அரைமணியில் வந்துவிட,

"ஜேக்கப் சார்! பிச்சமுத்துவை காவலோட ஆஸ்பத்திரிக்குக் கொண்டு வாங்க! மதன் அண்ணா! உங்க சேனல்ல சொல்லி ஏற்பாடு செய்யுங்க!"

"என்ன செய்யப் போறே ரங்கு?"

"எதுக்கு தாமதிக்கணும்? பிச்சமுத்து எல்லாம் சொல்லத் தயார், ஏற்கனவே வாக்குமூலம் வாங்கியாச்சு. வசந்தியோட மெடிக்கல் ரிப்போர்ட் ரெடி! ஒரு வருஷத்துக்கு முன்னால அவ அட்மிட் ஆகி, அவளுக்கு எந்த ஒரு சிகிச்சையும் தராம மிரட்டல்ல அவங்க வச்ச கதை தெரியும். டாக்டர் பிரவீன் சில பல உண்மைகளை சொல்லத் தயாரா இருக்கார்! ஆம்ஸ்ட்ராங் ஆஸ்பத்திரியோட அடுத்த கட்ட அராஜகத்தை மக்களுக்குக் கொண்டு போக வேண்டிய நேரம் வந்தாச்சு!"

"இவங்களுக்கு ஆபத்து வருமா ரங்கு?"

"இல்லை மதன் அண்ணா! இவங்க நம்ம பாதுகாப்புலதான் இருக்காங்க!"

"சரிம்மா! இவளுக்கு ட்ரீட்மென்ட் தரப்படலைனு சொல்ல ஆதாரம் இருக்கா?"

"நம்ம மெடிக்கல் ரிப்போர்ட் இருக்கே! இதை வச்சு, நோயோட தீவிரத்தை நம்ம கார்டியாலஜிஸ்ட் சொல்லுவார்.

மெத்தனமான டாக்டர்கள் யாரு அங்கேனு பட்டியல் போட பிரவீன் டாக்டர் இருக்கார். எனக்கு ஏற்பட்ட ஆபத்துக்கு வாக்குமூலம் தர பிச்சமுத்து இருக்கான். இத்தனை புள்ளி விவரங்களை வச்சிட்டு எதையும் தள்ளிப்போட வேண்டாம். என்ன ஜேக்கப் சார்?''

''ஆமாம் ரங்கநாயகி! இது மக்கள் பிரச்னை! விழிப்புணர்வை அவங்களுக்கு உண்டாக்கத்தான் வேணும்!''

''அண்ணா! உங்க சேர்மன்கிட்டச் சொல்லி, உடனே ஏற்பாடு செய்யுங்க!''

மதன் போன் அடித்தான். ஆட்களுக்கு மளமளவென உத்தரவுகளை பிறப்பித்தான். முன்னதாக சேர்மனிடம் அனுமதி பெற்றுவிட்டான்.

ரங்கநாயகி பரபரவென செயல்படத் தொடங்கினாள்.

ஜேக்கப் பலத்த காவலுடன் பிச்சமுத்துவை கொண்டு வரப் புறப்பட,

சகலமும் கேட்டுக் கொண்டிருந்த திவாகர், தர்ஷினி நழுவி வெளியே வந்தார்கள்!

தனி போனில் டயல் செய்ய, விக்ரம் எடுக்க,

''பிரச்னை பெரிசாகுது!''

''என்ன பிரச்னை?''

திவாகர் சொல்ல வாய் திறக்க, படக்கென செல்போன் பறிக்கப்பட்டது. அதிர்ச்சியுடன் திரும்ப,

மதன் நின்றான்.

''ரங்கு இதைப் பேசும்போதே, என் கண்கள் உங்கமேலதான் இருந்தது! நிச்சயமா உங்க மூலம் தகவல் போகும்னு நான் யூகிச்சேன்!''

''இல்லை... அப்படி இல்லை!'' திவாகர் தடுமாற,

''எனக்கு விளக்கம் வேண்டாம். இங்கே உங்க ரெண்டு பேருக்கும் வேலை தந்தது ரங்கநாயகி! அவங்ககிட்டப் பேசுங்க!''

தர்ஷினி போனையும் பறிக்க,

''இது அராஜகம்! நாங்க ரெண்டு பேரும் டாக்டர்கள். அதுக்கான மரியாதை எங்களுக்கு வேணும்!''

''தருவாங்க! ரங்குகிட்டப் பேசிட்டு, என்ன மரியாதை உங்க ரெண்டு பேருக்கும் தரணும்னு நாங்க முடிவு பண்றோம்!''

வேகமாக நகர்ந்தான்.

ரங்கநாயகியிடம் நெருங்கி விவரம் சொல்ல,

அங்கே என்ன பிரச்னை என்ற தவிப்பில் விக்ரம் புது நம்பருக்கு டயல் செய்ய,

அதில் டாக்டர் என ஒளிர,

மதன் ரங்கநாயகியிடம் தர,

''திவாகர்! நான் விக்ரம் பேசறேன்! ஏதோ பிரச்னை பெரிசாகுதுனு சொன்னியே! என்ன பிரச்னை?''

ரங்கநாயகி திரும்பி மதனைப் பார்த்தாள்!

ஸ்பீக்கரில் போட்டாள். திவாகர், தர்ஷினி பதட்டமாக ஒரு ஓரமாக வந்து நிற்க,

''டாக்டர் விக்ரம்! நான் ரங்கநாயகி பேசறேன்! திவாகர் போன் இப்ப எங்கிட்ட இருக்கு! பிரச்னை என்னனு இன்னிக்கு ராத்திரி உலகம் முழுக்கத் தெரியும். அப்ப நீங்களும் தெரிஞ்சுக்கலாம்! சரியா?''

இணைப்பைத் துண்டித்தாள்.

''மதன் அண்ணா! சேனல் வந்தாச்சா?''

''வந்துட்டே இருக்கு ரங்கு!''

"முதல்ல இந்த வேலை முடியட்டும்! இந்த சேனல் கவரேஜ் நடக்கும்போது, நம்ம டாக்டர்கள் அத்தனை பேரையும் கவர் பண்ணணும் திவாகர், தர்ஷினி உட்பட!"

"சரி ரங்கு!"

சில நொடிகளில் கேமராக்கள், லைட்டுகள் சகிதம் சேனல் உள்ளே வந்துவிட

பலத்த போலீஸ் காவலுடன் பிச்சமுத்து அழைத்துவரப்பட,

"நீங்க மூணு பேரும் யாருக்கும் பயப்பட வேண்டாம். நாங்க இருக்கோம். நடந்ததை அப்படியே சொல்லுங்க!"

"வணக்கம்!" மதன் அறிமுகத்துடன் தொடங்க, ரங்கநாயகி அழகான சிரிப்புடன், ஊடகம் மூலம் தன் யுத்தத்தின் இரண்டாவது கட்டத்தைத் தொடங்கினாள்.

16

அத்தியாயம்

மதனின் அறிமுகம்!

நட்சத்திர மருத்துவமனை - மருந்துகள் மூலம் விஷம் விற்கும் கார்ப்பரேட் நிறுவனங்கள் - கொலைகாரர்களாக மாறும் மருத்துவர்கள் - துணை போகும் சில பல மருந்துக் கடைகள் - இவர்களிடம் மாட்டிக்கொண்டு விழி பிதுங்கும் அப்பாவி மக்கள்.

ஏற்கனவே டாக்டர் ரங்கநாயகி உங்களைச் சந்தித்து ஊழலைச் சொல்லியவர். அதனால் டாக்டருக்கு நேர்ந்த ஆபத்து என்ன?

இதோ டாக்டர் சொல்கிறார்.

ரங்கநாயகி சொல்ல, சாதுர்யமாக அதில் பல பகுதிகளை வீடியோ எடுத்த போலீஸ் அதிகாரி ஜேக்கப்!

அங்கே பிச்சமுத்து ரங்கநாயகியை கெடுக்க நினைத்ததில் இருந்து தொடங்கி, ஆஸ்பத்திரியில் மகள் வசந்தி சேர்க்கப்பட்ட வரை அனைத்தும் ஆடியோ, வீடியோ, பாதிப்புகள், வாக்குமூலம் என சரமாரியாக ஆதாரங்களுடன் வர,

பிச்சமுத்து அழுது கொண்டே விக்ரம் பற்றி பிளந்து கொட்ட, பாதிக்கப்பட்ட வசந்தியின் அம்மா கதற,

குறிப்பிட்ட மருத்துவமனையில் அவள் கவனிக்கப்படவில்லை என்பதை டாக்டர் பிரவீன் சொல்ல, தான் ஏற்கனவே பழிவாங்கப்பட்ட கதையை ஒப்பிக்க,

சூடு பிடித்துவிட்டது.

அங்குள்ள டாக்டர்களின் பெயரைச் சொல்லி, டிபார்ட்மெண்ட் வழியாக அவர்கள் நடத்தும் அராஜகம் - பணவேட்டை, பாதிக்கப்பட்ட மக்களின் அவலம் என கணைகளைத் தொடுக்க, இங்குள்ள கார்டியாலஜிஸ்ட் உள்ளே வந்து வசந்தியின் நிலைமையை சீர்கெட வைத்த மருந்துகளை பட்டியல் போட, போலீஸ் அதிகாரி ஜேக்கப் தான் தலையிடாவிட்டால் டாக்டர் ரங்கநாயகிக்கு ஏற்பட்ட விபரீதத்தைச் சொல்ல,

பிச்சமுத்துவை போலீஸில் ஒப்படைக்கவில்லை! காரணம், அவரை வெளியில் எடுத்து இந்தக் கூட்டம் கொன்றுவிடும் என ரங்கநாயகி சொல்ல,

எங்களது டாக்டர்களின் இது தொடர்பான கருத்து என ஆரம்பிக்க,

வேறு வழியில்லாமல் திவாகர், தர்ஷினி எதிராகப் பேச வேண்டிய கட்டாயம்!

ஒரு முழுமையான ஒளிபரப்பு!

விளக்குகள் அணைக்கப்பட, அன்று மாலை எட்டு மணிக்கு இதை ஒளிபரப்ப நேரம் குறிக்கப்பட்டது!

மதன் அசுர வேகத்தில் உழைத்து,

அதற்கான ப்ரோமோக்கள் மதியம் ஒரு மணி முதல் பத்து நிமிடங்களுக்கு ஒருமுறை ஒளிபரப்பாக,

அது பிரபலமான சேனல் என்பதால் மக்கள் பாராட்டினார்கள். அவர்களது மாலைப் பத்திரிகையில் படங்களுடன் ஒரு முழுப்

பக்கத்துக்கு இந்தச் செய்தி வெளியாக, பத்திரிகை வெளிவந்த அரைமணியில் விற்றுத் தீர,

மக்கள் இரவு எட்டு மணிக்காக பதட்டத்துடன் காத்திருக்க,

சாலையில் போக்குவரத்து கூட கணிசமாகக் குறைய,

விக்ரம் முகம் கொதிநிலையில் இருந்தது.

ப்ரோமோக்களில் மதன் தன் புத்தியை விறுவிறுப்பைக் காட்ட,

விக்ரம் அந்த நட்சத்திர ஓட்டலில் கூட்டத்தைக் கூட்டிவிட்டான்.

பெரிய டாக்டர்கள் மருந்துக் கம்பெனிகள், இன்னும் முக்கிய சில அரசியல் புள்ளிகள், பிரமுகர்கள் என பதட்டமாக ஒன்று சேர்ந்திருக்க,

"பிச்சமுத்து வசமா மாட்டிட்டான்! அவனை சரியா லாக் பண்ணி ரங்கநாயகி விளையாடிட்டா!"

"நீங்க ரொம்ப அவசரப்பட்டுட்டீங்க டாக்டர் விக்ரம்! ரங்கநாயகி புத்திசாலி! நமக்கெதிரா ஒரு மெடிகல் யுத்தத்தை தொடங்கிட்டா! ஒவ்வொரு அடியையும் அவ கவனமா எடுத்து வைக்கறா! ஜேக்கப் - பெரிய, நேர்மையான போலீஸ் அதிகாரி - அடுத்தபடியா, மீடியா - அந்த சேனல் முழுக்க அவ பக்கம்! நம்மால பாதிக்கப்பட்ட டாக்டர்களை, பேஷண்டுகளை அவ திரட்டறா! தப்பு பண்ணிட்டீங்க!"

சரியாக எட்டு மணிக்கு ஆரம்பித்து, அரைமணி நேர ஒளிபரப்பு! சகலமும் தகவல்கள்!

"அந்த பிரவீன் அந்தப் பக்கம் போய்ச் சேர்ந்துட்டான். பல டாக்டர்கள் பேரை பகிரங்கமா சொல்றான்! ரங்கநாயகியை நாம கடத்திக் கற்பழிக்க செஞ்ச முயற்சியை, வீடியோ, ஆடியோ ஆதாரங்களோட வெளியிடறாங்க! சரியா மாட்டினோம்!"

மற்ற டாக்டர்கள், கார்ப்பரேட் உயர் அதிகாரிகள் புலம்ப, ஒளிபரப்பு முடிந்தது!

"நம்ம மேல போலீஸ் நடவடிக்கை எடுக்குமா?"

"இவங்க நம்ம பேரைச் சொல்லிட்டா, அது நிஜம் ஆயிடுமா? ஆதாரம் வேண்டாமா?"

"அந்த பிச்சமுத்து டாக்டர் விக்ரம்னு உங்க பேரைச் சொல்லிட்டானே! பிரவீன், ஆம்ஸ்ட்ராங் ஆஸ்பத்திரி டாக்டர்கள் பட்டியலை வெளியிடறானே! பிரச்னை பெரிசாகும்!"

ரங்கநாயகி நமக்கெதிரா சாட்சிகளை உருவாக்கி, சேனல்ல பேச வைக்கறானு சொல்ல முடியாதா?"

"டாக்டர் விக்ரம்! உங்க குரல் உங்களுக்கே கேக்கலை."

"ஸ்டாப் இட்!"

"அந்த திவாகர், தர்ஷினி நமக்கெதிரா பேசறாங்களே! துரோகிகள்!"

"வேற வழியில்லை! ஆனா அந்த மடையன் தகவல் தரப் போய்த்தான் இத்தனை பிரச்னை! அவன் மாட்டாம இருந்திருந்தா, நான் இதை வரவிடாம தடுத்திருப்பேன்!"

"முடியாது விக்ரம்! ரங்கநாயகிக்கு, அந்த மதன் மூலம் பலமான சேனல் சப்போர்ட் இருக்கு! ஊடகம் நம்ம கைல இருந்தா, உலகத்தையே ஜெயிக்கலாம்! இப்ப என்ன செய்யப் போறோம்?"

"ரங்கநாயகிமேல ஆம்ஸ்ட்ராங் ஆஸ்பத்திரி மானநஷ்ட வழக்குப் போடணும்! பல கோடிகள் நஷ்ட ஈடாக்கேட்டு நாறடிக்கணும்! விடக்கூடாது!"

கார்ப்பரேட் அதிகாரி ஒருவர் சொல்ல,

"கண்டிப்பா! ரங்கநாயகியை அரெஸ்ட் பண்ணணும்!"

"ஜேக்கப் விடமாட்டான்!"

“ஜேக்கப்பைவிட பெரிய அதிகாரிகள் இருக்காங்க! கமிஷனர் இருக்கார்! மினிஸ்ட்ரி லெவல்ல மூவ் பண்ணி, ஜேக்கப்பை தண்ணியில்லா காட்டுக்குத் துரத்தணும்! அந்த சேனல் சேர்மன்கிட்ட வியாபாரம் பேசணும்!”

“இதெல்லாம் ஒரு பக்கம் நடக்கட்டும்! ஆனா பெரிய விபரீதம் ஒண்ணு இருக்கு!” தலைமை டாக்டர் சொல்லி வாய் மூடவில்லை. போன் அடித்தது!

எடுத்தார்.

அடுத்த நொடியே, “அங்கே பாருங்க டாக்டர்!” என ஒருவர் கூச்சலிட,

தொலைக்காட்சியில் நிறைய சேனலில்,

ஆம்ஸ்ட்ராங் ஆஸ்பத்திரி வாசல் காட்டப்பட்டது.

பெருமளவு மக்கள் திரண்டு கலவரத்தில் ஈடுபட, போலீஸ் வேகமாக வர,

“இது மருத்துவமனை இல்லை! மக்களுக்கு இங்கே உயிர்ப் பாதுகாப்பு இல்லை; தப்பு நடக்குது! தடுக்கணும்!”

ஒரு பெரியவரிடம் காமிரா போக,

“நாங்க நம்பிக்கை இழந்துட்டோம்! எங்க மகள் இங்கே அட்மிட் ஆகி, எதுவும் பலனில்லை, நாங்க டிஸ்சார்ஜ் பண்ணச் சொல்லி கேக்கறோம். விடமாட்டேங்கறாங்க! பணம் பறிக்கறாங்க! கொன்னுடுவாங்கனு பயப்படறோம்!”

“விஷம் விற்கும் வியாபாரிகள் ஒழிக!”

“மக்களைக் காக்க வேண்டிய மருத்துவர்களே எமனாக மாறுவதா?”

கூக்குரல் காதைப் பிளக்க,

போலீஸ் வந்து கூட்டத்தை கலைக்க முயல,

முடியாமல் போய் தடியடியில் இறங்க, மக்கள் சிதறி ஓட, பிரச்னை தீவிரமானது!

விக்ரம் நொந்து போனான்.

தலைமை டாக்டர் முகம் வெளிறிக் கிடந்தது.

போன் மேல போன் வந்தது!

"சில பல பேஷண்டுகள் கிளம்பியாச்சு! இங்கே சிகிச்சை எடுத்துக்க எங்களுக்கு நம்பிக்கை இல்லை! உயிர் முக்கியம்னு ஓடறாங்க! அதையும் அந்த சேனல் கவர் பண்ணுது!"

நிருபர்கள் வேகமாக புகுந்து பேட்டி எடுக்க,

போலீசால் காமிரா பறிக்கப்பட அடுத்த கட்டக் களேபரம். மீண்டும் மீண்டும் பிரச்னை பூகம்பமாக வெடிக்க, அனைத்தையும் ரங்கநாயகி ஆஸ்பத்திரியில் உட்கார்ந்து பார்த்துக் கொண்டிருந்தாள்.

மதன் போனில் அவளுக்கு தகவல் தந்து கொண்டேயிருந்தான்.

ஜேக்கப் ஒரு போலீஸ் பட்டாலியனை இறக்கி, கலவரத்தை அடக்கும் பணியில் இறங்க,

கமிஷனருக்கு விக்ரம் போன் செய்தான்.

"சார்! எங்கமேல அவதூறு! ஆம்ஸ்ட்ராங் ஆஸ்பத்திரி பேரைக் கெடுத்து, அங்குள்ள பேஷண்டுகளை ஒட்டுமொத்தமா தன் பக்கம் திருப்ப, தன் வியாபாரத்தைப் பெருக்க, ரங்கநாயகி நடத்தற சதி இது! இதுக்கு அந்த சேனல் உடந்தை! உங்க போலீஸ் எஸ்.பி. ஜேக்கப் பக்கபலம். காரணம், அவங்க மாமா டேவிட் ஆசிர்வாதம் கட்டின ஆஸ்பத்திரி! இது ஒரு கூட்டு சதி. மக்களைத் தூண்டிவிட்டு ஆஸ்பத்திரி முன்னால் போலீஸ் தடியடி நடத்தற அளவுக்கு ரங்கநாயகி இறங்கிட்டா! இதுக்குக் காரணமான ரங்கநாயகியை உடனே அரெஸ்ட் பண்ணணும்!"

"அவசரப்படாதீங்க டாக்டர்! அவங்க குற்றச்சாட்டுக்கு உங்களையும் நான் கைது பண்ணலாம்!"

"என்ன சார் இது?"

"அந்த பிச்சமுத்துவை ஏவிவிட்டு, டாக்டரை நாசம் பண்ண நீங்க தூண்டியிருக்கீங்க! அதுக்கான ஆடியோ, வீடியோ ஆதாரங்கள் இருக்கு"

"இல்லை! ரங்கநாயகியோட ஆள் பிச்சமுத்து!"

"இல்லீங்க! உங்க ஆள் பிச்சமுத்துனு நிரூபிக்க, டாக்டர் ரங்கநாயகி பல ஆதாரங்களை காட்டத் தயார்! ரெண்டாவது, மக்களுக்கு ஆம்ஸ்ட்ராங் ஆஸ்பத்திரில அநீதி நடக்குதுனு குற்றச்சாட்டு இருக்கு!"

"நான் மினிஸ்ட்ரி லெவல்ல போவேன் கமிஷனர்!"

"என்னையே மிரட்டறீங்களா? ஊடகத்தை பகைச்சுகிட்டா அதைவிட விபரீதம் இல்லை. ஊடகத்தால ஆட்சிமாற்றங்களே உருவான கதை உண்டு! ஜனநாயகத்தோட தூண்களைப் பறிக்க அரசியல் செல்வாக்கு பயன்படாது!"

"நான் எங்கே பேசணுமோ, அங்கே பேசிக்கறேன்!"

"பேசுங்க டாக்டர் விக்ரம்!" கமிஷனர் போனை வைத்துவிட, எதிரே வந்து நின்று சல்யூட் அடித்த ஜேக்கப்,

"கலவரத்தை ஓரளவு அடக்கியாச்சு சார்! சின்னச் சின்ன அசம்பாவிதம் நடந்திருக்கு! அதை சரி பண்ணிடலாம்!"

இங்கே ரங்கநாயகி ஆஸ்பத்திரி வாசலில் ஒரு கூட்டம்.

அதில் ஒரு பகுதி ஆம்ஸ்ட்ராங் ஆஸ்பத்திரியிலிருந்து பயந்து வெளிவந்த நோயாளிகள் கூட்டம்!

கலவரத்தில் காயப்பட்ட ஒரு கூட்டம்!

ஒப்பாரி - புலம்பல்கள்!

ரங்கநாயகி டாக்டர்களை முடுக்கிவிட்டாள்!

"வேகமா செயல்படுங்க! நம்மை நாடி வந்திருக்காங்க! அவங்களுக்கு சரியான சிகிச்சை தரணும்! கலவரத்துல அடிபட்டவங்ககிட்ட காசு வாங்காம வைத்தியம் பண்ணுங்க!"

பெரும் கூட்டம் இருந்தது!

மற்ற டாக்டர்களுடன் சேர்ந்து புயல் வேகத்தில் ரங்கநாயகியும் விடிய விடிய சிகிச்சை செய்யத் தொடங்கிவிட்டாள். விசுவரூபமெடுத்துவிட்ட ரங்கநாயகியை இல்லாமல் செய்ய, விஷமிகள் கூட்டம் விடிய விடிய திட்டம் தீட்டத் தொடங்கிவிட்டார்கள்.

17

அத்தியாயம்

ரங்கநாயகி ஆஸ்பத்திரியில் கூட்டம் அலைமோதியது! காயப்பட்ட மக்களும், அங்கே டிஸ்சார்ஜ் வாங்காமல், இழந்தவரை போதுமென்ற நிலையில் பல பேஷன்டுகள் புறப்பட்டு விட்டார்கள்.

ஆஸ்பத்திரியில் அவர்களைப் போகவிடாமல் தடை செய்ய, அவர்களது அவலத்தை, கூக்குரலை சேனல் பதிவுசெய்ய,

'பிரேக்கிங் நியூஸ்' என்ற பெயரில் சகலமும் நியூஸ் சேனலில் ஒளிபரப்பாகிக் கொண்டிருக்க,

விவகாரம் பெரிதாகிவிட்டது!

ஆம்ஸ்ட்ராங் ஆஸ்பத்திரி தலைமையும், கார்ப்பரேட் கம்பெனி விக்ரமும் டெல்லியில் உள்ள மேலிடத்தை அவசரமாக தொடர்புகொள்ள,

இங்கே கலவரம் பெரிதாகி, மக்கள் களத்தில் இறங்க,

இங்குள்ள அரசாங்கம் ஒரு மாதிரி தவிப்பில் மூழ்க,

மேலிடத்து உத்தரவு உடனடியாக வந்தது! விக்ரமும் ஆம்ஸ்ட்ராங் ஆஸ்பத்திரியும் பலத்த அரசியல் செல்வாக்கு உள்ளவர்கள். எதையும் சாதிக்க முடிந்தவர்கள்.

இரவோடு இரவாக தனி விமானம் பிடித்து புதுதில்லிக்குப் போக, அங்கே ஒரு பெரிய புள்ளி காத்திருக்க,

"அந்த ரங்கநாயகியை உடனடியா அரெஸ்ட் பண்ணணும்! அவமேல கேஸ் போடணும். அவ சுயலாபத்துக்காக ஆட்களை வைத்து எங்கமேல அவதூறு பரப்பறா! நோயாளிகளுக்கு பீதியை உண்டாக்கி, விஷமிகளைத் தூண்டிவிட்டு, கலவரம் பண்றா! அவ வெளில வரவே கூடாது! ஏதாவது செய்ங்க!"

பெரிய புள்ளி மௌனமாக இருக்க,

விக்ரம் ஆவேசமாகி விட்டான்.

"மாசாமாசம் லட்சக்கணக்குல எல்லாருக்கும் கப்பம் கட்டறோம் இல்லை? மருந்துகளை இறக்குமதி பண்ண உங்க உதவியை நாடற காரணமா, பெரும் பங்கு மேலிடத்துல நிறையப் பேருக்கு போகுது இல்லையா? வாங்கிட்டு ஊமையா இருந்தா எப்படி?"

அவர் பேசவில்லை.

"நோய்களை குணமாக்கி பேஷன்டுகளை வீட்டுக்கு அனுப்பிட்டே இருந்தா, நாம எப்ப காசு பாக்கறது? வியாதிகள் இருந்துட்டே இருந்தாத்தான் நம்ம பொழப்பு ஓடும்! ஏதாவது செய்ங்க! அங்கங்கே பட்டாசு வெடிச்சாலும் அடக்கிடுவோம். இந்த ரங்கநாயகி அடக்க முடியாம விசுவரூபம் எடுத்துட்டாளே! இதே நிலை நீடிச்சா, ஆம்ஸ்ட்ராங் ஆஸ்பத்திரிக்கு ஈ, எறும்புகூட வராது! காத்து வாங்கும்! அப்புறமா எங்க கார்ப்பரேட் மருத்துவ கம்பெனியை இழுத்து மூடணும். நஷ்டம் எல்லாருக்கும்தான்!"

அவன் சுடச்சுட வார்த்தைகளை வீச,

அவர் எழுந்தார்.

"இருங்க விக்ரம். உணர்ச்சிவசப்படாதீங்க! ஆரம்பம் முதலே நீங்க எடுத்த நடவடிக்கைகள் தப்பு! ரங்கநாயகி

புத்திசாலித்தனமா ஒவ்வொரு அடியையும் எடுத்து வைக்கறா!"

"பேசாதீங்க!"

"அவளுக்கு போலீஸ்ல டெபுடி கமிஷனர் ஜேக்கப் பெரிய ஆதரவு! கமிஷனர் குப்தா நேர்மையான ஆள்! அடுத்தபடியா அந்த சேனல் ரொம்ப பலமான சேனல். அதைப் பாக்கற மக்கள் உலக அளவுல இருக்காங்க. மீடியாவை பகைச்சுகிட்டா மக்கள் வெறுப்புக்கு ஆளாக வேண்டி வரும்! மக்கள் கொதிச்சிட்டா, அரசியல் வாழ்க்கை அஸ்தமனமாயிடும். அப்புறமா எல்லாமே கைவிட்டுப் போயிடும். தேர்தல் நெருங்குது! நம்ம ஆட்சிமேல ஏகப்பட்ட அதிருப்தி! இந்த நேரம் மக்கள் கொதிப்புக்கு ஆளாகி, ஆட்சி கவுந்துட்டா, உங்க யாருக்குமே அது நல்லதில்லை!"

"அதனால?"

"ஒரு பேஷன்ட் ரிப்போர்ட்டை வச்சு ரங்கநாயகி தலைதூக்கிட்டா. அந்த சேனலுக்கு பத்திரிகை பலமும் இருக்கு! நீங்க அவசரப்பட்டு அவளைக் கடத்தி ரேப் அட்டெம்ப்ட் எடுக்க, அவ ஜேக்கப் உதவியோட எல்லாத்தையும் புரட்டிப் போட்டுட்டா!"

"சரி! இப்ப என்ன செய்யலாம்?"

"ரொம்ப தாமதமான கேள்வி! பேரு கெட்டாச்சு! கொஞ்சம் அடக்கி வாசிங்க!"

"ரங்கநாயகியை கொன்னுட்டா எல்லாம் சரியாகும்!"

"அவமேல துரும்பு பட்டாக்கூட, உங்களைக் காப்பாற்ற கடவுளால்கூட முடியாது!"

"எதுக்கு பதவியும் அதிகாரமும் உங்களுக்கெல்லாம்?"

"என்ன பேசறீங்க?"

"மக்களைத் தூண்டிவிட்டு கலவரம் பண்றானு அவளைத் தூக்கி உள்ளே வைக்க முடியாதா? ஏழெட்டு வழக்குகளைப் போட்டு அவளை வெளில வரவிடாம செஞ்சிட்டா, ஆஸ்பத்திரில திடமான நபர் இருக்க மாட்டாங்க. எங்க ஆட்களைவிட்டு நாங்க நாசம் பண்ணிடமாட்டோமா?"

"செய்யலாம்! அவசரப்பட வேண்டாம். ஆறப் போடுங்க! நாங்க பேசறோம்!"

"யார்கிட்ட?"

"சம்பந்தப்பட்ட முக்கியமான புள்ளிகிட்ட! நீங்க ஒரு நாலு நாளைக்கு மௌனமா இருங்க!"

ஆம்ஸ்ட்ராங் தலைமை டாக்டர் தவித்தார்.

"அதுக்குள்ள ஆஸ்பத்திரி காலி ஆயிடும்!"

"அப்படி எதுவும் ஆகாது! மக்களுக்கு ஆயிரம் பிரச்னைகள். இதையே நினைப்பாங்களா! இப்ப ரங்கநாயகியை நம்பி மக்கள் திசை திரும்பறாங்க! அதே மக்கள் அதுமேல கல் வீச எத்தனை நேரமாகும்! அந்த ஆஸ்பத்திரில நாலு சாவு விழுந்தா, பிரச்னை திசை மாறாதா? அதை உடனே செய்ங்க! கவர்ச்சியை நம்பி, இலவசங்களுக்கு ஆசைப்பட்டு ஓட்டுப் போடற கூட்டம் எப்ப எந்தப் பக்கம் வேணும்னாலும் திரும்பும்! சாதுர்யமா செயல்படுங்க! நாங்க நடவடிக்கை எடுக்கறோம்!"

அதன் பிறகு ரகசியமான சில உத்தரவுகளை அவர் பிறப்பிக்க, விக்ரம் முகம் மலர்ந்தது!

"சரிங்க! நாங்க புறப்படறோம்!"

அதே நேரம் இங்கே காலை 11 மணிக்குள் வேலை பார்த்து மூச்சு முட்டியது! இடம் போதவில்லை!

டாக்டர்கள் விறுவிறுப்பாக செயல்பட, அங்கே கலைந்த நோயாளிகள் கூட்டம் மொத்தமும் இங்கே படையெடுக்க,

மீடியா கேமரா சகிதம் ஆஸ்பத்திரி வாசலில் அலைய,

முதல் நாள் மதியம் சாப்பிட்ட பிறகு பட்டினியாக இருக்கும் ரங்கநாயகி சோர்ந்து தன் அறைக்கு வந்தாள்.

பிரவீன் ஜூஸ் கொண்டு வந்தான்.

"இதை முதல்ல சாப்பிடுங்க டாக்டர். இல்லைனா மயக்கம் வந்துடும்!" ரங்கநாயகி வாங்கிக் குடித்தாள்.

"தேங்க்யூ டாக்டர் பிரவீன்! ஓரளவுக்கு பேஷன்டுகள் பிரச்னை இல்லாம இருக்காங்களா?"

"நம்மை நாடி வந்தவங்களுக்கு எல்லா முதலுதவியும் செஞ்சாச்சு!"

"யார்கிட்டேயும் பணம் கேக்க வேண்டாம். பாதிக்கப்பட்டவங்க! முதல்ல நம்பிக்கை தருவோம். வியாதிகள்லேருந்து மீட்டெடுக்கப் பார்ப்போம். அப்புறமா இருக்கறவங்ககிட்ட நியாயமா என்ன வாங்கணுமோ, அதை வாங்கிக்கலாம். லாப நோக்கமோ, வியாபார புத்தியோ மருத்துவத் துறைல வரவே கூடாது! பணத்தைவிட உயிரும், ஒடம்பும் ஒசத்தி!"

பிரவீன் பிரமிப்புடன் பார்த்தான்.

"இந்தச் சின்ன வயசுல எப்படி இந்த மாதிரி உங்களால யோசிக்க முடியுது டாக்டர்!"

"என் பெரியம்மா - மடிசார் மாமி - எனக்குள்ளே இருக்காங்க! என்னோட ஒவ்வொரு பேச்சுக்கும், செயல்பாட்டுக்கும் அவங்கதான் உந்துதலா இருக்காங்க! தெய்வ அனுக்ரகம் மாதிரி என் கூடவே வாழறாங்க!"

இதைக் கேட்டபடி உள்ளே வந்த கிச்சாமி, ஷோபா கண்கலங்கி நின்றார்கள்.

"அப்பா! உள்ள வா!"

"உனக்கு சாப்பாடு கொண்டு வந்திருக்கோம்மா! உங்கம்மாவும், நானும் ராத்திரி முழுக்கத் தூங்கலை. நானாவது வாய்விட்டுப் புலம்பறேன். உங்கம்மாவால பேசவும் முடியாது! உள்ளுக்குள்ளே அழறா!"

ரங்கு எழுந்து வந்தாள்.

"எதுக்குப்பா!"

"பயம்மா இருக்கும்மா! ரெண்டு நாளா நடக்கற சுயவரமும், வர்ற செய்திகளும், நம்ம ஆஸ்பத்திரில குவியற கூட்டமும் பதட்டத்தை அதிகமாக்கியிருக்கு ரங்கு."

"அப்பா! நியாயத்தைக் கேட்டா, உண்மையைப் பேசினா பிரச்னைகள் வெடிக்கத்தான் செய்யும்!"

"சரிம்மா! ஆனா நீ மோதுற இடம் ரொம்பப் பெரிய இடம்மா! அவாளை எதிர்த்து எத்தனை நாளைக்கு நிற்க முடியும்! பணம், பதவி, செல்வாக்கு இதெல்லாம் உள்ள க்ரிமினல்களை ஜெயிக்கறது கஷ்டம்மா! அவா எதுக்கும் துணிஞ்சவா ரங்கு!"

ஷோபா மகளைக் கட்டிக்கொண்டு அழ,

"எங்களுக்கு நீ முழுசா வேணும்டா ரங்கு! உன்னை இழக்க நாங்க தயாரா இல்லை."

"அப்பா! நீயா இப்பிடி கலங்கறே? மன்னி நடத்தின போராட்டங்களுக்கு பக்கபலமா நின்ன நீயா இப்ப இப்பிடி பயப்படற?"

"ரங்கு! அப்ப என் வயசு வேற! வெறும் மச்சினனா வாழ்ந்தேன். வாலிபம் பயத்தை உணரலை. இப்ப, அப்பாவா இருக்கேன்மா! மகளுக்கு ஒரு ஆபத்துனா, பெத்தவாளோட உசிரு துடிக்கும் ரங்கு! உனக்கும் குழந்தை வரும்போது அந்த வலி புரியும்!"

அருகில் வந்து அப்பா, அம்மா இருவரையும் சேர்த்து அணைத்துக் கொண்டாள்.

“எனக்கு உங்க சங்கடங்கள் புரியாம இல்லை! நான் எதுக்கு டாக்டருக்கு படிச்சேன்? மன்னி கறுப்பு கோட்டையும், நான் வெள்ளை கோட்டையும் எதுக்கு மாட்டினோம்? பாதிக்கப்பட்டவாளுக்கு நியாயம் தேட இந்த பூமில் நாம பிறந்ததுக்கு ஒரு அர்த்தம் வேண்டாமா! மருத்துவம்ங்கற பேர்ல மக்களை நிரந்தர நோயாளியாக்கி, அவா பணத்தையும் பறிச்சு, குடும்பத்தை நடுத்தெருவுக்குக் கொண்டு வர்ற பாவிகளை ஒரு டாக்டர் எப்படிப்பா பொறுத்துக்க முடியும்? எனக்கு யாரும் எதிரிகள் இல்லை. ஆனா என் மக்கள் ஆரோக்யமா வாழறது முக்கியம்மா! அதுக்கு பிரச்னை வரும்போது என் உயிரைத் தந்தாவது நான் போராடுவேன்! நல்லவா பல பேர் என் பக்கம் இருக்காப்பா?”

“ஆமாம் அங்கிள்!”

கிச்சாமி திரும்ப, பிரவீன் அருகில் வந்தான்.

“அங்கிருந்து பாதிப்புக்கு உள்ளாகி, ஜெயிலுக்குப் போய், இப்ப நம்ம சுரேஷ் மாமா ஆதரவுல வாழற டாக்டர் பிரவீன் இவர்தான்!”

“சொன்னியேம்மா!”

“ஜேக்கப் சார், சேனல் ஹெட் எல்லாரும் எனக்கு பக்க பலமா இருக்கா! இது தர்ம யுத்தம்பா! அதர்மங்களை அழிக்கத் தொடுக்கற போர்! நீங்க பயமே படவேண்டாம்.”

ஜேக்கப் உள்ளே நுழைந்தார்.

“கலவரம் கட்டுக்குள்ள வந்திருச்சா சார்!”

“வந்தாச்சும்மா! அந்த ஆஸ்பத்திரியை விட்டு பல பேர் வெளில வரத் தொடங்கியாச்சு!”

“வரட்டும்!”

"விக்ரம், ஆம்ஸ்ட்ராங் தலைமை டில்லிக்குப் போய் பேச்சுவார்த்தை நடக்குது!"

"ஸோ வாட்?"

"உனக்கு எந்த ரூபத்துல பிரஷர் வரும்னு தெரியாது! எதிர்கொள்ள நீ தயாரா இருக்கணும்!"

"நாம எதுக்கு பயந்தோம் சார்? நேர்மையா இருக்கோம். வர்றது வரட்டும்!"

ஜேக்கப்புக்கு போன் அடித்தது. எடுத்தார். பேசினார். முகம் மாறியது!

"என்ன சார்? பிரஷர் வந்தாச்சா?"

"ம்! பிரச்னை ஆரம்பமாயாச்சு! உன் ஆஸ்பத்திரி வாசலுக்கே வந்தாச்சு! நான் புறப்படறேன்!"

"ரங்கு! என்னடா சொல்றார் அவர்?" கிச்சாமியின் குரலில் பதட்டம் சிதறியது!

18

அத்தியாயம்

இரண்டு டாக்டர்கள் ஓடி வந்தார்கள்!

''என்னாச்சு?''

''தொழிலதிபர் குணசேகரன் ஆம்ஸ்ட்ராங் ஆஸ்பத்திரில ஒரு மாசம் முன்னால ஹார்ட்-அட்டாக் காரணமா அட்மிட் ஆனார் டாக்டர்!''

''ரங்கு! குணசேகரன் ரொம்பப் பெரிய புள்ளி! மல்ட்டி மில்லியனர். அவருக்கு இல்லாத வர்த்தகமே இல்லை, அரசியல் செல்வாக்கு ரொம்ப அதிகம்!'' கிச்சாமி சொல்ல,

''பெரிய பல கட்சிகளுக்கு தேர்தல் நேரத்துல கோடிகளைக் கொட்டற மனிதர். சாராய சாம்ராஜ்யத்துக்கு அதிபதி! நிறைய என்ஜினியரிங், மெடிக்கல் காலேஜுக்கு சொந்தக்காரரர் தெரியும்பா! சரி அவருக்கு என்ன?''

''சமீபத்துல நடந்த மீடியா யுத்தம் காரணமா, ஆம்ஸ்ட்ராங் ஆஸ்பத்திரி கொந்தளிப்புக்கு உள்ளாகி பிரச்னை ஆனப்ப, இவர் அங்குள்ள தலைமை டாக்டர்கள்கூட மோதியிருக்கார். காரணம், இவருக்கே அவங்க செஞ்ச ஆஞ்சியோல பிரச்னையாம்!''

''அவருக்குமா? அங்கேயும் மருந்துல விஷமா?''

"தெரியலை! பிரச்னை அதிகமாகி குணசேகரனுக்கு முந்தா நாள் அடுத்த அட்டாக் வந்திருக்கு. அந்த நேரத்துல ஆஸ்பத்திரி முன்னால கலவரம் போலீஸ் குவிப்பு... இந்த மாதிரி ஆயிட்டதால அவர்மேல அங்குள்ள டாக்டர்கள் கவனம் செலுத்தாம நிலைமை சீரியஸாகி, உயிரே போகக் கூடிய நிலைமை!"

"அய்யோ!"

"கடைசி நேரத்துல ஸ்பெஷலிஸ்டுகள் இறங்கி ஏதோ செஞ்சு தற்காலிகமா காப்பாத்திட்டாங்க! ஆனா பிரச்னை தீரலை!"

"அதனால?"

"அவங்க சம்சாரம் அம்சவேணி பதட்டமாகி, சண்டை போட்டிருக்காங்க! அங்கே இருந்தா, தன் கணவர் உயிருக்கு எந்த நேரமும் ஆபத்து வரலாம்னு பேசியிருக்காங்க!"

ரங்கநாயகி நிமிர்ந்து உட்கார்ந்தாள்.

"ஆச்சர்யம்! ஆம்ஸ்ட்ராங் ஆஸ்பத்திரியை தாங்கிப் பிடிக்கற ஒரு தூண் குணசேகரன்! அது நிச்சயம்! கார்ப்பரேட் கம்பெனில அவரும் பங்குதாரர்னு கேள்வி! அவங்க ஆளாச்சே அவர். அவர் சம்சாரமா அப்படி பேசுவாங்க?" டாக்டர் பிரவீன் கேட்க,

"தனக்குனு வந்தாத்தான் வலி தெரியும் பிரவீன்?" கிச்சாமி சொல்ல,

ரங்கநாயகிக்கு போன் வந்தது! எடுத்தாள்.

"அம்மா! குணசேகரன் அய்யாவோட ஜியெம் பேசறேன். மேடம் உங்ககிட்ட பேசணுமாம்!"

"யாரு மேடம்?"

"அம்சவேணியம்மா! அவங்க சம்சாரம்!"

"குடுங்க!"

"வணக்கம் டாக்டர். நான் திருமதி குணசேகரன்!"

"சொல்லுங்க மேடம்! வணக்கம்!"

"நான் உங்களை உடனே பாக்கணும், முடியுமா!"

"உங்க ஆஸ்பத்திரிக்கே நான் வரலாமா?"

"வாங்களேன்!"

"பதினைஞ்சு நிமிஷத்துல இருக்கேன்!"

ரங்கநாயகி பிரவீனிடம் இதைச் சொல்ல, யாருக்கும் எதுவும் புரியவில்லை.

"அப்பா! நீங்க புறப்படுங்க! மற்ற டாக்டர்கள் வேலைகளை கவனிங்க! பிரவீன்! நீங்க மட்டும் இருங்க! ஜேக்கப் சாரை வரச் சொல்லுங்க!" சொன்ன நேரத்துக்கு அம்சவேணி வந்துவிட,

நாலைந்து கார்களில் அவர்களது பரிவாரங்கள்! முக்கியமானவர்கள் மட்டுமே உள்ளே வந்தார்கள்.

அம்சவேணிக்கு ஐம்பதுகளின் ஆரம்பம்! தளதளப்பாக, பால்கோவா நிறத்தில், களையாக எண்பதுகளின் கதாநாயகியரின் அம்சத்துடன் இருந்தாள். அவளது மகள் கரிஷ்மா... ஜியெம் - இன்னும் இரண்டு அதிகாரிகள் தவிர, செக்யூரிட்டிகள் இருவர்.

சுய அறிமுகம் ஆனது!

ரங்கநாயகி அவர்களை உட்காரச் சொல்ல,

"டாக்டர்! உங்களுக்கு என் மகள் கரிஷ்மாவோட வயசுதான் இருக்கும்! இந்தச் சின்ன வயசுல, வெளிநாட்டுக்குப் போய் படிச்சிட்டு வந்து, இங்கே ஒரு புரட்சியை நடத்தறது பிரமிப்பா இருக்கு! உங்களுக்கு என் வாழ்த்துகள்!"

"இது புரட்சி இல்லை மேடம். எதுக்கு பெரிய வார்த்தைகள்! ஒரு டாக்டரோட கடமை! சமூகப் பொறுப்பு! அவ்ளோதான்!"

“இது தன்னடக்கம்! சரி நான் வந்த விஷயத்தைப் பேசிர்றேன். ஆம்ஸ்ட்ராங் ஆஸ்பத்திரியை தாங்கிப் பிடிக்கற ஒரு தூண், என் கணவர் குணசேகரன் கார்ப்பரேட் கம்பெனில பெரிய ஷேர் ஹோல்டர்!”

“கேள்விப்பட்டேன்!”

“என் கணவருக்கு அங்கே நல்ல ட்ரீட்மெண்ட் இல்லை டாக்டர். இப்ப நடந்த கலவரத்துல டாக்டர்களோட கவனக்குறைவை நாங்க தெரிஞ்சுகிட்டோம்!”

“ஆச்சர்யம்! அப்பாவி மக்களை, பணம் நிறைய உள்ளவங்களை நிரந்தர நோயாளியாக்கறதுதான் அவங்க வாடிக்கை! அவங்கள்ல ஒருத்தரான உங்களுக்குமா இந்தக் கதி?”

“காரணம் - அங்கே உள்ள திறமைக் குறைச்சல் - பணத்தாசை... மெத்தனம் எல்லாம்தான்! நீங்க சொல்ற எல்லாமே நிஜம் டாக்டர்!

உங்க முதல் மீடியா இன்டர்வ்யூ பார்த்து நானும் அவரும் ஆத்திரப்பட்டோம். உங்ககிட்ட பேச நினைச்சோம். அந்தப் பாவத்துக்கு இப்ப அனுபவிக்கறோம். இப்ப உங்க உதவியை நாடி வந்திருக்கோம்!”

“என் உதவியையா?”

“ஆமாம்! என் கணவர் தொடர்ந்து அங்கே இருந்தா, அவரோட உயிருக்கு உத்தரவாதம் இல்லை. என் மனசுல பயம் வந்தாச்சு! செல்வாக்கு, பணத்தைவிட, ஒரு மனைவிக்கு புருஷன் உயிர்தான் முக்கியம். அதை இழந்துட்டு கோடிகளை வச்சிட்டு என்ன செய்ய முடியும்? ஒரு மனைவியா உங்களை நாடி வந்திருக்கேன்!”

“நான் என்ன செய்யணும்?”

“அவரை இங்கே சேர்த்துக்கிட்டு, குணப்படுத்தணும்!”

ரங்கநாயகி படக்கென எழுந்துவிட்டாள்.

"என்ன சொல்றீங்க?"

"மாட்டேன்னு சொல்லிடாதீங்க டாக்டர்! இது ரொம்ப அவசரம். ஒரு நாள் தாமதிச்சாக்கூட, நான் அவரை இழக்கக் கூடிய அபாயம் உண்டு!"

"என்ன சொல்றீங்க? பெரிய அரசியல் கட்சிகளுக்கே நிதி உதவி செய்யற உங்க கணவரை இவங்க கொல்லுவாங்களா என்ன? நம்ப முடியலியே?"

"கொல்லமாட்டாங்க! கவனக் குறைவான அவங்க சிகிச்சையால இவரோட நிலைமை மோசமாயாச்சு! அதை சரி செய்யறேன்னு மறுபடியும் சரியா ட்ரீட்மெண்ட் தரலைனா? உங்கமேல எனக்கு நம்பிக்கை இருக்கு! நீங்க சம்மதிச்சிட்டா, உடனே அவரை இங்கே கொண்டு வந்துடலாம்!"

மதன் அனுமதி பெற்று உள்ளே வந்தான்!

ரங்கநாயகி யோசிக்கும் நேரம் ஜேக்கப்பும் வந்துவிட்டார்.

"அவசரமா உங்ககிட்ட பேசணும் டாக்டர்!"

"நீங்க இங்கயே ஒக்காருங்க மேடம்! இதோ வர்றேன்!"

ரங்கநாயகி, ஜேக்கப், மதன், பிரவீன் நாலு பேரும் பக்கத்து அறைக்கு வந்தார்கள்.

விவரங்களை அலச, மதன் குறுக்கிட்டான்.

"ரங்கு! எனக்கு சந்தேகமா இருக்கு! இந்த குணசேகரன் முழுக்க முழுக்க அவங்க ஆள்னு இந்த உலகத்துக்கே தெரியும். சொல்லப் போனா, மருந்துங்கற பேர்ல விஷத்தை இறக்குமதி செய்ய பெரும் பக்கபலமா இருக்கறது இவரோட செல்வாக்கும், பண பலமும்தான்! அப்படிப்பட்டவர் அங்கே சரியா சிகிச்சை தரலைனு இங்கே உன் உதவியை நாடறது நம்பும்படியாவா இருக்கு?"

"ஆமாம் டாக்டர்! இதுல பெரும் சதி இருக்கு! அடிபட்டவங்க அடுத்த கட்ட போரை தந்திரமா குணசேகரன் மூலம் ஆரம்பிக்கறாங்க!"

"அதுல சந்தேகமே இல்லை ரங்கு அவசரப்படாதே!"

"ஜேக்கப் சார்! நீங்க என்ன சொல்றீங்க?"

"இவங்க இங்கே வரப் போறாங்கனு எனக்கு ஏற்கனவே தகவல் வந்தாச்சு ரங்கு!"

"அதனாலதான் இந்தப் பதட்டமா?"

"இல்லைமா! கமிஷனருக்கு வந்த ரகசியத் தகவல்! ஏதோ ஒரு திட்டத்தைப் போட்டு, உன்னை சிக்க வச்சு, சட்டபூர்வமா உள்ளே தள்ள நடவடிக்கை ஆரம்பிச்சிருக்காம்! நாங்க நினைச்சாலும் உன்னைக் காப்பாற்ற முடியாத அளவுக்கு சட்டச் சிக்கலையும், பழியையும் உன்மேல போட்டு, உன்னை நிரந்தரமா உள்ளே வைக்க அவங்க மேலிடம் திட்டம் போட்டு பேசத் தொடங்கியாச்சு! இவருக்கு உளவுத்துறை மூலமா வந்த தகவல்!"

டாக்டர் பிரவீன் பதட்டமானான்.

"அவங்க செய்வாங்க! நியாயத்தைக் கேட்ட என்னை கொலைப்பழி சுமத்தி உள்ளே வச்சவங்கதானே? எங்கம்மா பைத்தியமாகி, என் குடும்பமே சீரழிஞ்சு போச்சே! வேண்டாம் டாக்டர்! உங்களுக்கு அந்த கதி வர வேண்டாமே!"

நிமிர்ந்து பார்த்தாள் ரங்கநாயகி!

மதன் அருகில் வந்தான்.

"ரங்கு! அதை முறியடிக்க நாம யோசிக்கலாம். இந்த குணசேகரனை இங்கே சேர்க்க வேண்டாம். மேலிடம் போடற திட்டத்தோட திறவுகோலே இந்த குணசேகரன்தான். இவரை வச்சு உன்மேல தீராத பழியைப் போட முடியும் ரங்கு!"

"ஆமாம் டாக்டர்! அவருக்கு ஏற்கனவே உடல்நிலை எப்படின்னு தெரியலை!" பிரவீன்.

"ரிப்போர்ட் இருக்குமே!"

"உள்ளே இவர் ஓய்வெடுக்கக்கூடப் போயிருக்கலாம். அவங்க தர்றதுதானே ரிப்போர்ட்! ஆஞ்சியோ, அட்டாக், பைபாஸ்னு எல்லாமே நாலைந்து காகிதங்கள் சொல்ற கதைதானே! உள்ளே என்ன நடக்குதுனு யாருக்குத் தெரியும்?"

"நிச்சயமா அவங்க ஆளை அவங்க கொல்லப் பாக்க மாட்டாங்க! இதை ஒரு குழந்தைகூட நம்பாது ரங்கு!"

"நாமும் நம்ப மாட்டோம்னு அவங்களுக்குத் தெரியாதா மதன் அண்ணா?"

"இல்லைமா! நோய்னு வந்துட்டா நீ ஏத்துப்பேனு ஒரு நம்பிக்கை எல்லாருக்கும் உண்டு! இது பெரிய வலை. உன்னை சிக்க வைக்கற சூழ்ச்சி வலைதான் ரங்கு!"

"இப்ப இருக்கற நிலைமைல, உங்களை இங்கே சேர்த்துக்க முடியாத நிலைல இருக்கோம்னு சொல்லி, அனுப்பிடு!"

"ஆமாம்மா!" மூவரும் சொல்ல,

ரங்கநாயகி யோசித்தாள்.

"என்னம்மா ரங்கு! இரக்கப்படாதே! உன் பலம், பலவீனம் ரெண்டுமே இந்த பாழாப்போன இரக்கம்தான்!"

ரங்கநாயகி சிரித்தாள்.

"நல்லவங்களைக் கூட சூதாட்டத்துல சகலத்தையும் இழக்க வச்சான் சகுனி! இது அரசியல் சதுரங்கம்! அத்தனை சீக்கிரம் இதுல நல்லவங்க ஜெயிக்க முடியாது ரங்கு!"

"ஒரு பத்து நிமிஷம் என்னைத் தனியா விடுங்க எல்லாரும்! நான் மன்னிகிட்டப் பேசணும்!"

“சரி ரங்கு! உன் கோர்ட் அதுதானே? அவங்க தர்ற தீர்ப்புதான் உன்னோட கீதை! எல்லாரும் வெளில வாங்க!”

மூவரும் வெளியேற,

ரங்கு கண்மூடி அமர்ந்தாள். டேபிள் மேல மடிசார் மாமி ரங்கநாயகியின் சிரித்த முகம்!

“மன்னி! நீ என்ன சொல்ற? உன் தீர்ப்புதான் இதுல எனக்கு முக்கியம்!”

காகிதம் எடுத்து, ‘குணசேகரனை சேர்க்கலாம்’ ‘கூடாது’ என தனித்தனியாக எழுதிக் குலுக்கினாள்.

“மன்னி! நீ என்ன சொன்னாலும் அதை ஒத்துக்க நான் தயார். தீர்ப்பு உன்னுது!”

குலுக்கி படத்தின் முன்பு போட்டாள்.

ஒன்றைக் கையில் எடுத்தாள். பிரித்தாள். மடிசார் மாமி எழுதிய தீர்ப்பு என்ன?

19

அத்தியாயம்

சேர்க்கலாம் கூடாது என இரு சீட்டுக்களை எழுதி மன்னி படத்தின் முன்பு வைத்தாள் ரங்கநாயகி!

மனதார பிரார்த்தனை செய்து கொண்டு ரங்கநாயகி ஒன்றை எடுக்க, அத்தனை பேரும் பதட்டமாகப் பார்க்க,

பிரித்தாள்

"சேர்க்கலாம்!" என வர, அத்தனை பேரிடமும் ரங்கநாயகி அதைக் காட்ட,

"வேண்டாம் ரங்கு! இது ஆபத்து? ஆம்ஸ்ட்ராங்ல குணசேகரன் பங்குதாரர்! அதுல முக்கியப் புள்ளி! அவங்க அவருக்கு சிகிச்சை தராம இருக்க மாட்டாங்க! நிச்சயமா இது பெரிய வலை!" ஜேக்கப் சொல்ல,

பிரவீன் அருகில் வந்தான்.

"ஆமாம் டாக்டர்! அவர் கண் அசைச்சா, அந்த ஆஸ்பத்திரியே ஸ்தம்பிக்கும்! நானே பார்த்திருக்கேன்!"

மற்ற டாக்டர்களும் சொல்ல, ரங்கநாயகி எந்த பதிலும் பேசாமல், அம்சவேணியிடம் வந்தாள்.

"அவர் உயிரைக் காப்பாத்துங்க டாக்டர்!" அம்சவேணி அழ, மகள் கரிஷ்மா, ரங்கநாயகியின் காலில் விழ,

மதன் குறுக்கே வந்து,

"நீங்க சொல்றதை யாராவது நம்புவாங்களா? அங்கே உங்க கணவர் பெரிய புள்ளி! அவருக்கே அவங்க அல்வா குடுப்பாங்களா?"

"தயவுசெஞ்சு புரிஞ்சுக்குங்க! கொஞ்ச நாளா அவங்க போக்கு சரியில்லைனு இவர் தட்டிக்கேட்டு, உள்ளே உள்ள பல பேரோட பகையை தேடிக்கிட்டார். இப்ப நடந்த கலவரத்துல பேஷன்டுகள் தெறிச்சு ஓட, தன்னைக் காப்பாத்திக்கற முயற்சில பல டாக்டர்கள் இவரை கவனிக்கலை அதுதான் நிஜம்! தனக்கே ஆபத்து வரும்போது, மத்தவங்களைப் பற்றி யாராவது கவலைப்படுவாங்களா? அதுதான் நடக்குது! இதுல எந்த நாடகமும் இல்லை டாக்டர்!"

ரங்கநாயகி நெருங்கினாள்.

"முதல்ல அவரை இங்கே ஷிஃப்ட் பண்ணி கொண்டு வாங்க! அட்மிஷன் முடியட்டும்! மற்றதை அப்புறம் பேசலாம். உயிரை வச்சுக்கிட்டு விளையாடறது தப்பு! ஆம்புலன்ஸ் அனுப்புங்க! மதன் அண்ணா! நீயும், ஜேக்கப் சாரும் போங்க!"

"சரி ரங்கு!"

"மதன் நீயுமா?"

"மன்னி சொல்லிட்டா, ரங்கு மாத்திக்கமாட்டா! ஜேக்கப் சார் வாங்க!"

அடுத்த ஒரு மணி நேரத்தில் ஆம்புலன்ஸ் வந்து நிற்க, குணசேகரன் அவசர சிகிச்சைப் பிரிவுக்கு கொண்டு செல்லப்பட்டார்.

ஸ்பெஷலிஸ்ட் டாக்டர்களை ஏற்கனவே ரங்கநாயகி வரவழைத்திருக்க, எல்லாமே துரிதமாக நடந்தது!

மதன் இதையும் விடவில்லை.

ஏற்கனவே Breaking news என்ற தலைப்பில் செய்தி சேனல்களில் இந்தச் செய்தி பற்றி எரிந்து கொண்டிருக்க,

குணசேகரன் சங்கதியும் ஒளிபரப்பானது.

இவர்கள் பேசுவதை உடனே வீடியோ எடுத்து சுடச்சுட அப்லோட் செய்ய, மதன் ஒரு நிருபரை நியமித்திருக்க, அங்கிருந்து குணசேகரன் ஒரு பலத்த சர்ச்சைக்குப் பிறகு வெளியே வரும் சம்பவம் - சாலைப் பயணம், இங்கே வந்து இறங்கி, அவர் ஸ்ட்ரெச்சருக்கு மாற்றப்பட்டு அவசர சிகிச்சைப் பிரிவுக்குள் போகும் வரை Live ஆக ஒளிபரப்பானது.

மற்ற நிகழ்ச்சிகள் எதையும் மக்கள் பார்க்காமல், ஜல்லிக்கட்டு போராட்டத்துக்கு அடுத்தபடியாக இந்த நிகழ்ச்சிக்கு டி.ஆர்.பி. எகிறிக் கொண்டிருந்தது.

உள்ளே டாக்டர்கள் சீரியஸாக செயல்பட்டுக் கொண்டிருக்க, ஏற்கனவே மருத்துவப் பரிசோதனை அறிக்கை முழுவதும் அம்சவேணி கையில் இருந்தது!

அதை ரங்கநாயகி ஆராய்ந்து கொண்டிருந்தாள்.

அவர்கள் ஒரு கட்டத்துக்கு மேல் சிகிச்சையில் மெத்தனமாக செயல்பட்டதை மருத்துவ அறிக்கைகள் வெளிச்சம் போட்டன. அவருக்கு ஆரம்பகட்ட முதலுதவிகளை முடித்துவிட்டு டாக்டர் குழு வெளியே வர,

ரங்கநாயகி அறையில் விவாதம் தொடங்கியது!

மதன் கேமராவுடன் உள்ளே வந்துவிட,

"அண்ணா இப்ப கவரேஜ் வேண்டாம். அவர் சமூகத்துல பெரிய புள்ளி! எல்லாத்தையும் வெளிச்சம் போடறது சரியில்லை! ஆம்ஸ்ட்ராங் அராஜகம் மட்டுமே மக்களை போய்ச் சேரட்டும்!"

"இதுவும் அதுல ஒரு பகுதிதானே ரங்கு?"

“இதுல சொந்த சங்கதிகளும் கலந்து வர வாய்ப்புண்டு! அதை எல்லாரும் எதுக்கு தெரிஞ்சுக்கணும்? வெளில இருங்க!”

“சரிம்மா!”

டாக்டர்களுடன் விவாதிக்க அதிர்ச்சிகரமான வேறு சில உண்மைகள் வெளியே வந்தன.

ரங்கநாயகி அறிக்கையின் சில பக்கங்களைப் பார்த்ததுமே இதை எதிர்பார்த்தாள்.

“சரி! இப்ப எந்த நிலைமைல அவர் இருக்கார்! உயிருக்கு ஆபத்து இல்லையே?”

“இன்னும் எட்டு மணி நேரம் போகணும்! ரெண்டாவது அட்டாக், கொஞ்சம் சிவியர்தான்! சர்ஜரிக்குக் கூட இப்ப ஒடம்பு அனுமதிக்காது டாக்டர்!”

சொன்னவர் கார்டியோ ஸ்பெஷலிஸ்ட்!

“சரி! ஜாக்ரதை! அவரை மீட்டு எடுக்கணும்! நம்ம ஆஸ்பத்திரிக்கு கொண்டு வந்துட்டோம். நிச்சயமா அவர் பிழைப்பார். எனக்கந்த நம்பிக்கை இருக்கு! நீங்க ப்ரொஸீட் பண்ணுங்க!”

டாக்டர்கள் கலைந்து போக,

ஜேக்கப், மதன், பிரவீன் உள்ளே வந்தார்கள்.

“ரங்கு! இப்ப, இங்கே குணசேகரனுக்கு ட்ரீட்மென்ட் தர்ற எல்லாருமே நல்ல டாக்டர்கள் தானே?”

“ஏன் சார் இப்படி ஒரு சந்தேகம்?”

“இல்லைம்மா இவங்கள்ல ரெண்டு பேரை விலைக்கு வாங்கிட்டா, அவரை காலி பண்ண அவங்களால முடியும்! எல்லாருக்கும் ஒரு விலை உண்டு இல்லையா?”

“எனக்கந்த சந்தேகம் இல்லை சார்!”

"ரங்கு! சார் சொல்றது நியாயம்! குணசேகரன் பெரும்புள்ளி! அங்கே மையப்புள்ளி. அவரை இங்கே கொண்டு வந்திருக்கோம்!"

"அவர் மனைவி சொல்லி கொண்டு வந்தோம். பிரச்னைகளை அவங்க சொல்லித்தான் குணசேகரன் இங்கே அட்மிட் ஆகியிருக்கார்! அது இப்ப நியூஸ் சேனல்ல ஏர்ல போயிட்டே இருக்கு!"

"சரி ரங்கு! அவருக்கு 8 மணி நேரம் கெடு! ஸாரி டு ஸே, அவரைக் காப்பாற்ற முடியலைனா எல்லாமே தலைகீழா திரும்பும் ரங்கு! அதான் பயம்மா இருக்கு! புருஷனை மீட்க முடியலனா, இந்தம்மாவே நமக்கெதிரா திரும்பலாம். அங்கே இருந்த வரைக்கும் பிரச்னையில்லை. இங்கே வந்துதான் இழப்புனு ஆயிடும்! நாம இனி எடுத்து வைக்கற ஒவ்வொரு அடியும் ரொம்ப கவனமா இருக்கணும்!"

மதன் சொல்ல,

"அண்ணா! யோசிக்காம எதையும் நான் செய்யலை. இதுல உள் விவகாரங்கள் நிறைய இருக்கு! இவருக்கு அட்டாக் வரும்னு யாரும் எதிர்பாக்கலை. நோய்ல பொய் இல்லை. அதை புத்திசாலிகள் எப்படி பயன்படுத்தப் போறாங்கனு பாக்கணும்!"

"அதைத்தான் சொல்றோம்!"

"டாக்டர்கள் யாரும் நம்ம ஆஸ்பத்திரில க்ரிமினல்கள் இல்லை. விவகாரம் எங்கே ஆரம்பிக்கும்னு குணசேகரன் பிழைச்ச பிறகு நான் சொல்றேன்! இப்ப எதுக்கும் கவலைப்படாம வேலையை கவனிங்க!"

"சரிம்மா!"

ரங்கநாயகி தனியாக உள்ளே வந்தாள்.

ஜேக்கப்பை மட்டும் அழைத்தாள்.

சில விவரங்களை அவள் சொல்ல, ஜேக்கப் அதிர்ந்து போனார்.

“அப்படியா சொல்ற?”

“உள்நாட்டுக் கலகம் தொடங்கியாச்சு! ஒரு பெரிய மனுஷனுக்கு எப்பவுமே எதிரிகள் வெளில இல்லை! உள்ளேதான்!”

“நீ என்ன சொல்ற?”

“கைகேயிக்கு பேராசையை ஊட்டி, மனசை விஷமாக்க ஒரு கூனி உள்ளே புகுந்த காரணமாத்தான் நமக்கு ராமாயணமே கிடைச்சது! கூடியிருந்து குடியைக் கெடுத்த சகுனிதான் மகாபாரதத்தோட கதாநாயகன். குணசேகரனுக்கும் எதிரிகள் வெளில இல்லை. உள்ளேதான்!”

“யாரது ரங்கநாயகி?”

“இப்ப வேண்டாம்! ஆதாரங்களை திரட்டின பிறகு சொல்லலாம். நீங்கதான் அதை செய்யப் போறீங்க?”

“நான் போலீஸா இருந்தாலும் எனக்கு பயம்மா இருக்கு! நீ நெருப்பு ஆத்துல இறங்கறே ரங்கநாயகி!”

“வெந்து போகாம வெளில கொண்டு வருவா மன்னி! எனக்கந்த நம்பிக்கை எப்பவும் உண்டு!”

போன் அடித்தது! கிச்சாமி!

“என்னம்மா ரங்கு! நானும் அம்மாவும் டி.வி. முன்னால இருக்கோம். நொடிக்குநொடி புதுசு புதுசா பரபரப்பா செய்திகள் வந்துகிட்டே இருக்கே!”

“இன்னும் வரும்பா!”

“நீ எப்ப ஆத்துக்கு வருவேம்மா?”

“குணசேகரன் ஆபத்தைக் கடந்த பிறகு! அதுவரைக்கும் நான் இங்கேதான்பா இருந்தாகணும். நீங்க ரெண்டு பேரும் டென்ஷன் பட வேண்டாம்பா! அம்மாகிட்ட குடு!”

ஷோபா கைக்கு மாற, பேச முடியாமல் விசும்பல் மட்டும் தெறிக்க,

"அம்மா! எந்த பிரச்னையும் இல்லை! நீ தைரியமா இரு! நீ பாக்காத கஷ்டங்களா? தாண்டி வரலையா? எல்லாம் சரியாகும்! சாப்பிடாம இருக்காதே! ராத்திரி எனக்கு சப்பாத்தி, சப்ஜி பண்ணி எடுத்துண்டு நீயும், அப்பாவும் வாங்கோ! சரியா?"

இங்கே ரங்கநாயகி உத்தரவிட,

உள்ளே குணசேகரனுடன் டாக்டர் குழு மல்லுக்கட்டிக் கொண்டிருக்க, ஜேக்கப் சட்டப்பூர்வமான சில முன் ஜாக்கிரதை நடவடிக்கைகளை எடுக்க,

மதன் சேனல் சங்கதிகளில் ஐக்கியமாக,

அங்கே விக்ரம், ஆம்ஸ்ட்ராங் உயர்மட்டக் குழு, ஒரு சில அரசியல் காக்கைகள் கூடியிருந்தார்கள்.

விக்ரம் கொதிநிலையில் இருந்தான்.

"வெளில தலைகாட்ட முடியலை! ஏற்கனவே பிரச்னை! இப்ப குணசேகரன் மேட்டரை - சேனல்ல கிழிக்கறான். கருத்துக் கணிப்புகள் வேற! தோண்டித் தோண்டி எடுக்கறான்!"

ஆம்ஸ்ட்ராங் ஆஸ்பத்திரி சேர்மன் பாதி மரித்திருந்தார்.

"கூட்டமே கலைஞ்சாச்சு! மக்கள் இப்பவும் ரகளைல இருக்காங்க! போலீஸ் சூழ்ந்திருக்கு! இந்த குணசேகரன் சங்கதிதான் நம்மை அதலபாதாளத்துல தள்ளியிருக்கு! இதுலேருந்து வெளில வரவே முடியாது! ரங்கநாயகிக்கு எல்லாமே சாதகமா இருக்கு! அவளை உடைக்கவே முடியாதா?"

"முடியும்!" விக்ரம் குரல் அழுத்தமாக ஒலிக்க,

"எப்படி விக்ரம்?"

"குணசேகரனுக்கு 8 மணி நேரம் கெடு! நாளைக்குக் காலை அவருக்கு விடியல் கூடாது! அந்த ஆள் இயல்பாகவே செத்தாலும், நாம அதுக்கு புதுச்சாயம் பூசி, உடனே ரங்கநாயகியை கைது செஞ்சிடலாம். அதுக்கான எல்லா ஏற்பாடுகளையும் ஏற்கனவே நான் செஞ்சாச்சு!"

"அவர் பிழைச்சிட்டா?"

"மாட்டார்! குணசேகரனை கொல்லப் போறோம்!"

"பாதுகாப்புகள் அடர்த்தியா இருக்கு! ஜேக்கப் கண்கொத்திப் பாம்பா, ஒரு போலீஸ் படையை வச்சிருக்கார். அவரை மீறி ஒரு கொசுகூட உள்ளே போகமுடியாது! அப்படியிருக்க குணசேகரனை கொல்லப் போறது யாரு?"

பதிலை விக்ரம் சொல்ல,

அத்தனை பேரும் அலறி விட்டார்கள்!

20

அத்தியாயம்

"குணசேகரனைக் கொல்லப் போறது யாரு?"

மற்றவர்கள் கேட்க, விக்ரம் சொன்ன பதில் அனைவரையும் ஸ்தம்பிக்க வைத்தது!

"ரங்கநாயகி உட்பட, அவளோட ஆஸ்பத்திரியில யாருமே கொஞ்சம்கூட சந்தேகப்படாத ஒரு நபர்!"

"அதான் யாரு?"

"குணசேகரனோட மனைவி-அம்சவேணி!"

"எ... என்னது? அம்சவேணியா? என்ன பேசறீங்க விக்ரம். அந்தம்மாதான் இத்தனை குழப்பத்துக்கும் காரணம்! அவரோட ரெண்டாவது அட்டாக் வந்ததும் ரகளை பண்ணி, ரங்கநாயகியை போய்ப்பார்த்ததே, அம்சவேணிதானே? அவங்க நம்ம ஆம்ஸ்ட்ராங் ஆஸ்பத்திரி பற்றி தப்பு, தப்பா பேசின அத்தனையும் இப்பவும் நியூஸ் சேனல்ல போயிட்டுத்தானே இருக்கு அவங்க புருஷனைக் காப்பாற்ற ரங்கநாயகியால மட்டும்தான் முடியும்னு எடுத்த முடிவுதானே நமக்கு பாதகம்! அவங்களே எப்படி தன் புருஷனைக் கொல்லுவாங்க?"

விக்ரம் சிரித்தான்.

ஆம்ஸ்ட்ராங் சேர்மனுக்கு கோபம் வந்துவிட்டது!

"ஆர் யூ மேட் விக்ரம்? நடக்கற சம்பவங்களை பார்த்த அதிர்ச்சில உங்க மூளை கலங்கிப் போச்சா?"

"டாக்டர்! நான் எப்பவுமே ஸ்ட்ராங்... அதனால தான் ஆம்ஸ்ட்ராங் ஆஸ்பத்திரிகூட உறவு வச்சுக்க முடியுது! நாம எல்லாருமே கிரிமினல்கள்தான்! புரியுதா?"

"என்னால நீங்க பேசற எதையும் ஜீரணிக்க முடியலை!"

"நடந்த பிறகு நம்புவீங்களா? நாளைக்குக் காலைல குணசேகரன் செத்த சேதி வரும்! அடுத்த அரைமணி நேரத்துல உங்க புகார் கமிஷனர்கிட்ட! ரங்கநாயகி அதுக்கும் அடுத்த அரைமணில கைது செய்யப்படுவா! ஒன்ஸ், அவ உள்ளே போனா, ஆயுசுக்கும் வெளில அவ வர முடியாதபடி நான் பார்த்துப்பேன்! நம்ம ஆஸ்பத்திரியை அழிக்க அவ திட்டங்களை போட்டதா ஆட்களை வச்சு ஆதாரங்களோட வரிசைப்படுத்துவேன்! இப்ப அவ அடிக்கற மீடியா கூத்து அவளுக்கு எதிரா திரும்பும் டாக்டர்! ஜேக்கப்புக்கு வேலை போகும்! சேனல் மேல சட்டம் பாயும்! அந்த மதன் 24 மணி நேரத்துல கொல்லப்படுவான் குடிச்சிட்டு பைக் ஓட்டினதா தகவல் வரும்! ரங்கநாயகியோட ஒட்டுமொத்த சாம்ராஜ்யமும் எரியும். அப்பவும் இதே நியூஸ் சேனல் பிரேக்கிங் நியூஸ்னு போட்டு கதறும்!"

சொல்லிவிட்டு விக்ரம் நிதானமாக ஒரு சிகரெட்டைப் பற்ற வைத்து இழுத்தான்!

இன்னொரு டாக்டர் அருகில் வந்தார்.

"ஸாரி டாக்டர்! அதெப்படி அம்சவேணி, தன் புருஷனைக் கொல்லுவாங்க?"

"தெரிஞ்சே தன் தாலியை தானே ஒருத்தி அறுத்துப்பாளா?"

"அப்படீன்னா?"

"அந்தம்மாவுக்கே தெரியாம ஒரு வலையை விரிக்கப் போறேன்! அதுல இந்த மரணம் நிகழும்!"

"எப்படி?"

"அவங்க சந்தியா கால நேரத்துல குன்றத்தூர் வேப்பமரத்தடி சித்தரை இன்னிக்கு பாக்கப் போவாங்க!"

"அது யாரு?"

"அவங்க ரொம்ப அதிகமா நம்பற தெய்வ சக்தி படைச்ச ஒரு சித்தர். முப்பது வருஷமா அம்சவேணி அவரைக் கேக்காம எந்த முடிவையும் எடுக்கறதில்லை. இது குணசேகரனுக்குப் பிடிக்காது! பலமுறை சண்டையும் வந்திருக்கு! ஆனா நடந்த, நடக்கற, நடக்கப் போற எல்லாத்தையும் அந்த சித்தர் சொன்ன காரணமா, அதுல பத்துக்கு ஒன்பது பலிச்ச காரணமா, அந்தம்மா சித்தரைக் கலக்காம எதையும் செய்யறதில்லை!"

"இவருக்கு மாரடைப்பு வந்தப்ப போனாங்களா?"

"ம்! போனாங்க! அவருக்கு கண்டம் பெரிய பல மாற்றங்கள் நிகழும், பிரளயம் வெடிக்கும்னு அவர் சொல்லியிருக்கார்!"

"அப்படியா?"

"அவரோட சிஷ்யன் காசி, நம்ம ஆள்தானே?"

"அங்கேயும் விலை பேசியாச்சா?"

"எல்லா தகவலும் வந்துடும். இன்னிக்கு சாயங்காலப் பகல் போய் இருட்டு வரக் கூடிய அந்திப் பொழுதுக்கு அவங்க சந்திப்பு நடக்கப் போகுது! ஒரு பெரிய சிக்கலான சங்கதியை சித்தர் சொன்ன காரணமா, குணசேகரன் அம்சவேணி மத்தில பெரிய யுத்தமே நடக்குது! அவரோட மாரடைப்புக்கு வேர் அங்கேதான் இருக்கு!"

"இதென்னது புதுசா?"

"இப்ப விடுங்க! குணசேகரன் செத்து ரங்கநாயகி ஜெயிலுக்குப் போன பிறகு அதை உலகமே பேசும்."

"சரி! சித்தருக்கும், அம்சவேணியால புருஷன் சாகறதுக்கும் என்ன தொடர்பு?"

''போதும்! இனி பேசினா சுவாரசியம் போயிடும்!''

''சொல்லுங்க, டாக்டர்!''

''சித்தர் நடப்புகளை சொல்லிட்டு, கடைசியா ஒரு சிந்தூரம் தர்றது பழக்கம்.''

''பிரசாதமா? ஆஞ்சநேயர் கோயில்ல தருவாங்களே!''

''அதேதான். அதை எடுத்துட்டுப் போய் அனுமதி வாங்கி அம்சவேணி, குணசேகரனோட நெற்றில், தொண்டைக்குழில லேசா பூசப் போறாங்க!''

''பூசிட்டு?''

''சித்தர் தர்றது ஆஞ்சநேயர் அருள் பெற்ற சிந்தூரம்தான். ஆனா நம்ம சிஷ்யன் காசியை தயார் பண்ணியாச்சு! அதுல கடுமையான ஒரு ரசாயனத்தை அவன் கலந்திருப்பான்! நம்ம ஆம்ஸ்ட்ராங் விஷம்தான்!''

''விக்ரம்!'' சேர்மன் முறைக்க,

''டாக்டர்! நாம தர்றது மறைமுக விஷம். இது நேரடி விஷம்! அவங்க அதை வச்ச அஞ்சே நிமிஷத்துல அது ஒரு மாதிரி ஆவியாகி, நெத்திப் பொட்டு வழியா உள்ளே இறங்கும்! தொண்டைக்குழில நுழைஞ்சு, உணவுக்குழல், மூச்சுக்குழல் ரெண்டையும் அடைக்கும். பத்தே நிமிஷத்துல மரணம் நிகழும்!''

''இவங்க மேல சந்தேகம் வராதா?''

''ஏற்கனவே மாரடைப்புல உள்ள ஒரு பேஷன்ட், ஐசியுல ட்ரிட்மென்ட்ல இருக்கார். அவருக்கு கெடு வச்சாச்சு! மரணத்துக்கு நேரம் குறிச்சாச்சு! மனைவி, தெய்வபிரசாதத்தை வச்சா எப்படி சந்தேகம் வரும்?''

''சரி! மரணம் சம்பவிச்சு, நாம ரங்கநாயகி மேல பழி போட்டா, அதுவும் கொலைனா, பிரேத பரிசோதனை நடக்குமில்லையா? அதுல தெரியாதா?''

“தெரியாது! இது ஒரு மாதிரி ஆர்கானிக் விஷம், சபனிமேஷன்னு சொல்லுவாங்க! தமிழ்ல பதங்கமாதல். அந்த முறைல திடப் பிரசாதம், நேரடி ஆவியாக வேலையை காட்டிடும்! விஷத்தோட சுவடே இருக்காது! அவங்க சிகிச்சை தரலை. குணசேகரனைக் கொன்னுட்டாங்கனு நம்ம புகார்!”

“அம்சவேணி நமக்கு சாதகமா இருப்பாங்களா?”

“எதுக்கு! புருஷனை ரங்கநாயகி காப்பாற்ற முடியலைனா, அம்சவேணி சும்மா இருப்பாளா?”

போன் அடித்தது! எடுத்தார் விக்ரம்.

“டாக்டர்! நான் காசி பேசறேன்! அம்சவேணியம்மா புறப்பட்டாச்சு! அரைமணில இங்கே இருப்பாங்க!”

“நீ சிந்தூரத்தோட ஆலமரத்தடில நில்லு! எங்க ஆள் வருவான்!”

“சரி டாக்டர்!”

“சித்தர் கேட்டதும் கவனமா தரணும்! வாழை இலைல வச்சு வழக்கம் போல குடு!”

“ஆகட்டும் டாக்டர்!”

விக்ரம் உரக்கச் சிரித்தான்!

ஆறடிக்க ஐந்து நிமிடங்கள் இருக்கையில் அம்சவேணி சித்தரிடம் வந்துவிட்டாள்!

ஆர்கானிக் விஷம் காசி கைக்கு வந்து, அதை சிந்தூரத்தில் கலந்து அவன் தயாராக வைத்திருந்தான்!

அம்சவேணி சித்தரிடம் வந்து கதறினாள்.

‘நாளைக்கு காலை வரைக்கும் அதிகபட்ச கெடு! என் தாலி தப்பிக்குமா சித்தர் சாமி?’

“உலகம் முழுக்க உன் புருஷன் பற்றின செய்திகள்தான் போகுது அம்சவேணி!”

"அந்தப் பாவிகளுக்காக உழைச்சார். பல கோடி ரூபாய்களை கொட்டிக் கொடுத்தார். அத்தனையும் தப்பான பணம் சாமி! அப்பாவி மக்களோட உயிர்களை பலி வாங்கின மருத்துவ விஷம். அதுக்கு இவர் உடந்தையா இருந்த காரணமா, கடவுள் தண்டிச்சிட்டாரா சாமி?"

சித்தர் கண் மூடி அமர்ந்திருக்க,

"சமீபகாலமா நாங்க சந்தோஷமா இல்லை. பணத்துக்கும் நிம்மதிக்கும் தொடர்பு இல்லை சாமி! என் புருஷனை என்னால் ஜீரணிக்க முடியலை. அவர் செஞ்ச பாவங்களுக்குத்தான் இது கிடைச்சிருக்கு! அவர் இறந்தாத்தான் அதுக்கு ஒரு நியாயம் கிடைக்கும்னா, அவர் போகட்டும்!"

சித்தர் படக்கென கண்களைத் திறந்தார்.

"என்ன நடக்கும்? சொல்லுங்க சாமி!"

சித்தர் விழிகளை உருட்டினார். ஆலமரத்து மறைவில் சேனல் ஆள் ஒருவர் ரகசியமாக காமிராவை வைத்து படமாக்கிக் கொண்டிருப்பது தெரிந்தது!

"இப்ப எதையும் வெளிப்படையா பேச வேண்டாம்? ஒரு தர்மயுத்தம் நடக்குது தாயி! அதுக்கு முன்னறிவிப்பு கூடாது!"

"அவர் பிழைப்பாரா?"

"நியாயம் ஜெயிக்கும் தாயி!"

அவர் கைகளை நீட்ட, சிஷ்யன் காசி கடுமையான விஷம் கலந்த சிந்தூரத்தை எடுத்து நீட்டினான்!

"இந்தாங்க தாயி!"

பவ்யமாக அம்சவேணி அதை வாங்கிக் கொண்டாள்.

மெதுவாக நடந்து காரில் ஏறினாள்!

சேனல் ஆள், உடனே மதனுக்கு போன் போட்டு விவரம் சொல்ல,

"சரி! நான் பாத்துக்கறேன்!"

"இதை விஷுவல் பண்ணியாச்சு. அப்லோட் பண்ணிடலாமா?"

"வேண்டாம்! பாதுகாத்து வை! ஜனங்களுக்கு எல்லாத்தையும் உடைச்சிடக் கூடாது! கொஞ்சம் சஸ்பென்ஸ் இருக்கட்டும்!"

"சரி சார்!"

அம்சவேணி ஆஸ்பத்திரிக்கு வந்துவிட்டாள்!

நேராக ரங்கநாயகியிடம் வந்தாள்!

"ஒக்காருங்க!"

"சித்தர் சாமியை பார்த்து புலம்பிட்டு வர்றேன், டாக்டர்!"

"என்ன சொன்னார்?"

"தர்மம், நியாயம் ஜெயிக்கும்னு சொன்னார்!"

"நிச்சயமா நடக்கும்!"

"இந்த சிந்தூர பிரசாதத்தை அவருக்கு வச்சுவிட அனுமதி குடுப்பீங்களா?"

இலையில் தடவிய ஆரஞ்சு நிற பிரசாதம் பளிச்சென இருக்க,

ரங்கநாயகி பார்த்தாள்.

"தப்பில்லை! தெய்வத்துக்கு மேல எந்த டாக்டரும் இல்லை சிகிக்சையும் இல்லை! ரொம்ப நேரம் நிற்க வேண்டாம். பிரசாதத்தை வச்சிட்டு வந்துடுங்க!"

"நன்றி டாக்டர்!"

அம்சவேணி விஷம் கலந்த சிந்தூரத்துடன் ஐ.சி.யூ.வுக்குள் நுழைந்தாள்.

அவரது கட்டிலை நெருங்கினாள்.

மோதிரவிரல் முனையில் அதை எடுத்து, குணசேகரனின் நெற்றிப் பொட்டுக்கு கொண்டு சென்றாள்!

21

அத்தியாயம்

அம்சவேணி குணசேகரன் மனைவி விஷம் கலந்த சிந்தூரத்தை தன் கணவரது நெற்றிப் பொட்டில் வைக்கத் தயாராகிறாள்!

அந்த நேரம் வெளியே ஒரு அலறல் சப்தம்!

அம்சவேணி திடுக்கிட்டுத் திரும்ப, ஒரு நர்ஸ் வெளியே ஓட, வெளியே பரபரப்பு!

அம்சவேணியின் கவனம் திரும்ப, வெளியே அவர்களது மகள் கரிஷ்மா மயங்கி விழ, தகவல் உள்ளே போக, ரங்கநாயகி பரபரப்பாக வர,

அம்சவேணி வெளியே வந்து பார்க்க, மயங்கிய மகளை ரங்கநாயகி தாங்கிப் பிடிக்க, அம்சவேணி அலறி சிந்தூரம் தடவிய வெற்றிலையை கீழேவிட்டு மகளிடம் ஓட,

கரிஷ்மாவுக்கு சிகிச்சை நடைபெறும் தீவிரம், நேரடியாக ரங்கநாயகியே அவளை கவனிக்க,

"என்னாச்சு எம்பொண்ணுக்கு?"

"கொஞ்சம் இருங்க! பயப்பட எதுவும் இல்லை!"

பதினைந்து நிமிடங்கள் கழித்து ரங்கநாயகி வெளியே வந்தாள்.

"சரியா சாப்பிடலை. BP ஏறியிருக்கு! அப்பாவுக்கு கெடு வச்சதும் கரிஷ்மா பதட்டமாயிட்டா! ட்ரிப்ஸ் போட்டிருக்கேன். எந்த ஆபத்தும் இல்லை! கவலைப்படாதீங்க! அரைமணில கண் முழிச்சிடுவா!"

"கடவுளே! அவருக்கும் கெடு! இவளுக்கும் ஏதாவது ஆச்சுனா, நான் எதுக்கு உயிரோட இருக்கணும்?"

"ஏன் இப்படியெல்லாம் பேசறீங்க? சாரும் குணமாவார். உங்க மகளும் எழுந்துடுவா! வந்து ஒக்காருங்க!"

"பாருங்க! இருக்கற பதட்டத்துல சிந்தூர் பிரசாதத்தை கீழே விட்டுட்டேன். போய் எடுக்கறேன்!"

"நீங்க இருங்க, நர்ஸை விட்டு நான் எடுத்துட்டு வரச் சொல்றேன்!"

நர்ஸ் உள்ளே வர, அம்சவேணி தவறவிட்ட வெற்றிலை அங்குள்ள தண்ணீர்க் குவளையில் விழுந்திருக்க, அந்தத் தண்ணீர் அடர் நீல நிறமாகியிருந்தது!

நர்ஸ் அதை அப்படியே எடுத்துக்கொண்டு வெளியே வந்தாள்.

"டாக்டர்! இந்தம்மா தந்த வெற்றிலை தண்ணில விழுந்திருக்கு இதப்பாருங்க!"

ரங்கநாயகி பார்த்தாள்.

"இதுவா நீங்க தந்த சிந்தூர பிரசாதம்?"

"இல்லையே! அது கனமான ஆரஞ்சு நிறத்துல இருக்குமே!"

"இதுதான்! வெற்றிலை ஓட்டையாகியிருக்கு! ஆரஞ்சு நிறம் நீலமாகியிருக்கு!"

"அய்யோ!"

சக டாக்டர் ஒருவரை ரங்கநாயகி அழைத்தாள்.

“இதை உடனடியா நம்ம மைக்ரோலேபுக்கு அனுப்பி அவசரமா பரிசோதிக்கணும்.”

“சரி டாக்டர்!”

“நம்ம தெருக்கோடில ஆஞ்சநேயர் கோயில் இருக்கு! அங்கே சிந்தூரப் பிரசாதம் கிடைக்கும்! உடனே வாங்கிட்டு வாங்க!”

“என்ன நடக்குது டாக்டர்?” அம்சவேணியின் குரல் நடுங்க,

“சொல்றேன்!”

சில நொடிகளில் சிந்தூர பிரசாதம் வர,

“ஒரு மக்ல தண்ணீர் கொண்டா!”

வந்தது!

இதை வெற்றிலையில் வைத்து ரங்கநாயகி உள்ளே இறக்க, சில நொடிகளில் அது கரைந்து ஆரஞ்சு நிற திரவமாகி, வெற்றிலை சேதப்படாமல் இருந்தது!

“நீங்க கொண்டு வந்தது சிந்தூர பிரசாதம்தானா?”

“குன்றத்தூர் வேப்ப மரத்தடி சித்தர் - ரொம்ப சக்தி வாய்ந்தவர். 30 வருஷ பழக்கம். இவர்கூட நம்பமாட்டார். ஆனா என்னோட பல கஷ்டங்களைப் போக்கியிருக்கார்!”

“டாக்டர் பிரவீன்! ஜேக்கப் சாரை உடனே வரச் சொல்லுங்க!”

“சரி டாக்டர்!”

பதினைந்து நிமிடங்களில் ஜேக்கப் வர, ரங்கநாயகி விவரம் சொல்ல, “அரெஸ்ட் பண்ணிடட்டுமா அவரை?”

“நோ நோ! நிஜமான சக்தி உள்ளவங்க மேல நடவடிக்கை எடுக்கறது தப்பு! ஆனா அவரை நான் சந்திக்கணும்!”

“எப்படிம்மா?”

அதற்குள் மதனும், சேனல் நபர் ஒருவரும் வேகமாக உள்ளே வந்தார்கள்!

"நீ உள்ள வா ரங்கு!" மதன் அழைக்க,

ரங்கநாயகி உள்ளே நுழைந்தாள்.

ஒரு பென்டிரைவ் லேப் டாப்பில் போடப்பட, காட்சி விரிந்தது!

வேப்பமரத்தடி சித்தர் வெறும் கௌபீனத்துடன் அமர்ந்திருக்க, காரில் வந்து இறங்கும் அம்சவேணி பக்தியுடன் அவர் முன் கைகூப்பி நிற்க,

"மேடத்தை கூட்டிட்டு வா!" ரங்கநாயகி சொல்ல, அம்சவேணி உள்ளே நுழைந்தாள்!

"அய்யோ! நான் சித்தரை பாக்கப் போனதை யாரு படம் புடிச்சாங்க?" கேட்க,

"பாருங்க! பதில் கிடைக்கும்!"

அம்சவேணி சித்தரிடம் தன் கணவரை மீட்டுத்தர வேண்டும் என முறையிட்டு அழ,

சித்தர் திரும்பி பின்னால் பார்க்க, அந்த உதவியாளன் வேப்பமரத்தடிக்குப் பின்புறம் அங்கிருந்து நழுவ, கேமரா அவனைப் பின்தொடர,

அவன் சிந்தூர பிரசாதத்தை எடுக்க, மறைவிலிருந்து வரும் ஒரு தாடிக்காரன் ஒரு சின்ன புட்டி எடுத்து ஏதோ ஒரு பொடியை சிந்தூர பிரசாதத்தில் கலந்து அதை வெற்றிலையில் பரப்பி, உதவியாளனுக்கு ஒரு கட்டு பணத்தையும் தந்து ஒளிய, அந்த உதவியாளன் சித்தரிடம் வந்து வெற்றிலை பிரசாதத்தைத் தர,

அது சித்தரிடமிருந்து அம்சவேணி கைக்கு மாறுகிறது!

அத்தனை பேரும் உறைந்து நிற்க,

"போதுமா? சித்தரோட உதவியாளனை விலைக்கு வாங்கி, சிந்தூரத்துல விஷம் கலந்தாச்சு! அது எப்பேர்ப்பட்ட விஷம்னு லேப் ரிப்போர்ட்ல தெரியும்!" ரங்கநாயகி சொல்ல,

"கடவுளே! இதை அவர் நெற்றி, தொண்டைக்குழில வச்சிருந்தா என்ன ஆகியிருக்கும்!"

"லேப் ரிப்போர்ட் சொல்லும்! சரியான நேரத்துல மயக்கம் போட்டு, உங்க மகள் தன் அப்பாவைக் காப்பாத்திட்டா!"

ஜேக்கப் வேகமாக உள்ளே வந்தார்.

"ரங்கு, சித்தரை போலீஸ் சூழ்ந்தாச்சு! அந்த சிஷ்யனை கைது பண்ணியாச்சு! நீ விவரம் சொன்ன உடனே போலீஸை முடுக்கிவிட்டு நான் நடவடிக்கை எடுத்தாச்சு!"

ஒரு டாக்டர் வேகமாக வந்தார்.

"டாக்டர்! லேப் ரிப்போர்ட் வந்தாச்சு!"

"குடுங்க!" ரங்கநாயகி வாங்கிப் பார்த்தாள்.

"மைகாட்! அது கடுமையான ஆர்கானிக் விஷம்! நெத்திப் பொட்ல பட்ட சில நொடிகள்ல மூளையைத் தாக்கி செயலிழக்கச் செய்யும். தொண்டைல தடவினா, மூச்சுக் குழல், உணவுக் குழல் ரெண்டையும் ப்ளாக் பண்ணும்! இது நடந்திருந்தா, இந்த நேரம் குணசேகரன் உயிர் போயிருக்கும்!"

"மாருதி!" அம்சவேணி அலறி விட்டாள்.

"அந்த ஆஞ்சநேயர் உங்க மகள் ரூபத்துல வந்து உங்க புருஷனைக் காப்பாத்திட்டார்! அழாதீங்க! சரியாயிடும்! ஜேக்கப் சார்! என்ன நடக்குது?"

டி.வி.யை ஒளிரவிட, பிரேக்கிங் நியூஸ் என்ற தலைப்பில் அம்சவேணி பிரசாதம் வாங்க வருவது! முறையிடுவது! சிஷ்யனுக்கு ஒரு ஆள் பொடி தந்து சிந்தூரத்தில் கலக்குவது என சகலமும் ஒளிபரப்பாக, காட்சி மாறி வேப்பமரத்தடியை

சுற்றிப் போலீஸ்! சித்தரை கேள்விகள் கேட்டுத் துளைக்க, அவர் நிலை குலைந்து நிற்க, அந்த உதவியாளன் காசியை உதைத்து போலீஸார் அங்கேயே வாக்குமூலம் வாங்க,

"சொல்லுடா! யாருடா அந்த தாடிக்காரன்?"

"சத்யமா எனக்குத் தெரியாது!"

"அடிச்சே சாகடிப்போம்! மரியாதையா சொல்லிடு!"

"தெரியாதுங்க! காலைல வந்தான். உனக்கு நிறைய பணம் தர்றேன். சாயங்காலம் ஒரு அம்மா சித்தர் சாமியை பாக்க வருவாங்க! பிரசாதத்துல இந்தப் பொடியைக் கலந்து சித்தர் சாமிகிட்ட குடுக்கச் சொன்னான். முதல்ல மறுத்தேன். பணத்துக்கு ஆசைப்பட்டு செஞ்சேன். சித்தர் சாமிக்கும் இதுக்கும் சம்பந்தமே இல்லிங்க!"

அவனை போலீஸ் கைது செய்தது!

தாடிக்காரன் முகம் பெரிதாக்கப்பட்டு டி.வி. திரையில் வர,

"இவனைப் பார்த்தவங்க, உடனே போலீஸ்ல ஒப்படைக்கணும்!"

அறிவிப்பு!

"கன்ட்ரோல் ரூமுக்கு தகவல் தந்து, அவன் நிச்சயமா தமிழ்நாட்டு எல்லையைக் கடந்திருக்க முடியாது! வளைச்சுப் புடிங்க! ராத்திரிக்குள்ளே அவனைப் பிடிச்சாகணும்!"

அடுத்த நொடியே ரங்கநாயகி வந்தாள் டி.வி.யில்!

"குணசேகரனை அவர் மனைவி மூலமாவே முடிக்க நூதன திட்டம். காலைல அவங்க சித்தர் சாமிகிட்ட மத்யானம் போறதா பேசின தகவல் சம்பந்தப்பட்டவங்களுக்கு போயிருக்கு! உடனே திட்டம் தயாராகியிருக்கு."

ஜேக்கப் வந்தார்.

"குணசேகரனைக் கொன்னுட்டா, இந்த ஆஸ்பத்திரில வந்து அவர் உயிர் போச்சுனு டாக்டர் ரங்கநாயகியைக்

கைது பண்ணிடலாம். அப்புறமா மேலிடச் செல்வாக்கை வச்சு கேஸ்மேல கேஸா போட்டு அரசியல் விளையாட்டைத் தொடங்கிடலாம்னு திட்டம்! அது உடைஞ்சு போச்சு!''

சேனல் சார்பாக மதன் வந்தான்.

"நாங்க பிரச்னைகளை ரொம்ப நெருக்கமா அணுகிட்டிருக்கோம். அம்சவேணி அம்மா புறப்பட்டதுமே, சேனலும் தன் பணியைத் தொடங்கியாச்சு! இல்லைனா குற்றவாளி மாட்ட வாய்ப்பே இல்லை. ஒரு தப்பான ஆஸ்பத்திரியும், விஷம் விக்கற கார்ப்பரேட் கம்பெனியும் இவங்ககிட்ட கோடிக்கணக்கான பணத்தை வாங்கிட்டு பதவில இருந்தபடி, இவங்களுக்கு உதவி செய்யற மக்கள் பிரதிநிதியும் யாருனு மக்கள் புரிஞ்சுக்கணும்!''

ரங்கநாயகி மறுபடியும் வந்தாள்.

"இதப்பாருங்க! நாங்க அமைதியா டாக்டர் தொழிலைச் செய்யறோம். நட்சத்திர ஆஸ்பத்திரி நடத்தி, உள்ளே பிணங்களைக் குவிக்கலை. தேர்தல் வருது! விஷம் தந்து மக்களை சாகடிக்கற பல பெரிய புள்ளிகள் உங்ககிட்ட ஓட்டு கேக்க வருவாங்க! உங்க பதிலை எப்படிச் சொல்லணுமோ, அப்படி அவங்களுக்குச் சொல்லுங்க!''

ஒளிபரப்பு தீயாகப் பரவி, மக்களை ஸ்தம்பிக்க வைத்தது!

அந்த தாடிக்காரனைத் தேடும் பணியில் போலீஸ் இறங்க, ரங்கநாயகி உள்ளே வந்து பெருமூச்சு விட்டாள்.

அம்சவேணி உள்ளே வந்தாள்!

"வாங்கம்மா! ராத்திரி பத்துக்கு சாருக்கு ஆபரேஷன், நான் கூடவே இருப்பேன். தைரியமா இருங்க!''

அம்சவேணி கதறி விட்டாள்.

"இந்தப் பாவிகளுக்கு இவரும் ஒரு சமயம் பக்கபலமா இருந்திருக்கார். இப்பவும் அவர் பங்குதாரர்தான். ஆனால் இவரையே கொல்லப்பாக்கறாங்களே! அது ஏன்?''

"இந்தக் கேள்விகளுக்கு உங்க வீட்டுக்காரர்கிட்ட நிச்சயமா பதில் இருக்கும்! அவர் புடிச்சது சர்க்கஸ் துப்பாக்கி! இப்ப அவருக்கே அது திரும்பியிருக்கு! பணத்துக்காக தப்புகளை யாரு செஞ்சாலும், அந்தக் குற்றமே அவங்களை பதம் பார்த்துடும்! உங்களை சமூகம் இப்பவும் கூர்ந்து கவனிக்குது! ஜாக்ரதையா இருங்க! அவர் பிழைச்சதும், அவரோட பேசி தப்புகளைக் களையெடுங்க!"

டாக்டர் வந்து ரங்கநாயகி காதில் ஏதோ சொல்ல,

"நான் இப்பவே வர்றேன்!" அவசரமாக வெளியே வந்து ரங்கநாயகி காரில் ஏறினாள்.

அவளிடம் ஒரு பதட்டம் இருந்தது!

22

அத்தியாயம்

அந்த தாடிக்கார தேவா, விக்ரம் எதிரில் இருந்தான்! அவனது போட்டோ சகல டி.வி.களிலும் காட்டப்பட்டு போலீஸ் தீவிரமாக தேடுவதாக அறிவிப்பும் வந்தது!

அவனது உடம்பு நடுங்கிக் கொண்டிருந்தது!

''டாக்டர்! கடைசில நான் மாட்டிக்கிட்டேனே! இப்பிடி சேனல் பொறி வச்சு என்னைப் பிடிப்பாங்கனு நினைக்கலியே! மரத்துக்குப் பின்னாலதானே மறைஞ்சு நின்னேன்!''

விக்ரம் அவனை ஓங்கி அறைந்தான்.

''மடையா! இந்த மாதிரி பொறுப்புகளை ஒப்படைக்கும்போது உன் பார்வை முகத்துல மட்டுமில்லை! முதுகுலேயும் இருக்கணும்!''

அவன் பேசவில்லை!

''சரி! இங்கே உள்ள பேஸ்மெண்ட் மோட்டார் ரூம்ல இரு!''

''அங்கயா? காற்றே வராதே!''

''ம்! ஏஸி போடச் சொல்றேன்! நாயே! நீ ஜாக்ரதையா இருந்திருந்தா, காசி வாக்குமூலம் தந்தாலும், உன்னைப்

புடிச்சிருக்க முடியாது! உன் குரங்கு மூஞ்சி தெளிவா டீவில வருது!'' மறுபடியும் அடித்தான்!

கைதட்ட, ஆட்கள் வர,

''இந்தக் கழுதையை மோட்டார் ரூம்ல அடைச்சுப்புடு! போலீஸ் இங்கேயும் வரலாம். அந்த ரங்கநாயகி லேசுப்பட்டவளில்லை. ஜேக்கப்பை ஏவி விடுவா! ஜாக்ரதை!''

''தல! இவன் எதுக்கு உசிரோட இருக்கணும்? போட்ரலாமா? தடயமே இல்லாம போகுமே!''

''போடத்தாண்டா போறேன். இந்த சூடு ஆறட்டும், போலீஸ் இவனைத் தேடி ஓயட்டும்! அப்புறமா போடலாம்!''

தேவாவுக்கு பாதி உயிர் போய்விட்டது!

''பாவிகளா! கொல்லப் போறீங்களா?''

கதறக் கதற இழுத்துப் போனார்கள் அவனை!

விக்ரம் வெளியே வர, ஆம்ஸ்ட்ராங் தலைமை டாக்டர் அவனுக்காக காத்திருந்தார்.

''விக்ரம்! நிலைமை ரொம்ப மோசமாப் போகுது!''

''புதுசா என்ன?''

''நியூஸ்சேனல்ல பல பேரை உட்கார வச்சு பட்டிமன்றமே நடத்தறாங்க!''

''அவங்க டி.ஆர்.பி. ஏறுது!?''

''ச்சே! மீடியாவை கைல எடுத்துட்டா ரங்கநாயகி! மக்கள் பலம் கொஞ்சம் கொஞ்சமா ஏறுது! சேனல், போலீஸ் எல்லாமே அவளுக்கு சாதகமா இருக்கு''

''இப்ப பிரச்னை அதில்லை! குணசேகரன் அங்கே போய், சேர்ந்ததுதான்! அவர் நம்ம ஆள்! திடீர்னு திசை மாறக்கூடிய அந்த சம்பவம் நடந்திருக்க வேண்டாம்! அதுதான் இப்ப ரங்கநாயகிக்கு பெரிய பலம்!''

"குணசேகரனைக் கொல்ல சித்தர் வழியால மேப் போட்டோம். நடக்கலை!"

"வேற வழியில்லையா?"

"இல்லை! சிந்தூரம் அவரை காலி பண்ணலை. இனி கொலை முயற்சி எடுபடாது! ஆஸ்பத்திரிக்கு ஜேக்கப் பலத்த போலீஸ் காவல் போட்டாச்சு! ஒரு கொசுகூட உள்ளே புக முடியாது! மீறி செஞ்சா, ரொம்ப அசிங்கப்படுவோம்!"

"அந்த ஆள் பிழைச்சிட்டா பல உண்மைகள் வெளில வருமே!"

ஆஸ்பத்திரி தலைமை சொல்ல,

"அதுக்கு யார் காரணம் டாக்டர்! நீங்க! உங்க கவனக்குறைவு! ஆம்ஸ்ட்ராங் ஆஸ்பத்திரி என்ன ஆண்டவன் வாழற இடமா! அத்தனை மெத்தனம்! எல்லாமே தப்பு! பேருக்கு ஒரு ஆஸ்பத்திரியை நடத்தி நூறு கோடீஸ்வர நோயாளிகளை உள்ளே படுக்க வச்சிட்டு, அத்தனை சமூக விரோதச் செயல்களும் உள்ளே நடக்குது!"

"விக்ரம்! இதுல எல்லாம் உங்களுக்கும் பங்கு உண்டு!"

"ஸ்டாப் இட்! மருந்து சம்பந்தமா மட்டுமே நாங்க உள்ளே வர்றோம்! கேளிக்கைகளும் குடி, கூத்து, பெண்கள் தொடர்பான சங்கதிகள் எல்லாமே உங்க ஆஸ்பத்திரி ஆறாவது தளத்துல நடக்குது! பேஷண்டுகள் சில பேருக்குக்கூட அது தெரிஞ்சிருக்கு!" அந்த தலைமை டாக்டர் முகம் சிவந்தது!

"நீங்க கவனமா இல்லை! யாருக்கு இதெல்லாம் தெரியப் போகுதுனு இருந்திட்டீங்க!"

"விக்ரம் ப்ளீஸ்! இதுல என் தப்பு மட்டும் இல்லை. அரசியல் தொடர்பான பல முடிவுகள் அங்கேதான் அரங்கேறுது! வெளில ரிசார்ட்ல நட்சத்திர ஓட்டல்ல, ஈசிஆர் கெஸ்ட் ஹவுஸ்ல நடந்தா, கட்சிக்காரங்க மோப்பம் புடிச்சு

மீடியால விட்டுர்றாங்க! ஆஸ்பத்திரினா, சிகிச்சை, நோயாளிகள் போர்வைல உள்ளே போயிடலாம். யாருக்கும் தெரியாது! இதுதானே நடக்குது? உங்களுக்குத் தெரியாதா?''

''தெரியும் டாக்டர்! ஆனா கவனமா இருந்திருக்கணும்! கையை காலை உடைச்சா, உயிருக்கு சேதமில்லை. இதயத்துல அடிச்சா பிழைக்க முடியுமா?''

''என்ன சொல்றீங்க?''

''குணசேகரன் சங்கதில பல விஷயங்களை உங்க டாக்டர்கள் கோட்டை விட்டுட்டாங்க! அது இப்ப பூதாகாரமா வடிவெடுத்து சரியான நேரத்துல ரங்கநாயகி அவரை கைல எடுத்துட்டா!''

''அவர் சாகணும்!''

''வாயை மூடுங்க! அதைக் காரணம் காட்டி ரங்கநாயகி தேர்தல்ல நின்னா ஜெயிச்சிடுவா!''

விக்ரம் சிரித்தான்!

''டாக்டர்! குணசேகரன் ஒருவேளை இப்ப பிழைக்கலாம்! தப்பில்லை!''

''எழுந்து உட்கார்ந்து பேசத் தொடங்கிட்டா, நமக்கு ஆபத்து! பல சங்கதிகள் வெளில வந்துடும்! ரங்கநாயகி வாங்காம விடமாட்டா!''

''அப்படியா? குணசேகரனுக்கு யாரு ஆபரேஷன் பண்ணப் போறாங்க?''

''ரங்கநாயகிதான். எக்ஸ்பர்ட் கார்டியாலஜிஸ்ட் 3 பேர் கூட இருக்கப் போறாங்க! இன்னிக்கு ராத்திரி 10 மணிக்கு ஆபரேஷன் நடக்கப் போகுது!''

''இப்ப மணி என்ன?''

''அஞ்சரை!''

"ரங்கநாயகி அந்த ஆபரேஷனை நடத்தமாட்டா!"

"எப்படி சொல்றீங்க?"

"ஜெயிச்சுகிட்டே போற ரங்கநாயகிக்கு தோல்வினா என்னானு காட்டணும் இல்லையா?"

"புரியலை!"

"கொஞ்ச நேரத்துல புரியும்!"

விக்ரம் சொல்லும் அதே நேரம், கார் வீட்டு வாசலில் நிற்க, ரங்கநாயகி பதட்டமாக உள்ளே நுழைந்தாள்!

"அப்பா!"

கிச்சாமி ஓடி வந்தார்.

"அம்மாவுக்கு என்னப்பா ஆச்சு?"

"வந்து பாரும்மா!"

ரங்கநாயகி உள்ளே ஓடிவர, அம்மா ஷோபா வெறித்துப் பார்த்தபடி உட்கார்ந்திருந்தாள்!

பார்வை நிலை குத்திய தினுசில் இருக்க, எந்தவித சலனமும் இல்லை!

"அம்மா! நான் ரங்கு வந்திருக்கேன். பாரும்மா!"

மெல்ல அழைத்து, தொட்டு, உலுக்கி பலவிதமான முயற்சிகளை ரங்கநாயகி செய்ய,

அதே நிலைகுத்திய விழிகள். கொஞ்சம்கூட அசைவில்லை.

ரங்கநாயகி அவசரமாக ஸ்டெதஸ் வைத்து பரிசோதித்தாள். இதயம், நாடித்துடிப்பு எல்லாமே சீராக இருந்தது!

ஆனால் நிலைகுத்திய விழிகள், அசைவே இல்லை.

"என்னப்பா ஆச்சு?"

"வழக்கமா வியாழக்கிழமை பாபா கோயிலுக்குப் போவா இல்லையா? அதே மாதிரி நாலு மணிக்கு புறப்பட்டுப்

போனா! எனக்கு வேற வேலை இருந்த காரணமா போகலை! சரியா நாலே முக்காலுக்கு ஒரு ஆட்டோல வந்து இறங்கினா! அவளே உள்ளே நடந்துவந்து இங்கே உட்கார்ந்தா. முதல்ல நான் கவனிக்கலை. காபி போடு ஷோபானு கேட்டேன். பதிலே இல்லை. அப்ப முதல் இதே நிலைதான். பயந்துதான் ஆஸ்பத்திரிக்கு போன் பண்ணினேன். எதையோ பார்த்து பயந்திருக்கா ரங்கு! பேசவும் முடியாது! என்னாச்சும்மா உங்கம்மாவுக்கு?''

ரங்கநாயகி மறுபடியும் முயற்சித்தாள்!

''ஆஸ்பத்திரில சேர்க்கணுமா ரங்கு?''

''வேண்டாம்பா! நான் ஒரு ஊசி போடறேன். மருந்தும் தர்றேன். படுக்க வைக்கலாம். ஏன்னா, மற்ற எல்லாம் சரியா இருக்கு! ஏதோ ஒரு அதிர்ச்சிதான்!''

''யாராவது மிரட்டியிருப்பாங்களா?''

''இருக்கலாம். சுற்றி பகை சூழ்ந்திருக்கே! 'ரங்கநாயகியை கொல்லுவோம்'னு சொல்லியிருக்கலாம். நியூஸ் சேனல்ல தகவல் போயிட்டே இருக்கு! அம்மாவுக்கு ஏற்கனவே பயந்த சுபாவம்! தைரியமா இருங்கோப்பா! பாத்துக்கலாம்!''

மெல்லப் பிடித்து படுக்க வைத்தாள்.

ஊசி போட்டாள்.

ஒரு மருந்தை வாயில் புகட்டினாள். கண்களை மெல்ல மூடி விட்டு உடலை தடவித் தந்தாள்.

மறுபடியும் இதய, நாடி, பரிசோதனை!

''சரியா இருக்குப்பா! நன்னா தூங்கட்டும்! அதுக்குத்தான் மருந்து தந்திருக்கேன்! காலைல எழுந்து பாத்துக்கலாம். பயப்பட எதுவும் இல்லை. வெளில வாப்பா!''

ஏஸியை போட்டுவிட்டு கதவையும் சாத்திவிட்டு இருவரும் வந்தார்கள்!

"ரங்கு! எல்லாத்தையும் நிறுத்திடும்மா!"

"எதைப்பா?"

"பிரச்னை ரொம்ப பெரிசாகுது! போலீஸ், சேனல், ஆஸ்பத்திரி இப்பிடி எல்லாருமே உன் பக்கம் இருந்தாலும், பலம் வாய்ந்த எதிரிகள் கூட மோதறது சரியா! எந்த அளவுக்கு உன்னால் தாக்குப் புடிக்க முடியும்? நிறுத்திடும்மா!"

ரங்கநாயகி மெல்லச் சிரித்தாள்.

"அப்பா! பப்ளிக்ல பேர் வாங்கவா நான் இதைச் செய்யறேன்?"

"அது இல்லைனு எனக்கும் தெரியும்மா!"

"பின்ன? இந்த டாக்டர் படிப்பு எதுக்குப்பா? பாதிக்கப்பட்டு கண் முன்னால ஜீவராசிகள் அழியும்போது ஒரு சக மனுஷியா அதைப் பார்த்துண்டு இருக்கவா வெள்ளைக் கோட்டை போட்டுண்டேன்? யாரோ எப்படியோ போகட்டும் எனக்குத் தேவை பணம்னு நெனச்சா, நான் டாக்டராவும் இருக்க முடியாது! மனுஷியாவும் வாழ முடியாது! மன்னி அப்படியா வாழ்ந்தா?"

"சரிம்மா! நாங்க எங்க பொண்ணை பறி கொடுக்க ஒடம்புல, மனசுல தெம்பில்லை."

"ஏன்பா இந்த பயம் ஒனக்கு? எனக்கு எதுவும் நேராது! நீ தைரியத்தை கைவிடாதே! அப்புறமா அம்மாவை தேத்தறது யாரு?"

"இது பெரிசா அரசியல் யுத்தமா ஆயிண்டிருக்கும்மா!"

"ஆகட்டும்! அப்பா! நான் ஒண்ணு சொல்லட்டுமா! புலிவாலைப் புடிச்ச பிறகு, நான் விட நினைச்சாலும், அது என்னை விடாது! அதுக்காக பயந்து ஒதுங்கவும் முடியாது! தர்மம், சங்கடங்களை அனுபவிக்கும். ஆனா தோற்காதுப்பா!"

இரவு ஒன்பது மணிக்கு பிரவீன் போன் செய்தான்!

“டாக்டர்! கார்டியாலஜிஸ்ட் மூணு பேரும் வந்தாச்சு! ஆபரேஷனுக்கான ஏற்பாடுகள் நடக்குது! நீங்க எப்ப வருவீங்க டாக்டர்?”

“பத்து நிமிஷத்துல புறப்படுவேன். குணசேகரன் இப்ப எப்படி இருக்கார்?”

“அதே நிலைமைதான். எந்த மாற்றமும் இல்லை!”

“சரி! நான் வர்றேன்!”

ரங்கநாயகி தயாராகி விட்டாள்.

“அப்பா! நான் புறப்படறேன்! குணசேகரனுக்கு இது மேஜர் ஆபரேஷன். ராத்திரி முழுக்க நடக்கும்! அம்மாவை பத்திரமா பாத்துக்கோ!”

“ரங்கு! எனக்கு கவலையா இருக்கு.”

“எதுக்கும் கவலைப்படாதே! நல்லதே நடக்கும்!”

சில நொடிகளில் தயாராகி ரங்கநாயகி காரில் ஏறினாள். கார் ஓடத் தொடங்க, போன் அடித்தது!

“யெஸ், டாக்டர் ரங்கநாயகி ஹியர்!”

“எமனுக்கு இன்னிக்கு ராத்திரி ஒரு உயிர் வேணுமாம்! அது குணசேகரன் உயிரா! இல்லை, உங்கம்மா உயிரா? சொல்லும்மா ரங்கநாயகி?”

ரங்கநாயகி செல்போனை நழுவ விட்டாள்.

23

அத்தியாயம்

ஷோபாவை ஊசிபோட்டு வீட்டில் ரங்கநாயகி படுக்க வைத்து விட்டாள்!

கிச்சாமி கதிகலங்கிப் போயிருந்தார்.

"அப்பா பயப்பட எதுவும் இல்லை. ஹார்ட் பீட், பல்ஸ் எல்லாம் அம்மாவுக்கு சரியா இருக்கு பயப்படாதீங்க!"

"பிரமை படிச்ச மாதிரி இருக்காளே! பாபா கோயிலுக்கு புறப்படும்போது சரியாத்தானே ரங்கு இருந்தா! எதையோ கண்டு பயந்திருக்கா! ஏற்கெனவே பயந்த சுபாவம்! யாராவது கூப்பிட்டு வச்சு மிரட்டிட்டாங்களா? பிரச்னை வெளில பெரிசா போயிட்டிருக்கேம்மா!"

"தெரியலைப்பா!"

"நீ போய்த்தான் ஆகணுமா?"

"நான் அங்கே இருந்தே ஆகணும்பா! சிந்தூரம் மூலம் கொல்ல முயற்சி நடந்திருக்கு அத்தனை கவனமா இருந்தும் கொலை முயற்சி நடந்திருக்கு! குணசேகரன் பிழைச்சே ஆகணும் மூணு கார்டியாலஜிஸ்ட் இருந்தாலும் நான் பக்கத்துல இருக்கணும்பா நீங்க பத்திரமா அம்மாவை கவனிங்க! ஜேக்கப் சார்கிட்ட சொல்லி, இங்கே போலீஸை காவலுக்கு போடச் சொல்லியிருக்கேன்."

ரங்கநாயகி புறப்பட்டு விட்டாள்.

அந்த நேரம்தான் இந்த போன்!

இன்னிக்கு ராத்திரி எமனுக்கு ஒரு உயிர் வேணுமாம் குணசேகரனா! உங்கம்மாவா? சொல்லுங்க டாக்டர்!''

ரங்கநாயகியின் முகம் மாறியது!

''என்ன ரங்கு?''

''ஒண்ணுமில்லைப்பா! எந்த ஒரு பிரச்னையா இருந்தாலும் காலைல பாத்துக்கலாம். ஜேக்கப் சார், டாக்டர் பிரவீன், மதன் அண்ணா மூணு பேர் நம்பரும் இருக்கு! கான்டாக்ட் பண்ணிக்கோ!''

''உன்னுது?''

''நான் குணசேகரன் ஆப்ரேஷன் முடிஞ்ச பிறகுதான் எடுப்பேன்!''

''சரிம்மா!''

ரங்கநாயகி புறப்பட்டு விட்டாள்.

ஆஸ்பத்திரியில் மூன்று கார்டியாலஜிஸ்ட் டாக்டர்களும் குணசேகரன் ஆப்ரேஷனுக்குத் தேவையான எல்லா ஏற்பாடுகளையும் செய்து விட்டார்கள்.

மூன்று பேருமே ரங்கநாயகிக்கு சாதகமானவர்கள். கடுகளவும் விலை போக மாட்டார்கள்.

திறமைசாலியான டாக்டர்கள்.

ஆஸ்பத்திரியில் நேரடியாக தயாரிக்கும் உணவை மட்டுமே மூவரும் லேசாக சாப்பிட்டார்கள்.

ஆப்ரேஷன் தியேட்டரில் எந்த வில்லங்கமும் இல்லாத அளவுக்கு பலமுறை சரி பார்த்தார்கள்!

கண்டிப்பாக ஜேக்கப்பின் பராமரிப்பில் கடுமையான போலீஸ் பாதுகாப்பு ஆஸ்பத்திரியைச் சுற்றி போடப்பட்டிருந்தது.

மதன் ஒரு பக்கம் முக்கியமான கவரேஜில் இருந்தான்.

டாக்டர் பிரவீன் மற்ற நோயாளிகளை கவனிக்க, உள்ளே யாரையும் அனுமதிக்கவில்லை. வெளியே யாரையும் போகவும் விடவில்லை.

அன்று இரவு நடக்கப் போகும் குணசேகரனின் இதய அறுவை சிகிச்சை ஏறத்தாழ ஒரு தேர்தலின் பரபரப்பில் இருந்தது!

ரங்கநாயகி ஆஸ்பத்திரிக்குள் நுழைந்துவிட்டாள்.

நேராக குணசேகரன் இருந்த சிறப்பு அவசர சிகிச்சைப் பிரிவுக்கு வர, மூன்று டாக்டர்களும் காத்திருக்க,

சமீபத்திய செக்கப்பில் கிடைத்த மருத்துவ அறிக்கையைப் பார்வையிட்டாள்!

"எல்லாம் ரெடியா? இன்னும் பத்து நிமிஷத்துல தொடங்கிடலாம்!"

"சரி டாக்டர்!"

"எத்தனை நேரமாகும்?"

"ஆறுமணி நேரம் தேவைப்படும் டாக்டர்! விடியும்போது ஆப்ரேஷன் முடியும்!"

ரங்கநாயகி நேராகச் சென்று ஆப்ரேஷனுக்கான உடைகளை அணிந்து கொண்டாள். மற்ற மூன்று டாக்டர்களும் அதேபோல தயாராக, மன்னியின் படத்துக்கு நேராக வந்து நின்றாள். கைகூப்பினாள்.

கண்களுக்குள் அந்த மடிசார் மாமியை இருத்தினாள்.

'மன்னி! ஒரு பெரிய போராட்டம் தொடங்கியிருக்கு! இதுவும் ஒரு மாதிரி குருக்ஷேத்ரம்தான். ஆனா அந்த பாரதப் போர்ல ஒரு இலக்கு இருந்தது! ஒரு தெளிவான தீர்மானம் இருந்தது! எதிரி யாரு? எப்படி வியூகம் அமைக்கறதுன்னு ஒரு கணக்கு இருந்தது. இங்கே எதிரி யாருன்னு சரியாப்

புரியலை. எதிரியோட பலம் தெரியலை. தர்ம யுத்தத்துல தோற்றாலும் ஜெயிச்சாலும் பெருமைதான். இங்கே வஞ்சகம், சதி, அரசியல் சூழ்ச்சி, இதுல ஜெயிக்கறது ரொம்பக் கஷ்டம். 26 வருஷங்களுக்கு முன்னால, உன் காலத்துல இருந்த நீதி, நியாயம்கூட இப்ப இல்லை மன்னி. அபாயத்தை மட்டும் முன்கூட்டியே எனக்குக் காட்டு! நான் சுதாரிச்சுக்க அவகாசம் குடு! எதிர்த்து அடிக்கற துணிச்சலைத் தா! எனக்குள்ளே நீ வந்து நுழை!'

மானசீகமாக வேண்டிக் கொண்டாள்.

அதே நேரம் விக்ரம் கூடாரம் அவசரமாக இரவுக் கூட்டத்தைக் கூட்டியிருக்க,

விக்ரம், ஆம்ஸ்ட்ராங் ஆஸ்பத்திரி தலைமை, டில்லி வட்டார பெரும் அரசியல் புள்ளிகள் இருவர், உள்ளூர் பிரபலம்... ஒரு சமூக சேவகர் என்ற போர்வையில் உள்ள பெரிய மனித கிரிமினல் என ஒரு கும்பலே இருந்தது.

"இன்னும் சில நொடிகள்ள ஆப்ரேஷன் தொடங்கிடும்!"

"குணசேகரன் பிழைச்சு எழுந்துட்டா, ரொம்ப ஆபத்து! கண்டிப்பா அவர் வாய் திறந்தா, பல உண்மைகள் வெளிவரும். அப்புறமா நம்ம அரசியல் வாழ்க்கை அஸ்தமனமாகும்! தேர்தல் நெருங்கற நேரம் எல்லாமே தலைகீழ் ஆயிடும்!"

"ஆமாம்! பிழைச்சா பாதகம்! செத்துட்டா, அனுதாப ஓட்டுக்களை வாங்கி கரையேறிடலாம்!"

"முடியுமா?"

"ரங்கநாயகி எதிர்க்கட்சிகளோட கைக்கூலி! திட்டம் போட்டு குணசேகரனை உள்ள அனுப்பி, ரங்கநாயகி மூலமா அவர் கதையை முடிச்சிட்டதா கதை சொல்லிடலாம். ரங்கநாயகி இதுக்காக வாங்கினது ஐநூறு கோடினு கணக்குக்காட்டி, அவளையும் உள்ள தள்ளி, ஆஸ்பத்திரிக் கதவுக்கு பூட்டுப் போட்ரலாம்!"

“கற்பனைல ஓட்ட இது டி.வி. சீரியல் இல்லை. எல்லாத்துக்கும் ஆதாரம் வேணும்!”

“இருக்கே! குணசேகரனோட மூச்சு நின்னுட்டா, எல்லாம் பரபரன்னு நடக்கும்!”

“நிறுத்த முடியுமா! அந்த மூணு டாக்டர்களும் ரங்கநாயகி கிழிச்ச கோட்டைத் தாண்ட மாட்டாங்க! ஆஸ்பத்திரியைச் சுத்தி ஜேக்கப் டைட் செக்யூரிட்டி போட்டாச்சு! மதன் சேனல் வேலைகளைப் பாக்கறான். அங்கே உள்ள ஒரு டாக்டர் டீம் இரவு பகலா வேலை பாக்குது! ஏராளமான கண்காணிப்பு கேமரா! எப்படி சகலத்தையும் தாண்டி குணசேகரன் உயிரைப் பறிக்க முடியும்?”

“முடியும்! மூணு கார்டியாலஜிஸ்ட்ல ஒரு டாக்டர் அப்புசாமி ஆப்ரேஷன் தொடங்கும் முன்னால சிகரெட் புடிச்சு, பாக்கு போட்டுட்டுதான் உள்ளே போவான்! அவன் புடிக்கற சிகரெட்ல, போடற பாக்குல மருந்து கலந்தாச்சு! ரெண்டையும் முடிச்சு உள்ளே போன பத்தாவது நிமிஷம் அவன் மயங்குவான்!”

“ஓ... குட்!”

“அடுத்தவன் வர்மா ஏற்கெனவே கடைசியா குடிச்ச பழரசத்துல மருந்து! அவனுக்கு பேதி புடுங்கி, நிக்க முடியாது!”

“சூப்பர்?”

“மிஞ்சப்போறது டாக்டர் செல்வமும், ரங்கநாயகியும். செல்வத்தால தனியா சமாளிக்க முடியாது!”

“சரி! ரங்கநாயகியும் கார்டியாலஜிஸ்ட்தானே? வெளிநாட்ல படிச்சவ! அவ எதையும் சமாளிப்பாளே!”

“அவளுக்கு மிகப் பெரிய அதிர்ச்சி காத்திருக்கு! அது அவளை வெளில கொண்டு வந்துடும்!”

“என்னது?”

விக்ரம் அதைச் சொல்ல,

"முடியுமா? செக்யூரிட்டி கார்டு ரெண்டு பேர் இருக்காங்க!"

"அவங்களைத் தூக்கறது கஷ்டமே இல்லை. பணத்துக்கு மயங்காதது யாரு?"

"ஸோ, குணசேகரன் நிலைமை?"

"ஆப்ரேட் பண்ண யாரும் இல்லைனா, குணசேகரனால தாக்குப் பிடிக்க முடியாது! விடியும்போது கதை முடியும்!"

"நெனைச்சபடி எல்லாம் நடக்குமா?"

"கண்டிப்பா நடக்கும்!" விக்ரம் உறுதியாகச் சொல்ல,

"நடந்தே ஆகணும்!"

"குணசேகரன் செத்தாச்சுனு கண்ணீர் அஞ்சலி போஸ்டர் கூட அடிச்சாச்சு! எல்லாம் தயார். உயிர் பிரிஞ்ச நிமிஷம் செய்தி வெளில வந்துடும். அதுல வெளில கட்சி ஆட்களை விட்டு ஒரு கலவரத்தை உண்டாக்க ஏற்பாடு செஞ்சாச்சு. பெரிய களேபரம். பொதுச் சொத்துக்களை நாசம் பண்ணணும்! கொஞ்சம் உயிர்ப் பலியும் இருக்கும். சட்டம், ஒழுங்கு சீர் குலைஞ்சாச்சுனு சொல்லி முதல்ல ஜேக்கப்பை முடக்கணும். காலைல ஆஸ்பத்திரிக்கு சீல் வைக்கணும். ரங்கநாயகியை தாங்கிப் பிடிக்கற சேனல் செய்திகள் மக்களைப் போய்ச் சேராம இருக்க, அந்த கேபிள் எல்லாத்தையும் கட் பண்ணணும்!"

"அடேங்கப்பா! எல்லா ஏற்பாடுகளும் தயாரா?"

"ஆமாம்! நாளைக்கு விடியல் நமக்கு வெளிச்சமா இருக்கும்! அரசியல் வட்டாரத்துல ஒரு பெரிய புழுதிப்புயல் உண்டாகும்! அது கிளப்பற புகைல, பல உண்மைகள் தொலைஞ்சு போகும்!"

விக்ரம் தனியாக வந்தான்.

"ரங்கநாயகி, நீ தனி மனுஷி! நாங்க ஒரு இயக்கம். எங்ககிட்ட மோதி, நீ ஜெயிக்க முடியுமா! தப்பான அரசியல்வாதிகள்கிட்ட

மோதி நல்லவங்க ஜெயிச்சதா சரித்திரமே இல்லை. நாற்காலிக்காக, பெத்த தகப்பனையே பிள்ளை கொல்ற காலம் இது! நீ ஒரு கொசு! உயரப் பறந்த காரணமா, நீ விமானம் ஆயிட முடியாது!''

''சரி! ரங்கநாயகியை எப்படி?'' கேட்பதற்குள், விக்ரமுக்கு போன் வந்தது!

''சரி! சரி! அவங்களை பதினொரு மணிக்கு வெளியேற்ற, நான் சொன்னபடி செய்ங்க!''

உத்தரவிட்டான்.

ஆஸ்பத்திரியில் மூன்று டாக்டர்களும் ரங்கநாயகியும் தயாராக, டாக்டர் அப்புசாமி ரங்கநாயகியை நெருங்கி,

''ஒரு தம் போட்டுட்டு, பாக்கு போட்டுட்டு வந்துரட்டுமா!''

''சிகரெட், பாக்கு ரெண்டையும் எடுங்க!''

அந்த டாக்டர் எடுக்க,

ரங்கநாயகி இரண்டையும் குப்பைக் கூடையில் போட,

''டாக்டர்! இது இல்லாம என்னால முடியாது!''

''வேற இருக்கு! மதன் அண்ணா! குடுங்க!'' மதன் வேறு தர,

''சீக்கிரம் முடிச்சிட்டு வாங்க அப்பு! வர்மா! நீங்க ஜூஸ் சாப்ட்டாச்சா?''

''நீங்க தந்ததை சாப்பிட்டேன் டாக்டர்!''

''வெரிகுட்! ஜேக்கப் சார்! கவனமா இருங்க. என் செல்போனை சைலன்ட்ல போடறேன். நீங்க, மதன், பிரவீன் மூணு பேரும் கண்கொத்திப் பாம்பா இருங்க!''

டாக்டர்கள் வந்துவிட, மன்னிக்கு ஒரு கும்பிடு போட்டுவிட்டு, ரங்கநாயகி அவர்களுடன் ஆப்ரேஷன் தியேட்டருக்குள் நுழைந்து விட்டாள்!

மற்ற டாக்டர்களுக்கு விக்ரம் வைத்திருந்த செக்குகளை ரங்கநாயகி இயல்பாக உடைத்து எறிந்து விட்டாள்!

அதேசமயம் அவளுக்கு மிகப் பெரிய எமோஷனல் செக் வைக்கப்பட்டிருப்பதை ரங்கநாயகி அறியவில்லை!

24

அத்தியாயம்

ரங்கநாயகி மற்ற டாக்டர்களுடன் ஆபரேஷன் தியேட்டருக்குள் நுழைந்துவிட்டாள்.

எல்லாம் தயாராக இருக்க, குணசேகரனுக்கு அனஸ்தீசியா தரப்பட்டிருக்க, மற்ற சங்கதிகளை சரிபார்த்துவிட்டு அறுவை சிகிச்சை ஆரம்பமாகிவிட்டது!

ஆஸ்பத்திரியின் மற்றொரு மூலையில் அவரது மனைவி அம்சவேணி தியானத்தில் இருந்தாள். மகள் கரிஷ்மா அப்பாவை நினைத்து பெரிய கலவரத்தில் இருக்க,

விக்ரம் கோஷ்டி படபடப்புடன் இருந்தது!

இங்கே கிச்சாமி உறங்காமல் விழித்திருந்தார். அவர் மனைவி ஷோபா கண்மூடிக் கிடந்தாள்.

இரவு பத்தரை மணி வாக்கில் ஷோபா படக்கென கண்களைத் திறந்தாள்.

விழிகள் இரண்டிலும் கடுமையான மிரட்சி தெரிந்தது!

அதில் மாலைச் சம்பவம் வேகமாக ஓடியது!

பாபா ஆலயத்துக்குச் சென்று வழக்கம்போல அர்ச்சனை செய்தாள்! அங்குள்ள அர்ச்சகருக்கு ஷோபா ஊமை என்பது தெரியும். வியாழன்தோறும் தவறாமல் வருவதால் ஷோபாவின் மொழி அவருக்குப் புரியும்!

அர்ச்சனைத் தட்டைத் தர,

“ரங்கநாயகி பேருக்குத்தானே?”

தலையாட்டினாள்.

“அமோகமா இருப்பா உங்க பொண்ணு! உலகத்தோட மொத்தக் கண்ணும் இப்ப டாக்டர் மேலதான்! எத்தனை பெரிய போராட்டம் நடந்துண்டே இருக்கு! ஆனாலும் சளைக்காம, தைரியத்தை இழக்காம மனுஷ உயிர்கள் உசத்தினு மோசமான மனுஷர்களை எதிர்த்துப் போராடறது சாதாரணமில்லை! அதுக்கு அசாத்திய மனப்பக்குவமும் துணிச்சலும் வேணும்! இது தனி மனுஷ தார்மீகப் போராட்டம். பிரச்னைகள் நிறைய இருந்தாலும், ரங்கநாயகி ஜெயிப்பா. பாபா - பக்கபலமா இருப்பார்!”

சொல்லிக்கொண்டே உள்ளே போக,

ஷோபாவுக்குத் தெம்பாக இருந்தது! பாபாவை கண்களில் வாங்கிக் கொண்டு,

“என் ரங்கு ஜெயிக்கணும்! அவளுக்கு யாராலயும் கஷ்டம் வரப்படாது! என்ன சோதனை வந்தாலும், அவ அதை சந்திச்சு வெளில வரணும்! என் உயிரை வேணும்னாலும் எடுத்துக்கோ! என் குழந்தைக்கு ஒரு கஷ்டம்கூட வராம பாத்துக்கோ!”

மௌனமான சக்தி வாய்ந்த வேண்டுதல்!

வியாழன் என்பதால் ஆலயத்தில் பெரும் வரிசையில் பக்தர்கள் நிற்க, தன் அர்ச்சனையை முடித்து பிரசாதத்துடன் ஷோபா வெளியே வந்தாள்!

தூரத்தில் தொன்னையில் வெண்பொங்கல் வழங்கிக் கொண்டிருக்க, அது கிச்சாமிக்குப் பிடிக்குமே என்று வாங்கிக் கொண்டாள். கூட்டம் கடந்து கோயில்விட்டு வெளியே வந்ததும், வலக்கையின் பின்பகுதியில் சுருக்கென என்னவோ குத்தியதைப் போல இருக்க, நன்றாக வலித்தது!

திரும்பிப் பார்க்க, யாரும் இல்லை.

பின்பக்க புஜத்தில் குத்துப்பட்ட இடத்தைத் தொட்டுத் தேய்க்க, இன்னும் வலித்தது!

வெளியே வந்து மெல்ல பார்வையைத் திருப்பினாள்.

வலது தோளுக்குக் கீழே பின்பக்கமாக கண்கள் பார்க்க எட்டாத இடத்தில் ஏதோ பாம்பு கடித்ததைப்போல வலி!

தொட்டுப் பார்த்தால் ரத்தம் ஏதுமில்லை.

நடந்து நாலடி தூரம் வர, வலி அதிகமாகி கண்களை இருட்ட, கால்கள் பின்னியது!

ஒரு ஆட்டோ பிடித்து இடம் சொல்ல, பத்தே நிமிடங்களில் வீடு வந்துவிட்டது. அதற்குள் ஷோபாவுக்கு எதுவுமே தெரியவில்லை. இப்போதுதான் கண்களைத் திறக்கிறாள்!

நேரம் 11 மணி.

வாயெல்லாம் ஒரு மாதிரி கசந்தது! ஏதோ ஒரு திரவம் போல வாயில் சுரந்தது!

ஒரு மாதிரி தீனமாக முனகினாள்.

கிச்சாமிக்குக் கேட்கவில்லை. மெல்ல எழுந்து நடக்க முயல, நடை தள்ளாடி தடாலென விழ,

அந்த ஓசை கிச்சாமிக்குக் கேட்க, வேகமாக ஓடிவர, ஷோபா விழுந்து கிடந்தாள். வாயில் ரத்தமும், நுரையுமாக வழிய,

கிச்சாமி அலறி விட்டார்!

வாசலுக்கு ஓடிவந்தார். இரண்டு செக்யூரிட்டிகளும் இல்லை. ஏற்கனவே திட்டமிட்டபடி விக்ரம் ஆட்கள் அவர்களை பணத்தால் அகற்ற, கிச்சாமி பரிதவித்து உள்ளே ஓடிவர,

ஷோபாவுக்கு ஃபிட்ஸ் மாதிரி வந்து கை, கால்கள் இழுக்க,

"அய்யோ ஷோபா! நான் என்ன செய்வேன்! உனக்கு என்னாச்சு! உன்னை எப்படி காப்பாத்தப் போறேன்?"

வேறு வழியில்லாமல் ரங்கநாயகிக்கு போன் அடிக்க,

அறுவை சிகிச்சையின் முக்கியக் கட்டத்தில் ரங்கநாயகி இருந்தாள். ஏற்கனவே அவள் சொன்னது காதுக்குள் இருந்தது.

"இது முக்கிய ஆபரேஷன்! யார் போனையும் எடுக்கமாட்டேன்! இந்த ராத்திரி சோதனையான ராத்திரி! குணசேகரன் பிழைச்சே ஆகணும்! இல்லைனா ரங்கநாயகி மட்டும் தோக்கமாட்டா! தர்மம் சாகும்!" கிச்சாமி கதறிவிட்டார்.

"உன்னைப் பெத்தவ கடைசி நொடிகள்ல இருக்கா ரங்கு! நான் உன்னைக் கூப்பிடாம எங்கே போவேன்?"

திரும்பவும் அடிக்க, சைலண்டில் இருந்த ரங்கநாயகியின் மொபைல் சற்று தள்ளி இருந்தது! அதிலுள்ள வெளிச்சம் கண்டு ஒரு நர்ஸ் போய்ப் பார்த்து ஜாடையில் ஏதோ சொல்ல முயல, ரங்கநாயகி பார்வையால் அதை நிராகரித்தாள்!

ரங்கநாயகி எடுக்கமாட்டாள் எனத்தெரிந்த கிச்சாமி, அவசரமாக மதனுக்கு போன் செய்ய, அவனது மொபைல் சார்ஜ் இல்லாமல் அணைந்து கிடந்தது.

ஜேக்கப், பிரவீன் என யாருமே எடுக்காமல் போக,

கிச்சாமி பதறித் துடித்து, வாசலுக்கு ஓடிவந்து தனது காரை வெளியே உருவினார்.

வீட்டுக்குள் வந்து ஷோபாவை தூக்கிக் கொண்டு வந்து காரின் இருக்கையில் கிடத்தி, வீட்டைப் பூட்டிக்கொண்டு காருக்குள் நுழைந்து அதை இயக்க,

மறைந்திருந்த ஒரு நபர் மூலம் விக்ரமுக்கு தகவல் போனது!

"சபாஷ்! நாம நெனைச்சது இழை பிசகாம நடக்குது! பாபா கோயிலுக்கு வெளில நம்ம ஆள் செலுத்தின

விஷம், ஸ்தம்பிக்க வச்சு செயலிழக்க வச்சாச்சு! படிப்படியா அது நரம்புகள்ல ஊடுருவி தன் வீரியத்தைக் காட்டத் தொடங்கியாச்சு!''

உடனே யாருக்கோ போன் செய்ய,

கிச்சாமியின் கார் ராமகிருஷ்ண மடம் சாலையில் ஓடி, மந்தைவெளி கடந்து அடையாறை நோக்கிப்பாய,

பாலத்தைக் கடந்ததும் யாரோ ஒரு ஆள் குறுக்கே விழுந்து கிடக்க, அவனைச் சுற்றி ஒரு குடிகாரக் கும்பல் கும்மியடிக்க,

காரை ஓட்ட முடியவில்லை!

கிச்சாமி ஹாரன் அடித்தும் அவர்கள் விலகுவதாகத் தெரியவில்லை. இறங்கி வந்து அவர்களிடம் கெஞ்சி கைகூப்பி, அவர்கள் முரண்டு பிடித்து, அதில் பதினைந்து நிமிடங்களைக் கடத்திய பிறகு வழிவிட, கிச்சாமி காரை எடுக்க,

''சார்! நீங்க சொன்னபடி ரகளை செஞ்சு, இப்பத்தான் காரை விட்டோம்!''

''குட்! விஷம் ஒடம்பு முழுக்க பரவணும்!''

கிச்சாமி அடுத்த இருபது நிமிடங்களில் போக்குவரத்தைக் கடந்து ரங்கநாயகி ஆஸ்பத்திரிக்கு வந்து சேர,

வாசலில் பலத்த போலீஸ் காவல்.

காரை நிறுத்தி கிச்சாமி உள்ளே ஓடி வர, போலீஸ் தடுக்க, ஜேக்கப் பார்த்துவிட்டார்.

பதறிப்போய் கிச்சாமியை நெருங்க,

''நீங்க யாருமே போனை எடுக்கலை. ஷோபா நிலைமை ரொம்பக் கவலைக்கிடமா இருக்கு ஜேக்கப்!''

''மைகாட்! நான் ஸ்ட்ரெச்சர் கொண்டுவர ஏற்பாடு பண்றேன்!''

துரிதமாக ஸ்ட்ரெச்சர் வர, டாக்டர் பிரவீன் ஓடி வந்தான். ஷோபா அதில் கிடத்தப்பட்டு உள்ளே எடுத்துச் செல்லப்பட்டாள்!

மளமளவென அவசர சிகிச்சைப் பிரிவுக்கு எடுத்துச் செல்லப்பட்டாள்!

டாக்டர் பிரவீன் உத்தரவிட, ஒரு டாக்டர் குழு மூன்று பேர் வேகமாக உள்ளே வர,

அவர்களை சோதனையிட்டு உள்ளே அனுப்ப, மேலும் பதினைந்து நிமிடங்கள் ஆனது!

உள்ளே உடனடியாக ஷோபாவுக்கு முதலுதவி செய்யப்பட

வெளியே போயிருந்த மதன் அப்போதுதான் உள்ளே வந்தான்.

‘‘கிச்சாமி மாமா! நீங்க எதுக்கு இங்கே!’’

கிச்சாமி கதறியபடி விவரம் சொல்ல,

‘‘மாமிக்கு ஃபிட்ஸா? கடவுளே! ஏன் எதிரிகள் விஷமமா?’’

‘‘தெரியலைடா மதன்! பிரமை புடிச்ச மாதிரி கிடந்தா! ரங்குவுக்கும் தெரியும். அவதான் ஊசி போட்டு தூங்கட்டும்னு சொல்லிட்டுப் போனா!’’

‘‘காப்பாத்திடலாம்!’’

‘‘ரங்குவுக்கு எப்படீப்பா சொல்றது?’’

‘‘அது முடியாது மாமா! குணசேகரன் ஆபரேஷன் மேஜர் ஆபரேஷன். உள்ளே போயிண்டு இருக்கு! என்ன பிரச்னை வந்தாலும் ஆபரேஷன் தியேட்டர் பக்கம் யாரும் வரப்படாதுனு ரங்குவோட கட்டளை! மற்ற டாக்டர்கள் இருக்கா! காப்பாத்திடுவா!’’

விக்ரமுக்கு தகவல் வந்துவிட்டது!

"காப்பாத்த முடியாது! அந்த விஷம் இதயத்தைத் தாக்கும்! ரங்கநாயகிக்கு மட்டும்தான் அதோட நேரடி மருந்து தெரியும்!"

இதைக் கேட்ட ஆம்ஸ்ட்ராங் டாக்டர்,

"சரி! இவங்களால முடியாம போனா, தகவலைச் சொல்லி ரங்கநாயகியை வெளில கொண்டுவர எத்தனை நேரமாகும்?"

"அவ பாதி ஆபரேஷன்ல இருப்பா! வரமாட்டா!"

"உயிருக்குப் போராடறது அவளோட அம்மா!"

"தாய்ப்பாசம் உசத்தினா, குணசேகரனோட விக்கெட் அவுட்! மற்ற டாக்டர்களால குணசேகரனை மீட்க முடியாது! தாய் கண் திறந்தா, மகளை ஜெயில்லதான் பாக்கணும்!"

விக்ரம் சிரித்தான்!

ரங்கநாயகி உள்ளே தீவிரமாக இருக்க,

இங்கே மற்ற டாக்டர்கள் போராடி, ஒரு கட்டத்தில எதுவும் செய்ய முடியாது என்ற கட்டத்துக்கு வந்துவிட்டார்கள்.

நேரம் பின்னிரவு இரண்டு மணி ஐம்பது நிமிடங்கள்.

பிரவீன் வெளியே வந்தான்.

"மேடம்தான் வந்தாகணும்! கூப்பிடுங்க!"

"அவங்க விடமாட்டாங்க!"

"நான்சென்ஸ்! இது அவங்க அம்மா! காலம் முழுக்க அவங்க வேதனைப்படற சங்கதி! பழி நமக்கு வரக்கூடாது. ஏதாவது செய்ங்க!"

கிச்சாமி கைகூப்பிக் கதறினார்!

மன்னி படத்துக்கு நேரே வந்து,

"மன்னி! ரங்குவை வெளில கொண்டு வா! ஷோபாவை வாழ வச்சவ நீ! என்னோட சேர்த்து வச்சவ நீ! ரங்கநாயகியை பெத்தவ ஷோபா! ரங்கு தன் தாயை இழக்கக் கூடாது! மன்னி! நீதான் கண் திறக்கணும்!"

வாய்விட்டுக் கதற,

மதன் தாளமாட்டாமல், "மாமியை சாக விடக்கூடாது! அப்புறமா நாமெல்லாம் இருந்து லாபமில்லை."

'ஆனது ஆகட்டும்!' என ஆபரேஷன் தியேட்டரை மதன் நெருங்கிவிட, ஜேக்கப் பதற,

மதன் அந்தக் கதவின் மேல் கை வைத்தான்.

இங்கே ஷோபாவுக்கு ஃபிட்ஸ் அதிகமாக, கண்கள் செருகி, மெல்ல மெல்ல எல்லாமே அடங்கத் தொடங்க,

கிச்சாமி மன்னி படத்தின் முன்பு கதறிக் கொண்டிருக்க, மதன் கதவை தள்ளித் திறக்கப்போன அந்த நேரம்... எதிர்பாராத ஒன்று நடந்தது!

25

அத்தியாயம்

ஆப்ரேஷன் தியேட்டர் கதவை மதன் துணிந்து திறக்கப்போக, எதிர்பாராத அது நடந்தது!

டாக்டர் பிரவீன் வேகமாக வெளியே வந்தான் இன்னொரு அறையிலிருந்து!

"இங்கே வாங்க!"

மற்ற டாக்டர்கள் அழைக்க, அவர்கள் திரும்ப,

"டாக்டர் ரங்கநாயகி இந்த மாதிரி பிட்ஸ் வந்தப்ப, குறிப்பிட்ட ஒரு இன்ஜெக்ஷனை போன வாரம் ஒரு பேஷன்டுக்கு தந்தாங்க! அதை நான் போட்டேன். கொஞ்சம் மாற்றம் தெரியுது!"

"அப்படியா?"

மற்ற டாக்டர்கள் ஓட, ஷோபாவின் பிட்ஸ் குறைந்து ஒரு மாதிரி இயல்பு நிலைக்குத் திரும்புவது போலத் தெரிந்தது!

தொடர்ந்து பிரவீன் தன் முதலுதவிகளைச் செய்ய, இதயத் துடிப்பு, நாடித்துடிப்பு எல்லாமே படிப்படியாக இயல்பு நிலைக்குத் திரும்ப,

போன நிமிடத்தில் மரணத்தின் வாசல் கதவைத் தட்டிவிட்ட ஷோபா; எமன் அதைத் திறந்து அவளை இழுத்துப்போகும்

நேரம், டாக்டர் பிரவீன் அவளை பாடுபட்டு எமன் வாயிலிருந்து வெளியே கொண்டு வந்து விட்டான்.

மேலும் ஒரு மணி நேரம் இடைவிடாத போராட்டம்.

ஷோபா மரணத்தை ஜெயித்து விட்டாள். எல்லாமே இயல்புக்குத் திரும்பும்போது விடியத் தொடங்கிவிட்டது.

பிரவீன் களைத்துப்போய் வெளியே வந்தான்.

கிச்சாமி பதட்டமாக காத்திருக்க,

"இனி பயமில்லை அங்கிள்! அம்மாவைக் காப்பாத்தியாச்சு! அவங்களுக்கு உயிர் ஆபத்து இல்லை!"

கிச்சாமி கதறி விட்டார்.

"நீ கடவுள் பிரவீன்! உன் மூலம் ஷோபா பிழைக்கணும்னு எழுதியிருக்கு"

"இல்லை என் கைல எதுவும் இல்லை. நான் போராடிப் பார்த்தேன். டாக்டர் ரங்கநாயகி இதுக்காக உபயோகப்படுத்தற ஒரு விசேஷ இன்ஜெக்ஷன் பேரு எனக்கு படக்குனு ஞாபகம் வந்தது தெய்வச் செயல்!"

கிச்சாமியின் பார்வை மன்னியின் போட்டோவில் நிலைத்தது!

"மன்னி! ஷோபாவைக் காப்பாற்று!" என கிச்சாமி இறுதி நொடிகளில் கதறிய அந்தக் கதறல் ஆஸ்பத்திரியையே ஸ்தம்பிக்கச் செய்தது.

"மன்னிதான் அந்த மருந்தின் பெயரை பிரவீனுக்கு ஞாபகப்படுத்திவிட்டாள்!"

பல வருடங்களுக்கு முன்பு, இதே ஷோபாவை பெரிய சங்கடத்திலிருந்து மீட்டது மன்னிதான்!

கிச்சாமிக்கு அவளைக் கல்யாணம் செய்து வைத்து, கற்பிழந்த பெண்ணை அவன் மணந்ததால் எத்தனை அடிகளை சமூகத்தில் பட நேர்ந்தது!

என்னதான் நடக்கட்டுமே!

"ஒரு அறிவாளியை, இன்னொரு அழகான ரங்கநாயகியை இந்த பூமியில் விதைத்தது ஷோபாதானே?"

ஷோபாவுடன் மன்னி வாழ்ந்த நாட்கள் மிக சொற்பம்!

ஆனால் அவள்மேல் உயிர்!

'அவளை மன்னி சாக விடுவாளா?'

'மீட்டெடுத்து விட்டாள்!'

இங்கே குணசேகரன் ஆப்ரேஷன் இன்னமும் முடிந்த பாடில்லை. அம்சவேணியும் மகள் கரிஷ்மாவும் துடித்துக் கொண்டிருக்க, அவர்களது பிரார்த்தனை ஒரு பக்கம் போய்க் கொண்டிருக்க,

ஷோபா தெளிவாகக் கண் திறந்துவிட்டாள்.

பிரவீன், மற்ற டாக்டர்கள் வெளியே வந்தார்கள்.

"அவங்க ஒடம்புல கடுமையான மூலிகை விஷம் ஒரு நொடில ஏதோ ஒரு ஊசி மூலம் செலுத்தப்பட்டிருக்கு!"

"அது எப்படி பிரவீன்?" கிச்சாமி கேட்க,

"கூட்டமான இடத்துல நடக்கலாம் இல்லையா? போற போக்குல ஒரு குத்து குத்திட்டுப் போறது கஷ்டமில்லை! இதுக்காக பயிற்சி பெற்றவங்க உண்டு!"

"எதுக்கு! ஷோபாவைக் கொலை செஞ்சு என்ன லாபம்?"

மதன், ஜேக்கப் எல்லாருமே அங்கே இருந்தார்கள்.

"எங்களுக்கு சில அனுமானம் இருக்கு! ரங்கு வெளில வரட்டும் மாமா! தெளிவா பேசலாம்!" மதன் சொல்ல,

காத்திருந்தார்கள்.

காலை ஏழு மணிக்கு ஆப்ரேஷன் தியேட்டர் கதவு திறந்தது!

ரங்கநாயகியும் மற்ற டாக்டர்களும் களைத்துப்போய் வர, எல்லோரும் பார்க்க,

''ஆப்ரேஷன் சக்சஸ்! அவருக்கு சாயங்காலம்தான் நினைவு திரும்பும்!'' ரங்கநாயகி சொல்ல, அத்தனை முகங்களும் மலர,

ரங்கநாயகி தன் அறைக்கு வர, சக டாக்டர்களும் வர,

அம்சவேணி ஓடி வந்து கைகளைப் பிடித்துக் கொண்டாள்.

''இது நிஜம்தானா?''

சக டாக்டர் எல்லாம் ''ஆமாம்! டாக்டர் ரங்கநாயகி இதுக்காக பெரிய போராட்டமே நடத்தியிருக்காங்க! அவங்க வெளி நாட்டுக்குப் போய் படிச்ச படிப்பை முழுசா இங்கே உபயோகப்படுத்தி, ஒரு பெரும் போராட்டமே நடத்தியிருக்காங்க! அவங்க தைரியமும், தன்னம்பிக்கையும், புத்திசாதுர்யமும் தான் குணசேகரனை மீட்டுக் கொடுத்திருக்கு!''

மதன், ஜேக்கப் கிச்சாமியுடன் உள்ளே வர,

''அப்பா! நீ எதுக்கு இங்க வந்தே?''

மதன் சகல விவரங்களையும் சொல்ல, ரங்கநாயகி படக்கென எழுந்துவிட்டாள்.

''ஆமாம்மா! உங்கம்மா மரணத்தைத் தொட்டுட்டா! பிரவீன் சமயோசிதமா செயல்பட்டு காப்பாத்திட்டார்!''

ரங்கநாயகி அரக்கப்பரக்க அம்மா இருக்கும் வார்டுக்குள் நுழைந்தாள். ஷோபா கண் திறந்துவிட்டாள். மகளைப் பார்த்ததும் தாளமுடியாமல் அழுதாள்.

ரங்கநாயகிக்கும் கண்ணீர் பீறிட்டது.

''ஸாரிமா! நான் பக்கத்துல இருந்தும் என்னால உனக்கு எதுவும் செய்ய முடியலை பாரு!''

பிரவீன் உள்ளே வந்தான்.

"செஞ்சது நீங்கதான் டாக்டர்! உங்க ஸ்பெஷல் இன்ஜெக்ஷனை கடைசி நொடிகள்ல ஞாபகப்படுத்தினது கடவுள்!"

"கடவுளுக்கு மேல மன்னி ரங்கு! நான் கதறின கதறல் மன்னி காதுல விழுந்து அவ, பிரவீன் மூலமா உள்ளே புகுந்துட்டா!"

ரங்கநாயகிக்கு உடம்பு சிலிர்த்தது.

நேராக மன்னி படத்துக்கு அருகில் வந்தாள்.

கை கூப்பி நின்றாள்.

"மன்னி! எப்பவும் என்கூட நீ இருக்கே! எனக்குள்ளே இருக்கே!" மதன் அருகில் வந்தான்.

"ரங்கு! ஊரார் பிள்ளையை ஊட்டி வளர்த்தவா மாமி! தன் புருஷனோட உடன் பிறப்புகளுக்காக வாழ்ந்து உயிரை விட்டவா! அதைத்தான் இப்ப நீ வேற விதமா செஞ்சிருக்கே! ஒரு குணசேகரனுக்காக நீ போராடினது, உங்கம்மாவை காப்பாத்தியிருக்கு!"

அத்தனை பேரும் அதை ஆமோதிக்க,

அம்சவேணி ரங்கநாயகி காலில் விழ,

"என்ன இது? நீங்க வயசுல மூத்தவா! இப்படிப் பண்ணலாமா?"

"உங்கம்மா உயிரைப் பணயம் வச்சு, இவருக்காக நீங்க போராடியிருக்கிங்களே டாக்டர்!"

"அது என்னோட கடமைம்மா! அவர் பிழைச்சாத்தான் பல உண்மைகள் வெளில வரும். வரணும்!"

ஜேக்கப் அருகில் வந்தார்.

"பிரவீன்! நீங்க பேசுங்க!"

ரங்கநாயகி பிரவீனை அளவு கடந்த கனிவுடன் பார்த்தாள்.

"நான் முதல்ல உங்களுக்குத்தான் நன்றி சொல்லணும் டாக்டர் பிரவீன்!"

"டாக்டர்!"

"நான் சொன்ன மருந்தா இருந்தாலும், அதை ஞாபகம் வச்சு அம்மாவுக்கு செலுத்தினது நீங்க நான் உங்களுக்கு, ரொம்பக் கடமைப்பட்டிருக்கேன் டாக்டர்!"

அவன் கைகளை இறுகப் பற்றி அதை எடுத்து தன் கண்களில் ஒற்றிக் கொண்டாள் ரங்கநாயகி!

"டாக்டர்! கூட்டத்துல அம்மாவுக்கு ஒடம்புல விஷம் செலுத்தப்பட்டிருக்கு, ஊசி மூலமாகக்கூட இருக்கலாம் - மூலிகை விஷம் - ப்ளட் ரிப்போர்ட் இப்ப வந்துடும். அதுல தெரியும்!"

"அம்மா எங்கே போனாப்பா?"

"பாபா கோயில்மா! வியாழக்கிழமை!"

ரங்கநாயகி முகத்தில் பளீர் வெளிச்சம்!

"அப்பா! இங்கே குணசேகரன் ஆபரேஷன்ல நான் இருந்தே ஆகணும். அவருக்கு ஏதாவது நேர்ந்தா, இந்த பூமி ரணகளமாகும்! அதனால அம்மா செண்டிமென்டை வச்சு, என்னை அப்புறப்படுத்த முயற்சி நடந்திருக்கு"

"அதுதான் நிஜம் ரங்கு!" மதன் ஆமோதிக்க,

"ஆங்! எனக்கொரு போன் - வந்ததே - பெண் குரல்ல! எமனுக்கு ஒரு உயிர் வேணுமாம் இன்னிக்கு ராத்திரி! அது குணசேகரனா? உங்கம்மாவா? - இப்பத்தான் ஞாபகம் வருது!"

அத்தனை பேரும் ஆடிப்போனார்கள்.

"ரொம்ப அழகா வலைபின்னி, அம்மாவை குறி வச்சிருக்காங்க! யாருக்கு என்ன நேர்ந்தாலும் குணசேகரனைவிட்டு நான் வெளில வர்றதில்லைனு வைராக்யமா இருந்தேன்!"

"மதன் ஆபரேஷன் தியேட்டருக்குள்ளே கிட்டத்தட்ட நுழைஞ்சிட்டானே!"

ஜேக்கப் சொல்ல,

"விடுங்க! ரெண்டு பேரும் பிழைச்சாச்சு!"

"உங்கம்மா உயிரைப் பணயம் வச்சு, இவரை மீட்டீங்களே டாக்டர்!"

"இதை நீங்க மறக்கக்கூடாது! உங்க கணவன் கண் விழிச்சு பேசலாம்னு ஒரு நிலை வந்த பிறகு இதை எல்லாம் அவருக்குச் சொல்லணும்! நிறைய அரசியல் உள்ளே இருக்கு! அதை அவர்தான் சொல்லணும்!"

"சொல்லுவார்மா! சில தப்புகளை அவர் கண்ணால பார்த்து பொறுக்க முடியாம கேட்ட காரணமாத்தானே ஆம்ஸ்ட்ராங் ஆஸ்பத்திரில அவரைக் கொல்ல முயற்சி நடந்திருக்கு! அதுல தப்பித்தானே கடைசி நொடிகள்ல நாங்க இங்க வந்தோம்?"

"புரியுது! அவர் பேசணும். ஜேக்கப் சார்! செக்யூரிட்டியை இன்னும் டைட் பண்ணுங்க! இனிமேலதான் குணசேரகனுக்கு ஆபத்து அதிகம்!"

"சரிம்மா!"

"மதன் அண்ணா! இப்ப சேனலுக்கு எந்தச் சேதியும் போக வேண்டாம்."

"ஆபரேஷன் நடக்கற விஷயம் பொது மக்களுக்குத் தெரியும். ரிசல்டுக்காக பப்ளிக் ஆர்வமா காத்திருக்கு. எதிர் முகாம் எல்லா ஏற்பாடுகளையும் செஞ்சாச்சு ரங்கு. உன்னை அரெஸ்ட் பண்ண வாரன்ட் ரெடி! குணசேகரன் மரணத்தை அரசியலாக்க, ஜேக்கப்பை பதவி நீக்கம் செய்ய, சேனலை முடக்க, இந்த ஆஸ்பத்திரிக்கு சீல் வைக்க எல்லா ஏற்பாடுகளும் தயார். கடைசி வரை தேர்தல் பிரச்சாரம் அனல் பறக்க நடந்துகிட்டிருக்கு!"

“ஆமாம்மா! அவங்க எதிர்பார்த்தபடி குணசேகரனுக்கு ஏதாவது ஆயிட்டா, எல்லாமே தலைகீழா மாறும். அனுதாப அலைவீசும். தேர்தல்ல மிகப் பெரிய ஒரு மாற்றம் வரும். எல்லாத்தையும் புரட்டிப் போடுவாங்க. 18ஆம் தேதி வாக்குப் பதிவு இல்லையா? இதுல விக்ரமோட கார்ப்பரேட் கம்பெனில பெரிய அரசியல் இருக்கே! அவங்க பயம் குணசேகரன் வாய் திறக்கக் கூடாதில்லையா? திறந்தா, ஊழல் பெருச்சாளிகள் அத்தனை பேரும் வெளிச்சத்துக்கு வருவாங்களே! அதோட ரிசல்ட் 18ஆம் தேதி வாக்குப் பதிவுல எதிரொலிக்குமே!”

“நமக்கு அரசியல் வேண்டாம் மதன் அண்ணா!” ரங்கு சொல்ல,

“நீ வேண்டாம்னு சொன்னாலும் தப்பிக்க முடியாது! இங்கே அடுப்படி முதல் ஐ.நா.சபை வரை அரசியல்தான்! அடுத்த வார ஆட்டத்துக்கு தயாரா இரு!”

26

அத்தியாயம்

இங்கே விக்ரம் கூடாரத்தில் தீப்பற்றி எரிந்து கொண்டிருந்தது! எப்படியோ தகவல் வந்துவிட்டது!

என்னதான் ரங்கநாயகி ரகசியம் காத்தாலும், குணசேகரனுக்கு நடந்த ஆபரேஷன் வெற்றி என்ற தகவல் வந்துவிட்டது.

பெற்ற தாயைக்கூட பொருட்படுத்தாமல் ரங்கநாயகி குணசேகரனைக் காப்பாற்றி விட்டாள் என்ற தகவல் வந்துவிட்டது!

ஷோபாவும் பிழைத்து விட்டாள் என்பது அடுத்தகட்ட அதிர்ச்சி! விக்ரம் கொதிநிலையில் இருந்தான்.

அவர்களது கார்ப்பரேட் கம்பெனியின் ஒன்பதாவது தளத்தில் ஒரு பெரிய கூட்டம் இருந்தது!

கொந்தளிப்பில் இருந்தது!

போன வாரம் எல்லா ஏற்பாடுகளையும் அரசியல் தலைவர்கள் துணையுடன் செய்திருந்தார்கள்.

பத்தாம் தேதி இரவு ஆபரேஷன்!

11ஆம் தேதி காலை மரணச் செய்தி வரும். உடனே ரங்கநாயகி கைது உட்பட, அவளுக்கு உறுதுணையாக செயல்பட்ட அத்தனை பேரையும் முடக்க சட்டபூர்வமான நடவடிக்கை!

ஆனால், நடக்கவில்லை.

குணசேகரன் பிழைத்து விட்டார் என்ற சேதி வெளியே வந்துவிட்டது!

"எப்படி? இத்தனை இடர்ப்பாடுகளையும் கடந்து ரங்கநாயகி அவரைப் பிழைக்க வைத்தாள்?"

"அவர் பேசக்கூடாது! அதுக்குள்ளே ஏதாவது செய்ங்க!" ஒரு அரசியல் புள்ளி கூச்சலிட,

"வேண்டாங்க. பாதுகாப்பு பலமா இருக்கு! அதுமட்டும் இல்லை! இனி குணசேகரன் இயல்பா தலைவலினு சொன்னாக்கூட அதுக்கு வேற வர்ணம் பூசுவாங்க! விட்ருங்க!"

"என்னய்யா பேசறீங்க? அவன் பேசிட்டா, ஓட்டுகள் சிதறிடும்!"

"அவன் விலை போயிட்டான்னு நாமும் பேசுவோம்!"

அரசியல் அடிதடி ஒரு பக்கம் நடக்க, மருந்துக் கம்பெனி வரப்போகும் மிகப் பெரிய சரிவை அதிர்ச்சியுடன் எதிர்நோக்கிக் காத்திருக்க,

ஆம்ஸ்ட்ராங் ஆஸ்பத்திரி ஏற்கெனவே மக்கள் நம்பிக்கையை இழந்து அதலபாதாளத்துக்குப் போய்க் கொண்டிருக்க,

இங்கே குணசேகரன் ஒரு நாள் முடிந்து மறுநாள்தான் கண் திறந்தார். ரங்கநாயகி டாக்டர் குழு பரிசோதிக்க,

எல்லாமே சரியாக இருந்தது!

இதயம் முறையாக இயங்கத் தொடங்க, அவர் நன்றாகக் கண் திறந்துவிட்டார்!

அவர் பிழைத்து விட்டார் என்ற செய்தி சேனலில் போக, உடனே ஒரு பெரிய கருத்தரங்கமே நடந்தது!

'ரங்கநாயகி டாக்டர் குணசேகரனைப் பிழைக்க வைத்து விட்டார்' என ஆரம்பித்து அவரது அம்மாவுக்கு நிகழ்ந்த உயிராபத்து - கொலை முயற்சி - அதில் ரங்கநாயகிக்கு விரிக்கப்பட்ட வலை! பெற்ற தாயைவிட, குணசேகரனை மீட்பது முக்கியம் என ரங்கநாயகி நடத்திய போராட்டம் என சகலமும் வெளிவர, தேர்தல்களம் சூடு பிடித்துவிட்டது!

குணசேகரனை மக்களுக்குக் காட்ட, அத்தனை கேமராக்களும், ஆஸ்பத்திரி வாசலில் முண்டியடிக்க,

ரங்கநாயகி தீர்மானமாக மறுத்துவிட்டாள்.

இன்னொரு நாளும் கடந்த பிறகு, மதன் வந்துவிட்டான்.

"பிரச்னை பெரிசாகுது ரங்கு! வெளில மீடியாக் கூட்டம் அலைமோதுது! மக்கள் அதைவிட ஆர்வமா இருக்காங்க!"

"வேண்டாம்! அவர் பேச வேண்டாம்! ஸ்ட்ரெயின் கூடாது! பட்டபாடெல்லாம் வீணாயிடும்!"

"இல்லை ரங்கு! அவர் பிழைக்கலை, செத்துட்டார்... அரசியல் காரணங்களைக் காட்டி, தேர்தலுக்காக பொய் சொல்றோம்னு ஒரு வதந்தி சோஷியல் மீடியால போயிட்டிருக்கு! அது விபரீதம்! விஷமிகள் வேற நடவடிக்கைகளை எடுத்துடக் கூடாது! நமக்கு அரசியல் வேண்டாம். ஆனா இந்த மருத்துவ யுத்தத்துல நீ பட்டபாடு வீணாகக் கூடாது! புரியுதா?"

"ஆமாம்மா!" ஜேக்கப்பும் அதை ஆமோதிக்க, ரங்கநாயகி யோசித்தாள்.

"உங்கம்மா ஷோபாவையும் காட்டணும்!"

"அவங்களால பேச முடியாதே!"

"நீ பேசலாமே! நீ பேசியே ஆகணும் ரங்கு!"

"சரி மதன் அண்ணா! ஏற்பாடு செய்!"

ரங்கநாயகி, குணசேகரன் இருந்த விசேஷ அறைக்கு வந்தாள். வெளியே பலத்த பாதுகாப்பு!

மனைவி, மகளைக்கூட ஒருமுறைதான் பார்க்க அனுமதித்தார்கள். அவர் விழித்திருந்தார்.

அவளைக் கையெடுத்துக் கும்பிட்டார். அருகில் வந்து சமீபத்தில் எடுத்த பரிசோதனை முடிவுகளைப் பார்த்தாள்.

“நல்லது! நீங்க அதிகம் பேச வேண்டாம்! 18ஆம் தேதி வாக்குப் பதிவு! உங்க உயிரை வச்சு, ஆட்டத்துல ஜெயிக்க, என்னை, இந்த ஆஸ்பத்திரியை நிரந்தரமா ஒழிக்க, ஒரு பெரிய சதி நடந்திருக்கு! இப்பவும் அது தொடருது!”

அவர் கண்களில் அதிர்ச்சி, வெறுப்பு, சோகம்.

“நானும் பாவிதான் டாக்டர்! அந்தப் பாவத்துக்கான தண்டனை இது!” கண்கலங்கினார்.

“வேண்டாம். உணர்ச்சிவசப்பட வேண்டாம். அது நல்லதில்லை. நீங்க பிழைச்சது மக்களுக்குத் தெரியணும். அது முக்கியம். இல்லைனா, வதந்திகள் பரவி, வேற ஒரு ஆட்டம் ஆரம்பிக்குது! அதைத் தடுத்தாகணும்!”

“நான் என்ன செய்யணும். தப்பான சதுரங்க அரசியல் ஆட்டத்துல நானும் ஒரு அங்கம் டாக்டர்!”

“அது இப்ப நமக்கு வேண்டாம். நான் சொல்ற மாதிரி நீங்க பேசினா போதும்! நல்ல சிகிச்சை மக்களுக்கு கிடைக்கணும். விஷம் கலந்த மருந்துகளோட விற்பனை தடுக்கப்படணும்! அரசியல் வாழ்க்கை அஞ்சு வருஷத்துக்கு ஒருமுறை மாறும். ஆனா, ஓட்டுப் போடற மக்கள் உயிரோட இருக்கணும் இல்லையா? அதுதான் என் விருப்பம்!”

“நீங்க என் கடவுள். என்ன சொல்றீங்களோ, அதை நான் கேக்கறேன். ஆனா பல உண்மைகளை மக்களுக்குச் சொல்லணும்!”

"அதுக்கு இப்ப அவசரமில்லை."

"இல்லை டாக்டர். உண்மைகள் வெளில வந்துட்டா, தப்பானவங்க பதவியில் உட்கார முடியாது இல்லையா?"

ரங்கநாயகி சிரித்தாள்.

"சார்! இங்கே ஜெயிச்சு வரும்போது யாருமே தப்பா இல்லை. மக்களும் அவங்க மேல நம்பிக்கை வச்சுத்தான் ஓட்டுப் போடறாங்க! ஆனா, பதவியும், அதிகாரமும், பணமும் அவங்களைத் தப்பா மாத்திடுது! கடந்த காலத்து கசப்பான நிஜம் இது! சரி! அதை விடுங்க! நீங்க பேசப் போறது அரசியல் மாற்றத்தைக் கொண்டுவர இல்லை. மக்களைக் காப்பாற்ற! சரியா?"

"சரி டாக்டர்!"

ரங்கநாயகி என்ன பேச வேண்டும் என அவருக்கு சுருக்கமாகச் சொன்னாள்!

ஜேக்கப்பை விட்டு அம்மாவை அழைத்து வரச் சொன்னாள்.

பக்கத்து அறையில் தான் ஷோபா ஓய்வில் இருந்தாள்!

அதற்குள் சேனலில் பொறி பறக்கும் முன்னோட்டம்!

"குணசேகரன் பிழைத்து விட்டார். அரசியல் வலையில் சிக்கி உயிரை இழக்க இருந்தவரை டாக்டர் ரங்கநாயகி மீட்டுவிட்டார். மக்களை குணசேகரன் விரைவில் சந்திப்பார்!"

- பத்திரிகையில் செய்தி!

அரசியல் முகாம்களில் அனல் பறக்க,

"டாக்டர் ரங்கநாயகியின் நேரடிப் பேட்டி இன்று இரவு 8 மணிக்கு ஒளிபரப்பு!"

மதன் சகலமும் தயார் செய்ய,

உலகம் முழுக்க ஒரு மாதிரி பரபரப்புடன் தமிழ்நாட்டு அரசியலை வேடிக்கை பார்க்க,

ரங்கநாயகி எட்டு மணிக்கு கை கூப்பினாள் மக்களுக்காக!

போக்குவரத்துகூட ஸ்தம்பித்து இருந்தது!

ஒரு முன்னோட்டம் தந்த பிறகு

"நான் ஒரு டாக்டர் இங்கே அரசியல் பேச வரலை எனக்கது அவசியமும் இல்லை. விஷ மருந்துகளை மக்கள்கிட்ட விற்பனை செஞ்சு, ஒரு சமூகத்தையே சாகடிக்கற கூட்டத்தை தோலுரிக்கிற முயற்சிகளை நாங்க எடுக்கறோம்!" என ஆரம்பித்து, குணசேகரன் ஆபரேஷன் - அதில் நடுவில் பலிகடா ஆக இருந்த வாய் பேச முடியாத தன் அம்மா எனப் பேச,

ஷோபாவை படுக்கையில் காட்ட,

ரங்கநாயகி அந்த விவரத்தைச் சொல்ல,

"குணசேகரன் இறந்துட்டார்னு ஒரு வதந்தி போகுது! அது உண்மையில்லை. அவர் பிழைச்சு நலமா இருக்கார். இதோ நீங்களே அவரை சந்திக்கலாம்!"

கேமரா திரும்ப, படக்கென மின்சாரம் தொலைந்தது.

நகரம் முழுக்க இருட்டு! மக்களுக்கு ஏமாற்றம். இதை எதிர்பார்த்து ஏற்கெனவே மாற்று ஏற்பாடுகளைச் செய்த காரணத்தால், சில நொடிகளில் மின்சாரம் வந்துவிட்டது!

ரங்கநாயகி சிரித்தாள்.

"குணசேகரனை நீங்க பாக்கக் கூடாது! அவர் பேசறதைக் கேக்கக் கூடாதுனு சில நொடிகள் விளையாடிட்டாங்க! அதுக்கும் நாங்க மாற்று ஏற்பாடுகளை செஞ்சிட்டோம். பூனை கண்களை மூடிட்டா, உலகம் இருண்டு போகுமா என்ன? இனி குணசேகரனை நீங்க சந்திக்கலாம்!"

ஆஸ்பத்திரி கட்டிலில் படுத்திருந்த குணசேகரனுக்கு கேமரா சென்றது!

அவர் வணங்கினார்.

"தப்பானவங்க கூட்டணில இருந்த நான் விஷம் விற்கும் மருந்துக் கம்பெனி, அதுக்குத் துணைபோன நட்சத்திர ஆஸ்பத்திரி - இவங்களை தாங்கிப்புடிச்ச அதிகார வர்க்கத்துல இருந்த அரசியல் புள்ளிகள்... இப்படி ஒரு மோசமான, மக்களைப் பலி வாங்கற கூட்டத்துல இருந்தேன்! பலன்... உண்மைகள் தெரிஞ்சு எதிர்த்தப்ப, என் உயிருக்கே கெடு வச்சாங்க! அவங்கம்மாவைப் பணயம் வச்சு! நான் அதிகம் பேசக் கூடாதுனு டாக்டர் உத்தரவு! மக்களை வாழ வைக்கத்தான் ஆட்சியும், அதிகாரமும், பதவியும். அவங்களை சாகடிச்சு, அதன் மூலம் பணம் சம்பாதிக்கற வியாபாரிகளுக்குத் துணை போகக் கூடிய அரசியல்வாதிகளை தயவுசெஞ்சு ஆதரிக்காதீங்க! அது யார்னு நான் சொல்லலை. இந்தத் தேர்தல்ல அவங்களுக்கு ஒரு பாடம் புகட்டுங்க. நீங்களும் உங்க குடும்பமும் நல்லா வாழணும்னா, முழிச்சுக்குங்க. அவ்ளோதான்!"

கும்பிட்டு விட்டார்.

மதன் வந்து நன்றி சொல்லி,

"மக்களை நியாயமா யார் வாழ வைக்கறாங்களோ, அவங்களை மட்டுமே ஆதரியுங்க!"

ஒளிபரப்பு முடிந்துவிட்டது!

வெளியே பெரிய சலசலப்பு!

ஏற்கெனவே குணசேகரன் அட்மிட் ஆனது முதல் ஏற்பட்ட கொந்தளிப்பு கொஞ்சமல்ல!

சகலமும் மக்களுக்குத் தெரிந்திருந்தது!

சமீபத்தில் நடந்த சதியும், அதில் குணசேகரன் ரங்கநாயகியால் மீட்டெடுக்கப்பட்டதும், அதிரடியாகத் தெரிய, பிழைத்த குணசேகரனே பேச, மக்களிடம் ஒரு ஆவேசம் புறப்பட்டது!

இந்த ஒளிபரப்பு ஏப்ரல் 15ஆம் தேதி இரவு மக்களைச் சென்றடைய,

மறுநாள் 16ஆம் தேதி இறுதிக் கட்ட பிரச்சாரம்!

விக்ரம் எதிரே இருந்த அந்த அரசியல் பிரமுகர் நெருப்பாக நின்றார்.

"குணசேகரன் எதுவும் பேசலையே!"

"பேசலைனா என்ன? மருந்துல விஷம் விக்கிற உன் கம்பெனியும், ஆம்ஸ்ட்ராங் ஆஸ்பத்திரியும் அதுக்குத் துணை நிக்கற நாங்களும் யாருனு மக்களுக்குத் தெரியுமே?"

"தெரியட்டும்!"

"முட்டாப்பயலா நீ? 18ஆம் தேதி அவங்கதாண்டா ஓட்டுப் போடணும் நாயே? நல்லா முதுகுல குத்தி அனுப்பப் போறாங்க! அந்த ரங்கநாயகி எங்களோட அரசியல் வாழ்க்கையையே அஸ்தமிக்க வச்சிட்டாளே!"

27

அத்தியாயம்

குணசேகரன் நன்றாக கண்விழித்து விட்டார். அவர் மனைவி, மகளுக்கு ரங்கநாயகிக்கு நன்றி சொல்லி மாளவில்லை.

பெரிய அளவுக்கு உணர்ச்சி வசப்பட்டிருந்தார்கள்.

தேர்தல் முடிவுகளே வேறு மாதிரி இருந்தது! ரங்கநாயகியை பல அரசியல் கட்சிகள் முற்றுகையிட,

ரங்கநாயகி தீர்மானமாக மறுத்துவிட்டாள்.

"அரசியல் பேசற எண்ணத்தோட இங்கே தயவுசெய்து யாரும் வர வேண்டாம்!"

"குணசேகரனுக்கு அரசியல் சதுரங்கத்துல முக்கியப் பங்கு உண்டு டாக்டர்!"

"இருக்கலாம்! என்னைப் பொறுத்தவரை அவர் ஒரு பேஷன்ட்தான். அவரைக் காப்பாற்ற நாங்க போராடறோம். அதுக்கு பக்கபலமா கடவுள் இருந்ததால், அந்த முயற்சில நாங்க ஜெயிச்சோம்! அவ்ளோதான்! இதுக்குமேல அரசியல்ல எனக்கு ஈடுபாடு இல்லை. மருந்துகள்ல விஷம் கலந்து வியாபாரம் நடத்தறதை என்னால பொறுத்துக்க முடியாது! என் நோயாளிகள் மட்டுமில்லை... நாடு முழுக்க மக்கள் இந்த வியாபாரத்துக்கு பலியாகி, உயிரை விடறதை என்னால

பொறுத்துக்க முடியாது! பணத்துக்காக வெள்ளைக்கோட்டை நான் மாட்டலை, மக்களை ஏமாற்றி, மாளிகை கட்டறதுல எனக்கு சம்மதமில்லை!"

"குணசேகரனை பேட்டி எடுக்கணும்!"

"ஸாரி! இன்னும் ஒரு வாரத்துக்கு அவரை யாரும் நெருங்கக் கூடாது! அவருக்கு டிஸ்சார்ஜ் கொடுத்த பிறகு பேசுங்க! எனக்கு அவரோட தேகநிலை முக்கியம்"

குணசேகரன் நன்றாகத் தெளிந்துவிட்டார்.

பல அரசியல் கட்சிகளும், அமைச்சர்களும் அவரை சந்திக்கத் துடித்தார்கள்.

ஆட்சி அமைக்க அவர் தயவு தேவைப்பட்டது!

அவர் சார்ந்த ஊழல் கட்சி தோல்வியை மிகப்பெரிதாக சந்தித்திருக்க,

அவர் மேல் கொலைவெறியில் இருந்தார்கள்.

"ஒரு சமயத்துல எல்லாத்துக்கும் நீ உடந்தையா இருந்துட்டு, இப்ப கடைசி நேரத்துல உத்தமனாகி கவுத்துட்டியே!"

ரங்கநாயகி உள்ளே வந்து பரிசோதிக்க,

குணசேகரன் பெரிய அளவுக்கு உணர்ச்சிவசப்பட்டிருந்தார்.

"டாக்டர்! என்னை மீட்டுக் கொண்டு வந்த கடவுள் நீங்க!"

"எதுக்கு பெரிய வார்த்தைகள் சார்? என் கடமையை நான் செஞ்சேன். உங்க மனைவி அம்சவேணி அம்மாவுக்கு நன்றி சொல்லுங்க! அங்கிருந்து கடைசி நொடிகள்ல உங்களை மீட்டுக் கொண்டு வந்து அவங்க என்கிட்ட ஒப்படைக்கலைனா, நீங்க இப்ப இல்லை!"

"டாக்டர்! விஷம் விக்கற அந்தக் கூட்டத்துக்கு நானும் ஒரு சமயத்துல பெரிய அளவுக்கு துணையா இருந்தது கசப்பான நிஜம். அந்த வியாபாரத்துக்கு துணை நின்னேன்.

என் செல்வாக்குல அதை இங்கே இறக்குமதி செய்ய எல்லா உதவிகளும் செஞ்சேன். அதுல எனக்கும் கோடிக்கணக்கான பணம் பங்கு உண்டு! அழகா, மக்கள் மத்தியில் அதை ஊடுருவவிட்டு, நோய் குறையாம பாத்துக்கிட்டு, அதுக்கு நோயாளிகளையே பலியாக்கி, ஒரு பெரிய கூட்டமே இப்பவும் விளையாடுது! இதுல ஈடுபட்டவங்க பட்டியலை நான் உடனே வெளியிடணும்!''

"அதுக்கான உடல்நிலை உங்களுக்குத் திரும்பலை. கொஞ்சம் பொறுங்க! அதுமட்டுமில்லை, அது பெரிய நெட்வொர்க்! அதை முழுமையா நீங்க உடைச்சா, உங்க உயிருக்கும் ஆபத்து வரலாம்!''

"மக்களை முழிச்சுக்கச் செய்யணும் இல்லையா?''

"செய்ங்க! அதை கவனமா செய்ங்க! வேரோடிப் போன ஊழலை, தப்பான வியாபாரங்களை ஒரே நாள்ல உடைக்க முடியாது! அது கஷ்டம். அந்த ஆம்ஸ்ட்ராங்க் ஆஸ்பத்திரி சீர்கேடுகள் மக்களைப் போய்ச் சேர்ந்தாச்சு! அங்கே கூட்டமும் கணிசமா குறைஞ்சாச்சு! இப்போதைக்கு அதுபோதும்! அவங்க மூலமா மார்க்கெட்டுக்கு வரக்கூடிய மருந்துகளை அரசாங்கம் மூலமா தடை செய்வோம். உங்களை மாதிரி செல்வாக்கு உள்ள பெரியவங்க செய்ய வேண்டியது அதுதான்!''

"நிச்சயமா டாக்டர்!''

"மக்களுக்கு எது நல்ல மருந்து, எது விஷம்னு இனம் கண்டுகொள்ளத் தெரியாது! ஒரு தும்மல், உடம்பு வலினா, உடனே யாரும் ஆஸ்பத்திரிக்குப் போறதில்லை. பக்கத்துல உள்ள மெடிக்கல் ஷாப்புக்குத்தானே போறாங்க?''

"ஆமாம் டாக்டர்!''

"காரணம், நம்ம டாக்டர்கள். அவங்க தேடி வந்தா, நியாயமான ஃபீஸை வாங்கிட்டு, அந்த நோய்க்கான மருந்தை மட்டும் தரணும்! செய்யறாங்களா? ஏழெட்டு மருந்துகளை

எழுதி, ஊசி போட்டு, எக்ஸ்ரே ஸ்கேன்னு சகலமும் எடுத்து, முடிஞ்சா ஒரு நாள் ட்ரிப்ஸ் போட்டுக்குங்கனு அட்மிட் பண்ணி, ஒரு சாதாரண நோய்க்கு அதிகபட்சம் நூறு ரூபாய் செலவுல முடியற சங்கதிக்கு ரெண்டாயிரம் வரைக்கும் கறக்கறாங்க! அந்த மருந்துகள் குணப்படுத்தறதும் இல்லை! பக்க விளைவுகளை உண்டாக்குது! அந்த நோயாளியை திரும்பத் திரும்ப வரவழைக்கற தந்திரம்!''

குணசேகரன் தலையாட்ட,

''சின்ன பிரச்னைகளோட வர்ற நோயாளிகளை நிரந்தர நோயாளியாக்கி, அவங்களை நிலைகுலைய வைக்கறது! ஆஸ்பத்திரில காலை வச்சிட்டா அவங்களை உடும்புப்புடியா பிடிச்சு, போகவிடாம லாக் பண்றது! அவங்க கடை விரிச்சாச்சு! சரக்குகளை வித்தே தீரணும்னு இறங்கிடறாங்க. டாக்டர்களுக்கு மெடிக்கல் ஷாப்புகள் உடந்தை. அந்த டாக்டர்களே தமக்கு சொந்தமா மெடிக்கல் ஷாப் வச்சிருக்காங்க. இவங்க எழுதற மருந்துகள் அவங்க கடைல மட்டும்தான் கிடைக்கும். இருமல்னு ஒண்ணு வயசானவங்களுக்கு வந்துட்டா, அது போறதேயில்லை அதெப்படி?

ஒரு நோய்னு வந்துட்டா, அதை முற்றிலும் குணமாக்கணும் இல்லையா? ஆகாது! ஏன்னு கேட்டா, காற்று, தண்ணீர், உணவு பழக்கங்கள்னு அந்த நோயாளிமேல பழியைப் போட்டு, தான் தப்பிச்சுக்க வேண்டியது! உங்க விஷம் விற்கற கம்பெனிகளுக்கு பெரிய லாபம் வர வேண்டாமா?''

''நீங்க பேசற அத்தனையும் நிஜம்!''

''இங்கே பல டாக்டர்களுக்கு முழுமையான மருந்து பற்றிய அறிவும் மருத்துவரீதியான தெளிவும் இல்லை. காரணம் பணம் தள்ளி சீட் வாங்கறது! அங்கே சரியா படிக்கறதில்லை. இதுல போலிச் சான்றிதழ், போலி டாக்டர்கள் நிறைய இடங்கள்ல! மக்களை எப்படிக் காப்பாற்ற முடியும்? அதையெல்லாம் கண்டுபிடிச்சு வெளில கொண்டு வரணும்!''

"எப்படி டாக்டர்?"

"மற்ற இடங்கள்ல ஐடி ப்ரூஃப் கேக்கற மாதிரி நோயாளிகளே டாக்டர் சரியான சான்றிதழ், காட்டினாத்தான் சிகிச்சைக்கு ஒப்புக்கணும்! போட்ட பணத்தை எடுக்க மக்களை பலிகடா ஆக்கறாங்க! நீங்க குணமாகி வெளில போனபிறகு மக்களுக்கு இந்த விழிப்புணர்வை உண்டாக்கணும்!"

"கண்டிப்பா டாக்டர்!"

"நான் ஜேக்கப் சாரை வச்சு, மிக பலமான போலீஸ் பாதுகாப்பை உங்களுக்குத் தரச் சொல்றேன்!"

"நன்றி டாக்டர். உங்களுக்கும் சின்ன வயசு! நீங்களும் ரொம்ப ஜாக்ரதையா இருக்கணும்!"

"கண்டிப்பா!"

"நீங்க ரெஸ்ட் எடுங்க!"

அம்சவேணி கூடவே வந்தாள்.

"டாக்டர்! அவர் பிழைச்ச பிறகுதான் இன்னும் பயம்மா இருக்கு! பாதிக்கப்பட்டவங்க சும்மா இருப்பாங்களா?"

"அம்மா! அப்படி பயந்தா அர்த்தமே இல்லை. நான் போலீஸ் பாதுகாப்போட இந்த ஆஸ்பத்திரில இருக்கலாம்! அதுக்காக உள்ளே பூட்டிக்கிட்டு இங்கயே வாழ முடியுமா! வீட்டுக்குப் போய்த்தானே ஆகணும்?"

"ஆமாம் டாக்டர்! நீங்க ரொம்ப பத்திரமா இருக்கணும்!"

"பயம் ஒரு மனுஷனை தினம் தினம் சாகடிக்கும். அப்புறமா வாழவே முடியாது! அவரை ரூமுக்கு மாத்திர்றோம். நீங்களும், உங்க மகளும் இனி அவர் பக்கத்துலேயே இருக்கலாம்!"

"சரி டாக்டர்!"

தன் இருப்பிடத்துக்கு வந்தாள்.

மதன், ஜேக்கப், டாக்டர் பிரவீன் 3 பேருமே அவளுக்காக காத்திருந்தார்கள்!

ரங்கநாயகி ஒரு மாதிரி களைத்துப் போயிருந்தாள்.

"நீ முதல்ல சாப்பிடு ரங்கு!"

"அம்மா எப்படி இருக்காங்க?"

"கண்முழிச்சு, இப்ப தெம்பா இருக்காங்க! அப்பா கூடவே இருக்கார். உங்க குடும்பம் மொத்தமும் வந்து பாத்துட்டே இருக்காங்க!"

"பிரவீன் மட்டும் சமயோசிதமா செயல்படலைனா இன்னிக்கு அம்மா இல்லை. பெத்த மகளா இருந்தும் அம்மாவை ரட்சிக்க என்னால முடியலை! மன்னி, பிரவீன் ஒடம்புல புகுந்து அம்மாவை மீட்டுக்கொண்டு வந்துட்டா! டாக்டர் பிரவீன்! உங்களுக்கு நான் ரொம்பக் கடமைப்பட்டிருக்கேன்!"

குரல் தழுதழுக்க, ரங்கநாயகி பிரவீனை கையெடுத்துக் கும்பிட, பிரவீன் பதறிவிட்டான்.

"என்ன டாக்டர் இது? அந்தப் பாவிகளால் பாதிக்கப்பட்டு, ஜெயிலுக்குப் போய், என்னோட மருத்துவப் படிப்பை முடக்கி, என்னை செயல்படவிடாம செஞ்சு, நடைப்பிணமா தெருவுல அலையவிட்ட பாவிங்க! அந்த நேரம் எனக்கு ஆதரவு குடுத்து, எனக்கு நிழல் தந்தது நீங்கதானே டாக்டர்?"

"இப்ப சமீபத்துல நடந்த சகலத்தையும் மீடியா கவர் பண்ணின காரணமா, வீடியோ ஆதாரங்கள் இருக்கு! அதுல உங்க பங்கும் உண்டு. இதையெல்லாம் கவுன்சில்ல சமர்ப்பித்து உங்களுக்கான முறையான அங்கீகாரத்தை உடனே நான் வாங்கறேன்! அவங்க ஊழலை உரிச்ச முக்கியமான நபர் நீங்கதான்!"

"ரங்கு! உனக்கு நாலு நாளா ரெஸ்ட்டே இல்லை. சரியா நீ சாப்பிடலை!" மதன் கவலைப்பட,

"பரவாயில்லை. குணசேகரன், அம்மா ரெண்டு பேரையும் மீட்டு எடுத்தாச்சு! அதுபோதும்!"

கிச்சாமி உள்ளே வந்தார்.

"அப்பா! வா! நான் வந்து அம்மாவைப் பாக்கறேன்!"

"நிதானமா வாம்மா! அவளைப் பிழைக்க வச்சாச்சே! நான் ஆத்துக்குப் போய் சமைச்சு, உனக்கு எடுத்துண்டு வந்திருக்கேன்!"

"எதுக்குப்பா கஷ்டம்."

"உனக்கு வெளிச் சாப்பாடு பிடிக்காது! அதான்! மன்னிதான் எனக்கு சமையல் கத்துக் குடுத்தா! அது இன்னிக்கு எப்படி உதவியா இருக்கு பாரு."

அவரே இலை போட்டு, அவளை உட்கார வைத்துப் பரிமாறினார்.

அவளுக்குப் பிடித்த உணவை சமைத்திருந்தார்.

"மெதுவா சாப்பிடும்மா! மதன், பிரவீன், ஜேக்கப் எல்லாருக்கும் கொண்டு வந்திருக்கேன்!"

"எதுக்கு மாமா?"

"நீங்கள்லாம் இல்லைனா, என் ரங்குவால இத்தனை பிரமாதமா செயல்பட முடியுமா? பணத்தாசை இல்லாம, சுற்றிலும் உள்ள பகையாளிகளைக் கண்டு பயப்படாம, எத்தனை சிக்கலான சூழ்நிலைகளை தினமும் சந்திக்கறீங்க? ஜேக்கப்போட போலீஸ் பலமும், மதனோட மீடியா ஆதரவும், பிரவீனோட மருத்துவ அறிவும் இல்லைனா, ரங்குவால சமாளிக்க முடியுமா?"

"சரியா சொன்னேப்பா!"

"யுத்த களத்துல இறங்கிப் போராடணும்னா, அதுக்கு சரியான படைபலம் வேணும்மா! உனக்கு அது இருக்கு!

அதனால அந்த குருக்ஷேத்ரத்தையும் நீ தைரியமா சந்திக்கலாம்!''

ரங்கநாயகி ஒரு மாதிரி எழுச்சியுடன் அப்பா பேச்சுக்கு தலையாட்டிக் கொண்டிருந்தாள்!

28

அத்தியாயம்

விக்ரம் கூடாரம் கொதிப்பில் இருந்தது. ஆம்ஸ்ட்ராங் உரிமையாளர், தலைமை மருத்துவர்கள், அவர்களுக்கு பக்கபலமாக இருக்கும் தொழிலதிபர்கள், அரசியல் வட்டாரப் பெரும்புள்ளிகள் அத்தனை பேரும் இருந்தார்கள்.

அவர்கள் எதிர்பார்த்த அரசியல் முடிவுகள் அங்கே இல்லை. தேர்தல் முடிவுகள் அவர்களை புரட்டிப் போட்டுவிட்டது! ஏற்கெனவே கடந்த 2 மாத காலங்களில் ஆஸ்பத்திரியின் பெயர் நாறி, ஏறத்தாழ ஆஸ்பத்திரியே காலியாகிவிட்டது!

புதிதாக சேர்பவர்கள் அறவே இல்லை.

இருப்பவர்களும் பலவந்தமாக வெளியேறி விட்டார்கள்.

திருவிழாக் கூட்டம்போல அந்த ஆஸ்பத்திரியில் எந்த நேரமும் கூட்டம் தளும்பி வழியும்!

அங்கு வந்தால்தான் உயிர்பிழைக்க முடியும் என்ற தப்பான ஒரு நம்பிக்கை மக்களிடம் பரவியிருக்க, வசதியுள்ளவர்களுக்கு பிரச்னை இல்லை.

இல்லாதவர்கள் கடனை வாங்கியாவது இங்கே வந்தார்கள்.

லட்சக்கணக்கில் இவர்களும் கறந்தார்கள்.

ஆம்ஸ்ட்ராங்கில் சிகிச்சை என்றாலே அது கௌரவம்! போலி கௌரவத்துக்காக மத்திய தர வர்க்கம் பலியாவது எல்லாருக்கும் தெரிந்த ஒன்றுதானே.

அதை ரங்கநாயகி உடைத்து விட்டாள்.

அங்கே வேலை பார்த்த டாக்டர்களில் சிலர் மெல்ல நழுவத் தொடங்கி விட்டார்கள்.

வாசலில் நிற்கும் கால் டாக்ஸி ஆட்டோக்களின் எண்ணிக்கை குறைந்துவிட்டது!

இந்த ஆஸ்பத்திரி காரணமாக, வரும் மக்கள் காரணமாக அங்குள்ள ஓட்டல்கள், கையேந்தி பவன், ஜூஸ் கடைகள், டீக்கடைகள் சகலத்துக்கும் கனமான வியாபாரம் இருந்தது.

அங்கு கடை போட்டவர்கள் கப்பம் கட்டிக் கொண்டிருந்தார்கள். ஆஸ்பத்திரி நிர்வாகத்துக்கு.

இங்கே ஒரு ஆள் பிழைத்து விடக்கூடாது!

அவன் பத்து ரூபாய் சம்பாதித்து விட்டால், அதில் பாதியைப் பறித்து விடுவார்கள்.

யாரையும் வாழவிடாத ஒரு கூட்டம் எப்போதும் நாட்டில் வட்டம் போடும்!

அத்தனை கூட்டமும் கலைய, அந்த வளாகம் வறண்டுவிட்டது!

வியாபாரம் அடிபட, அவரவர் தம் கூடாரத்தை காலி செய்யத் தொடங்கி விட்டார்கள்.

தப்பான வியாபாரங்கள் எப்போதுமே நிலைக்காது!

எங்காவது ஓரிடத்தில் ஓட்டை விழுந்து வெள்ளம் உள்ளே புகுந்துவிடும்!

அதுதான் நடந்தது.

"எப்ப குணசேகரன் டிஸ்சார்ஜ்?" விக்ரம் கேட்க,

"தெரியலை, ரகசியமா வச்சிருக்காங்க!"

"உள்ளே இருந்துட்டே டி.வி.ல அவரோட பேட்டிகள் வந்துகிட்டுத்தானே இருக்கு"

"ஆமாம்! ரங்கநாயகிக்கு புகழ் மாலை சூட்டி, ஜால்ரா தட்ட ஒரு கூட்டமே இருக்கே!"

"சமீபத்திய தகவல்: அடுத்த வாரம் அவங்க சேனல்ல ராத்திரி! எட்டுக்கு ரங்கநாயகி, மதன், ஜேக்கப், பிரவீன், குணசேகரன் அஞ்சு பேரும்! ஒண்ணா உட்கார்ந்து அலசப் போறாங்களாம்!"

"எதை?"

"அவங்க் நம்மைத்தான் புழிஞ்சு காயப் போடுவாங்க! நடந்த சகலத்தையும் மக்களுக்குக் கொண்டு போறாங்களாம்! புட்டுப்புட்டு வைக்கப் போறாங்களாம்!"

"அப்புறம்?"

"ஆம்ஸ்ட்ராங் ஆஸ்பத்திரிக்கு பூட்டு போடணும்னு அடுத்த நெருப்பை பத்த வைக்கப் போறாங்களாம்!"

அத்தனை பேரும் விசுக்கென எழ,

"தப்பான ஒரு மருத்துவமனை இனியும் திறந்திருக்கக் கூடாது! அதனால மக்களுக்கு பாதகம்தான்னு சொல்லி, சமீபகாலமாக நடந்த தப்புகளை, ஆதாரங்களை சுட்டிக்காட்டப் போறாங்களாம். அங்கே பேஷன்டா இருந்த குணசேகரனும், டாக்டரா இருந்த பிரவீனும் பேசத் தொடங்கினா, பல சங்கதிகள் வெளில வருமில்லையா? அது மட்டுமில்லை. மக்கள் கருத்துகளை கேக்கப் போறாங்க! நிச்சயமா பூட்டுதான்!"

அத்தனை பேரும் அதிர்ந்து போயிருந்தார்கள்.

"இது தொடர்பான ஆதாரங்கள் ஏற்கெனவே அரசாங்கத்துக்கு போய்ச் சேர்ந்தாச்சு. தினமும் லட்சக்கணக்கான பேர்! சோஷியல் மீடியால, கொதிக்கறாங்க! மீம்ஸ் போட்டு

தாளிக்கறாங்க! ஒண்ணு பாக்கியில்லை! வெறிச்சோடிப் போன ஆஸ்பத்திரி ஷாட்டை போட்டுப் போட்டுக் காட்டி, வெறுப்பேத்தறாங்க!''

''ரங்கநாயகி சும்மாயிருக்க மாட்டாளா?''

''அடங்கமாட்டா! இப்ப மக்கள் செல்வாக்கும் சேருது இல்லையா?''

''அந்தப் பேட்டி வரக் கூடாது!''

''தடுக்க முடியாது!''

''ரங்கநாயகி உயிரோட இருந்தாத்தானே பேசுவா!''

''என்ன சொல்றீங்க?''

''அவளை கண்டிப்பா போட்டுத்தள்ள வேண்டிய கட்டாய சூழ்நிலை வந்தாச்சு!''

''அது தப்பாயிடும். மிஸ்ஃபயர் ஆகாதா?''

''ஆகாம பாத்துக்கணும். பேசணும். அழகா திட்டம் போட்டு அதை சீக்கிரமா செயல்படுத்தணும்! உடனே அதை செஞ்சே ஆகணும்!''

''எப்படி?''

விக்ரம் சற்று யோசித்துப் பேசத் தொடங்க, ஒரு ஆரவாரமும், இரைச்சலும் வெளியே கேட்டது.

''என்ன பிரச்னை? ஆட்களோட கூக்குரல் கேக்குது!''

''இன்னிக்கு மே 1. தொழிலாளர் தினம்!''

''தெரியுமே! அதுக்கென்ன?''

''நம்ம மருந்து ஃபேக்டரியோட தொழிலாளர்கள் 3 வருஷங்களா போனஸ், சம்பள உயர்வு கேட்டுப் போராடறாங்க! நாம இன்னும் தரலை. இந்த முறை அவங்க விடறதா இல்லை. அதனால்தான் மே தினத்துல - அவங்க நாளாச்சே! குரல் கொடுக்கறாங்க!''

விக்ரம் எட்டாவது மாடி ஜன்னல் மூலம் எட்டிப்பார்க்க, கீழே ஒரு பெரும் கூட்டம், ஆண்களும், பெண்களுமாக திரண்டு நின்றார்கள்.

அதில் ஒரு பகுதி ஆம்ஸ்ட்ராங் ஆஸ்பத்திரி துப்புரவுப், பணியாளர்களும் இருந்தார்கள். தலைமை டாக்டர் கடுப்பில்!

கத்தினார்.

"ஏற்கெனவே ஆஸ்பத்திரி வியாபாரம் தரைமட்டமாயாச்சு! முக்கால்வாசி பேஷன்டுகள் வெளியே போயாச்சு!"

"அதுமட்டுமில்லை டாக்டர்கள், நர்ஸ்கள், எக்ஸ்ரே டெக்னீஷியன்கள் வர்றதே இல்லை!"

"ஆபரேஷன் தியேட்டர்கள் காற்று வாங்குது! ஓ.பி.ல ஆளே இல்லை."

"ஸ்டாப் இட்!" விக்ரம் கத்தினான்.

"கோபப்பட்டு பிரயோஜனமில்லை டாக்டர். நிஜமான நிலவரத்தைச் சொல்லித்தானே ஆகணும்!"

"வருமானம் லட்சக்கணக்குல அடி வாங்கியாச்சு. இந்த அழகுல இதுங்களுக்கு சம்பள உயர்வு ஒரு கேடா?"

"அப்படிச் சொல்லாதீங்க! இவங்களையும் பகைச்சுக்கிட்டா ஆஸ்பத்திரி நாறிப்போகும்!"

"அதுக்காக கேட்டதைத் தர முடியுமா? மேலிடத்துக்குப் போக வேண்டிய ஷேர்கள் போகலை. அவங்க ஆதரவை வித்ட்ரா! பண்ணிட்டா நமக்கு இன்னும் ஆபத்து. நாலு மெடிக்கல் ஷாப்புகளை மூடற நிலைல இருக்கோம். நம்ம மருந்துகள் மட்டுமே அங்கே விக்கற காரணமா, வாங்க பயப்படறாங்க. போலி மருந்துகளைப் பற்றிப் பேசும்போது பேரைச் சொல்லாம நம்ம பார்மஸி ஷாட்டுகளை போட்டுக் காட்டறான் சேனல்ல!"

வெளியே கோஷம் அதிகமானது!

"சரி! அந்த யூனியன் லீடருக்கு தர வேண்டியதைத் தரலியா?"

"அவன் எல்லாத்தையும் வாங்கிட்டு 'எஸ்' ஆயிட்டான் டாக்டர்." விக்ரம் தலையைப் பிய்த்துக் கொண்டான்.

"ஏற்கெனவே பற்றி எரியுது! இதுல 5 பேரும் சேர்ந்து மீடியால பேசத் தொடங்கினா, சுத்தம்!"

"நம்ம ஆஸ்பத்திரியை நிரந்தரமா மூடத்தான் இந்த ஏற்பாடு!"

"ஏதாவது செஞ்சாகணும்!" விக்ரம் கொதிக்க,

"இனி அரசியல் ஆதரவை ரொம்ப எதிர்பாக்க முடியாது! வேற! மாதிரி ஆயாச்சு!"

"ரங்கநாயகியை கொன்னே ஆகணும்!"

"எப்படி?"

"ஒரு மணி நேரத்துல சொல்றேன். போலீசுக்கு தகவல் தந்து அந்தக் கூட்டத்தைக் கலைங்க!"

"அது ஆபத்து! போலீஸும் வராது!"

"நம்ம ஆட்களை விட்டு கலவரம் பண்ணுங்க! பொது சொத்துக்களை சேதப்படுத்துங்க! போலீஸ் தன்னால வரும்!"

ரௌடிப் பட்டாளத்துக்குத் தகவல் தர, சில நொடிகளில் அவர்கள் வந்து இறங்க, மோதலும் அடிதடியும், கல் வீச்சும் நடக்க, போலீஸ் வந்துவிட்டது!

அதற்குள் உள்ளே உள்ள ஒரு கறுப்பாட்டை மதன் கவ்விக்கொண்டு போக,

'இந்தக் கலவரத்துக்குக் காரணம் ஆம்ஸ்ட்ராங் ஆஸ்பத்திரியும், அவர்கள் சார்ந்த மருந்து - நிறுவனமும்தான்' என அவன் சில பல ஆதாரங்களை ஒப்பிக்க, அது மீடியாவில் ஒளிபரப்பாக, மக்கள் கொதிப்படைய,

"நம்ம ஆள் எப்படா கட்சி மாறினான்! கருங்காலி!"

"இனிமே எதுவும் நடக்கும்! டாக்டர்!"

கொந்தளிப்பு அடங்க, இரவு ஆகிவிட்டது!

அதே நேரம் இங்கே ஆஸ்பத்திரியில் அம்மா அருகில் ரங்கநாயகி அமர்ந்திருந்தாள்.

ஷோபா நன்றாகவே தெளிந்திருக்க,

"ஸாரிமா! நீ உயிருக்குப் போராடும்போது, உன்கூட இருந்து உன்னைக் காப்பாற்ற முடியாத பாவி ஆயிட்டேன். குற்ற உணர்ச்சி என்னைவிட்டுப் போகலை!"

ரங்கநாயகி புலம்ப,

கிச்சாமி அருகில் வந்து தலை தடவினார்.

"இல்லைமா! நீ குணசேகரனை மீட்டது பெரிய விஷயமில்லையா? தேர்தல் நேரம்... ஏற்கெனவே பற்றி எரியக் கூடிய மருத்துவ விவகாரம்... இதுக்கு மத்தியில நீ போராடி ஜெயிச்சிருக்கே!"

ஷோபா ஒரு மாதிரி கலவரத்துடன் அவள் கைகளை இறுகப் பற்றிக் கொண்டாள்.

அவள் பேசிய மௌன பாஷை, ரங்குவுக்குத் தெரியும்.

"போதும் இந்த டாக்டர் தொழில். எல்லாத்தையும் உதறிட்டு நீயும், நானும், அப்பாவும் எங்காவது கண்காணாத தீவுக்குப் போயிடலாம். வாழ்நாள் முழுக்க போராட முடியாது! உன்னை இழக்கக் கூடிய தெம்பு எங்களுக்கு இல்லை!"

"அம்மா! அப்படியெல்லாம் பயந்துவிட முடியாது! அப்பாவி நோயாளிகளை அம்போனு விட்டுட்டு ஓடவும் முடியாது! நீ தைரியமா இரு! எனக்கொரு, படைபலமே இருக்கு என்னை விட்றமாட்டாங்க! அநேகமா நாளைக்கு நம்மாத்துக்குப் போயிடலாம் சரியா! அப்பா! நீ பக்கத்துல இருந்து அம்மாவைப் பாரு!"

ரங்கநாயகி காரிடாரில் நடந்து தன் அறை நோக்கிவர, எதிரிகளில் ஒருத்தி, அவுங்க நர்ஸ் வேடமிட்டு எப்படியோ உள்ளே புகுந்து விட்டாள்.

ரங்கநாயகியைப் பின்பற்றி வரத் தொடங்கினாள்!

மருந்து வைக்கும் ட்ரேவை சுமந்து வந்தாள். அதில் கடுமையான விஷ ஊசி இருந்தது!

ரங்கநாயகியை அவள் நெருங்கிவிட்டாள்!

ஊசியை கையில் எடுத்தாள்.

ரங்கநாயகி இடுப்புப் பகுதியில் சேலைக்கும், ரவிக்கைக்கும் மத்தியில் உள்ள அந்த சின்ன இடைவெளியை ஊசி முனை நெருங்கிவிட்டது!

அரை மில்லி மீட்டருக்கும் குறைவான இடைவெளி!

ரங்கநாயகி அசைந்தால் கூட ஊசி உள்ளே இறங்கிவிடும்.

29

அத்தியாயம்

ரங்கநாயகி அசைந்தால் ஊசி உள்ளே இறங்கிவிடும்! படக்கென கதவு திறக்க, ரங்கநாயகி சடாரென அசைந்துவிட, நர்ஸ் தடுமாறி ஊசியை மேஜை மேல் மோத, உள்ளே வந்தது டாக்டர் பிரவீன்!

நர்ஸ் கையில் ஊசி கசியும் மருந்து!

பிரவீன் பாய்ந்து வந்து அவளைப் பிடித்துவிட்டான்.

"யார் நீ! இந்த ஆஸ்பத்திரி நர்ஸ் மாதிரி தெரியலியே! இது என்ன ஊசி?"

ரங்கநாயகி குழப்பத்துடன் நிமிர,

அந்த நர்ஸ் அவனை வேகமாக தள்ளிவிட்டு ஓடப் பார்க்க, பிரவீன் பாய, ரங்கநாயகி ஒரு பட்டனை அழுத்த, ஆஸ்பத்திரி முழுக்க சைரன் ஒலி!

அத்தனை பேரும் அலர்ட் ஆகி, வெளி கேட் உடனே சாத்தப்பட ஓடிவந்த நர்ஸ் வாசலை நெருங்குவதற்குள் அவளை பிரவீன் இனம் காட்ட, மதன் பிடித்துவிட, ஜேக்கப் வந்துவிட்டார்.

"என்ன பிரச்னை?"

"அவ கைல உள்ள சிரிஞ்சை வாங்கி, உடனே லேபுக்கு அனுப்புங்க!" ரங்கு உத்தரவிட

போலீஸ் அவளைச் சூழ்ந்துவிட்டது!

"யார் நீ? சொல்லு!"

பெண் போலீஸ் அவளை நெருங்கி, ஓங்கி அறைய, அவள் நிலைகுலைந்து நிற்க,

"வேண்டாம்! இந்த ஆஸ்பத்திரில வச்சு ஒரு பெண்ணை அடிக்க வேண்டாமே!" ரங்கநாயகி சொல்ல,

மதன் கேட்க,

"இவ கைல ஊசி நான் படக்குனு உள்ளே நுழையமாட்டேன். டாக்டர் கதவைத் தட்டித்தான் வருவேன். இவ உள்ளே போறதைப் பார்த்து சந்தேகப்பட்டு கதவைத் தட்டாம உள்ளே நுழைஞ்சிட்டேன். டாக்டர் இடுப்புகிட்ட இன்ஜெக்‌ஷன். ஒரு நொடிக்கும் குறைவான நேரத்துல டாக்டர் கதவு திறக்கற சத்தத்துல வேகமா அசைய, தப்பிட்டாங்க!"

பத்தே நிமிடங்களில் லேப் ரிப்போர்ட் வந்துவிட்டது!

அது கடுமையான விஷம். இறங்கின நொடியில் உயிரைக் குடிக்கும் விஷம்!

"இவளை தனி ரூம்ல வச்சு உடனே விசாரணை நடத்துங்க!"

அவளை இழுத்துப் போனார்கள்.

ஒரு போலீஸ் பட்டாளமே இருக்க, கடுமையான விசாரணை தொடங்க,

மீடியா உள்ளே புகுந்துவிட, அவள் அசைந்து கொடுக்கவில்லை!

"ஆர்கானிக் வைப்ரேட்டரை பொருத்திப் படுக்க வைங்க! உண்மைகள் தன்னால வெளிவரும்!"

ரங்கநாயகி சொல்ல, அந்த புதுக்கருவி அவள் உடம்பில் பொருத்தப்பட, மனநோயாளிகளுக்கு ஆழ்மனதை உடைக்க ஹிப்னாடிஸம் செய்வது போன்ற ஒரு நவீன முறை!

தலையில் ஹெல்மெட் போல பொருத்தி, அதில் இந்த மின்னணுக் கருவி உட்கார

சில நொடிகளில் அவளது உள்மனம் விழிக்க,

"டாக்டர், விக்ரம் தான் என்னை வரவழைச்சு ஒரு பெரிய தொகை பேசி, டாக்டர் ரங்கநாயகி உயிரைப் பறிக்க, நர்ஸ் உடைல என்னை அனுப்பினாங்க! இதை அவங்க சொல்லும்போது ஆம்ஸ்ட்ராங் தலைமை மருத்துவர் கூட இருந்தார். முன்னாள் அமைச்சர் சின்னமணியும் இருந்தார்."

தொடர்ந்து அவள் பேச, சகலமும் மீடியாவில் பதிவாக,

அவள் அப்படியே மயக்கத்துக்குப் போனாள்.

சம்பந்தப்பட்ட டாக்டர்கள், போலீஸ் வெளியே வர, மதன் அதிர்ச்சியில் இருந்தான்.

"குணசேகரன், டாக்டரோட அம்மா ஷோபா - இப்ப டாக்டர் அடுத்தடுத்து மூணு கொலை முயற்சிகள் குறுகின காலத்துல நடந்திருக்கு, சகலத்துக்கும் காரணம் அந்த க்ரூப். இவ தெளிவா பேரைச் சொல்றா!"

மதன், போலீஸ் அதிகாரி ஜேக்கப்பிடம் வந்தான்.

"ஏன் டாக்டர் விக்ரமை கைது செய்ய முடியாது! ரங்குவைக் கொல்ல தெளிவான திட்டம் போடப்பட்டிருக்கு! நம்மகிட்ட ஆதாரம் இருக்கு! அவளே வாக்கு மூலம் தந்திருக்கா! ஸோ, ரிப்போர்ட் ஒரு எவிடென்ஸ்! அப்புறம் ஏன் தாமதம்?"

"செய்யலாம்! ஆனா சின்னமணிக்கு போலீஸ்ல செல்வாக்கு அதிகம். மேலிட ஆதரவு! விக்ரம் முன்ஜாமீன் எடுத்து வச்சாச்சு! இவ வெறும் கூலிப்படை! எங்கமேல பழி சுமத்த இவளை உருவாக்கினது ரங்கநாயகி முகாம்னு பேசுவாங்க. இவளை அரெஸ்ட் பண்ணி கோர்ட்டுக்கு கொண்டு போனா அங்கே பாக்ஸ்ல ஏறி பல்டி அடிப்பா!"

பிரவீனுக்கு கோபம் வந்துவிட்டது.

“அப்புறமா எதுக்கு போலீஸ், சட்டம் எல்லாம்! குற்றவாளிகளை கையும், களவுமா புடிச்சாலும் அவங்களுக்கு தண்டனை இல்லையா? என்ன நடக்குது இங்கே! நியாய, தர்மத்துக்கு மரியாதையே இல்லையா? ஒரு நொடி தாமதிச்சிருந்தா, டாக்டர் உயிர் போயிருக்கும்!”

மதன் குறுக்கிட்டான்.

“அவங்க நோக்கமே அதுதானே! அந்த மெடிக்கல் மாஃபியா கும்பலை, அதோட ராட்சஸ ராஜ்யத்தை ரங்கநாயகி சீர்குலைச்சிட்டா! ரங்கநாயகியை ரொம்ப மலிவா அவங்க எடை போட்டாங்க! தனி ஒரு மனுஷிக்குள்ள ஒரு மாபெரும் சக்தி இருக்கறதை அவங்களால புரிஞ்சுக்க முடியலை. இந்த அளவுக்கு ரங்கு விசுவரூபம் எடுப்பானு யாரும் நினைக்கலை.”

“சரி! இவங்களை ஒடுக்க என்னதான் வழி?”

“மக்கள்தான் மருந்து!” ரங்கு பதில் சொல்ல,

“புரியலை டாக்டர்!”

“ஆம்ஸ்ட்ராங் ஆஸ்பத்திரில கூட்டம் கணிசமா குறைஞ்சு காற்று வாங்குது! இருக்கற பல பேர் வெளில வந்தாச்சு. புதுசா இனி, யாரும் சேர மாட்டாங்க. அங்கே வேலை பாக்கற பல டாக்டர்கள், நர்ஸ்கள் இனி அங்கே வேலைக்குப் போக மாட்டாங்க. இவங்க குற்றப்பட்டியல்ல ஈடுபட்டவங்க மட்டும், தப்பிக்க முடியாம அங்கே இருக்க வேண்டிய கட்டாயம் இருக்கு. ஆஸ்பத்திரிக்கு வெளில பிரமாதமா வியாபாரம் நடத்தின ஓட்டல், டீக்கடை, மற்றும் பல கடைகள் மூடப்பட்டாச்சு. வியாபாரமும் இல்லை. யாரும் மாட்டிக்கத் தயாரா இல்லை. அங்கிருந்து வெளில வந்த பல பேர், நம்ம பக்கம் திரும்பறாங்க. ஒரு சில பேர் நாளைக்கு அப்ரூவரா மாற வாய்ப்பிருக்கு! மீடியா கிழிச்சு தொங்கப் போட்டாச்சு!”

“அப்பவும் அவங்க கொலை வெறி அடங்கலியே டாக்டர்!” பிரவீன் கொதிக்க,

"அடங்கும்! அடங்கித்தானே ஆகணும்! அளவுக்கு மீறி பணத்துக்கு ஆசைப்பட்டு குற்றங்களை செஞ்சிட்டே வந்தா, அதுக்கொரு முடிவு இருக்கத்தானே செய்யும்? பணத்தாசை, பெண்ணாசை ரெண்டுமே அழிவுக்குத்தான் வழி வகுக்கும்!"

குணசேகரன் மெதுவாக எழுந்து வந்தார்!

"சார்! நீங்க எதுக்கு வெளில வர்றீங்க!"

"கேள்விப்பட்டேன்மா! தாங்கிக்க முடியில. என் உயிரைக் காப்பாற்ற நீ நடத்தின போராட்டம் கொஞ்சமா! நான் பேச வேண்டியது நிறைய இருக்கு மக்கள்கிட்ட, எனக்கு பக்கபலமா இதுவரைக்கும் இருந்த, இருக்கப் போற உனக்கு ஆபத்துனு தெரிஞ்சப்ப, இதயமே நின்னு போச்சு!" அம்சவேணி அழுதுவிட்டாள்.

"நான் கமிஷனர்கிட்ட பேசணும் ஜேக்கப்! டாக்டர் ரங்கநாயகி மேல தூசுகூட படக்கூடாது! அங்குள்ள பல குற்றவாளிகளைப் புடிச்சு உள்ளே போடற நேரம் வந்தாச்சு! இனி தாமதிக்கக் கூடாது! உடனே நான் செயல்படணும்!"

அவர் உணர்ச்சிவசப்பட்டு குரலை உயர்த்திப் பேச, ஒரு மாதிரி படபடப்பாக வந்தது! வியர்த்தது உடம்பு நடுங்க,

"நோ!" ரங்கநாயகி கத்தினாள்.

"நீங்க பேச வேண்டாம்! வாங்க உள்ளே! பிரவீன்! ப்ளீஸ் வந்து புடிங்க!"

அவரை அழைத்துப் போய் படுக்கையில் சாய்க்க, அவருக்கு மயக்கமே வந்துவிட்டது!

உடனே முதலுதவி தொடங்க,

அம்சவேணி அழ,

பதினைந்து நிமிடங்கள் தீவிர முதலுதவி முடிந்து, ரங்கநாயகி வெளியே வந்தாள்.

"பயப்பட எதுவும் இல்லை. இப்பத்தான் மீட்டுக் கொண்டு வந்திருக்கோம். அவர் உணர்ச்சிவசப்பட்டா நல்லதில்லை. தங்களுக்கு எதிரா இவர் நிப்பார்னு அவங்க கணிச்சதும், இவர் உடம்புல அவங்க மெதுவா கொல்ற விஷத்தை 2 வார காலம் செலுத்தியிருக்காங்க! அதுதான் அவரை மரணம் வரைக்கும், கொண்டு போயிருக்கு! பிழைக்க வச்சாச்சு! ஆனாலும் அந்த விஷம் இன்னும் 10 சதவீதம் ஒடம்புல இருக்கு! அதையும் எடுத்துடலாம். இவர் பேசப் பேசத்தான், பல உண்மைகள் வெளிய வரும்!"

ஜேக்கப் உள்ளே வந்தார்.

"பிரவீன் கொதிச்சப்ப, நான் அமைதியா இருக்கக் காரணம் இதுதான் ரங்கு! விக்ரம் மட்டுமில்லை! அந்த நெட் வொர்க்ல யாரையும் விடாம வளைக்கணும். முதல்ல எல்லாரையும் வெளில கொண்டு வரணும்!"

"அப்ப மீடியா கவரேஜ்?"

"வரட்டும்! ரங்கநாயகிக்கு விஷ ஊசி போட வந்ததை இந்த அனிதாவே சொல்லப் போறா ராத்திரி ஏழரைக்கு நேரடி ஒளிபரப்பு! மக்கள் சக்தியைவிட மகத்தான சக்தி என்ன இருக்கு! எல்லாம் அவங்களுக்குத் தெரியணும்!"

"ஆமாம் மதன் அண்ணா! இவங்களை சட்டம் தண்டிக்கறதை விட மக்கள் தண்டிக்கறதுதான் கடுமையா இருக்கும்!"

"அவளை பாதுகாப்பா வைங்க! இனி ஆபத்து என்னைவிட அவளுக்குத்தான்!"

அவளிடம் உள்ள சகலத்தையும் ஒரு பெண் போலீஸ் சோதனை போட்டது. ஒரு லேடி டாக்டர் இன்னும் இறங்கி, அவளது உடம்பு முழுக்க ஆழமாக சோதனை போட

அவள் தனியறையில் சிறை வைக்கப்பட்டாள்.

அவளுக்கு காவல் ஒரு பெண் போலீஸ்!

தப்பிக்க முடியாதபடிக்கு அவள் லாக் செய்யப்பட்டிருந்தாள்.

ரங்கநாயகிக்கு மேற்படி தகவல்கள் தெரிவிக்கப்பட

தன் அறைக்கு வந்து சோர்ந்து உட்கார்ந்தாள்.

அதற்குள் கிச்சாமிக்கு விவரம் தெரிய, ஷோபாவுக்கு எதையும் சொல்லாமல் அவர் ஆஸ்பத்திரிக்கு வந்துவிட்டார்.

"ரங்கு! நீ டாக்டர் தொழில் செஞ்சது போதும் எல்லாத்தையும் மூடிட்டு இன்னியோட வீட்டுக்கு வந்து சேரு! எங்களுக்கு நீதான் முக்கியம். பணம் பெரிசில்லை."

சொல்லும்போதே கிச்சாமி கதறிவிட்டார்!

"அப்பா! இப்ப நீ எதுக்கு அழறே? எந்த பிரச்னையும் இல்லை. எனக்கு ஆயுசு நூறு? மன்னி எப்பவும் என்கூட ஆஸ்பத்திரில தான் இருக்கா! அவா பாத்துப்பா! நீ கவலையேபடாதே! அம்மா காதுல இதைப் போடாதே! அம்மா தாங்கமாட்டா!"

"இல்லைம்மா! எனக்கு மனசு ஆறலை!"

"சரி! எனக்கு பசிக்கறது!"

"நாலஞ்சு பேருக்கு நானே சமைச்சு எடுத்துண்டு வந்திருக்கேன். ஜேக்கப், பிரவீன், மதன் எல்லாரையும் கூப்பிடு! சேர்ந்து சாப்பிடலாம்!"

"சரிப்பா!"

பிரவீன் தவிர அத்தனை பேரும் வந்துவிட,

"டாக்டர் பிரவீனைக் கூப்பிடுங்க!"

ஒரு நர்ஸ் போனவள், சில நிமிடங்கள் கழித்து பதட்டமாக திரும்பி வந்தாள்.

"சீக்கிரம் வாங்க டாக்டர்!"

ரங்கநாயகியுடன் மற்றவர்களும் ஓட, அங்கே கண்ட காட்சி நிலைகுலைய வைத்தது!

டாக்டர் பிரவீனுக்கு பிட்ஸ் வந்து, கை, கால் இழுத்து, வாயில நுரை தள்ளி, கண்கள் சொருக, ரங்கநாயகி ஆடிப்போய்,

“உடனே ICUவுக்கு கொண்டு போங்க!” அலறினாள்.

“பிரவீனுக்கு என்னாச்சு?”

30

அத்தியாயம்

அவரை அவசரமாக உள்ளே கொண்டுபோக, ரங்கநாயகியே நேரடியாக சிகிச்சையில் இறங்கினாள்.

ஒரு மணி நேர போராட்டம்!

வெளியே கிச்சாமி, மதன், ஜேக்கப் என அனைவரும் பதறிக் கொண்டிருக்க,

ரங்கநாயகி வெளியே வந்தாள்.

"எந்த ஆபத்தும் இல்லை. ஆனா நிலைமை ரொம்ப மோசமா இருந்தது. பி.பி. உச்சத்துக்கு ஏறி, நரம்புகள்ல ஒரு மாதிரி பாதிப்பு ஏற்பட்டு, ஒடம்பு முழுக்க அதிர்ந்து போயிருக்கு! ஏறத்தாழ உயிருக்கு வந்த ஆபத்துதான்! எபிலெப்சிக்கு ஒரு ஸ்பெஷல் வைத்தியம் வெளிநாட்ல உண்டு! அந்த சிகிச்சையை பிரயோகிச்ச காரணமா பிரவீனை மீட்க முடிந்தது!"

மதன் அருகில் வந்தான்.

"ஏன் ரங்கு? இதுவும் சதியா? குணசேகரன், மாமி, உனக்கு வந்த மாதிரி கொலை முயற்சியா?"

"அப்படி தெரியல, விஷம் எதுவும் ஒடம்புல இல்லை."

"ஏன்னா, பிரவீன்தான் அவங்க முதல் எதிரி! அவங்களால ஜெயிலுக்குப் போய், எல்லாம் இழந்தவர். இப்ப ஏறத்தாழ

உன் வலது கை! உங்கம்மாவை மீட்டது பிரவீன்தானே? அவங்களுக்கு எதிரா முதல் கல் வீசினதும் பிரவீன்தான்!''

''தெரியலை, ஒரு தடவை எல்லா டெஸ்ட்டும் எடுத்துப் பார்த்துட்டா தெரிஞ்சிடும்!''

''என் மனசுல பட்டதை நான் சொல்லவா?'' கிச்சாமி கேட்க,

''சொல்லுப்பா!''

''உன்னை விஷ ஊசி போட்டு அந்த நர்ஸ் வேஷத்துல வந்தவ கொல்லப் பார்த்தப்ப, தடுத்து காப்பாற்றினது பிரவீன்!''

''நிச்சயமா! என்னை, அம்மாவை ரெண்டு பேரையும் மீட்டது பிரவீன்தான்!''

''அவர் உன்னைக் காப்பாத்திட்டாலும், அது ஒரு பெரிய அதிர்ச்சியா உள்ளே இறங்கியிருக்கு. உனக்கு ஏதாவது நேர்ந்திருந்தா என்னாகியிருக்கும்னு உள்ளே மிக பலமான ஷாக் பதிவாகியிருக்கு! ஃபிட்ஸுக்கு அதிர்ச்சிதான் ஆரம்பம்னு நான் கேள்விப்பட்டிருக்கேன்!''

ரங்கநாயகி கண்களை அகலத் திறந்தாள்!

''உன்மேல பிரவீன் வச்ச அதிகப்படியான பாசம், மரியாதை, நம்பிக்கை இதெல்லாம் பயமா மாறியிருக்கு!''

''மாமா! அவரும் ஒரு டாக்டர். அங்கே அவர் படாத அவமானங்களா? இல்லை, சந்திக்காத கஷ்டங்களா? ஜெயிலைத் தொட்டு, மெடிக்கல் கவுன்சில்ல, டாக்டர் உரிமத்தை ரத்து செய்யற அளவுக்கு இழப்பைத் தொட்டவர்!''

''சரி மதன்! அவனை மீட்டு, வாழ்க்கையை திரும்பத் தந்தது ரங்குதானே? அப்ப, அவதானே பிரவீனுக்குக் கடவுள்?''

ஜேக்கப் குறுக்கே புகுந்தார்.

''பிரவீன் பாசத்துக்காக உயிரைக்கூட தருவான். ரொம்பவும் உணர்ச்சிவசப்பட்டவன். அவங்கம்மா மன நோயாளியா இப்பவும் இருக்காங்களே!''

இவர்கள் பேசப் பேச ரங்கநாயகி மட்டும் மௌனமாக இருந்தாள்.

'பிரவீனுக்கு என் மேல இத்தனை நேசமா?'

'என் உயிருக்கு ஆபத்து என்றபோது, தன் உயிரே போகுமளவுக்கு அதிர்ச்சியா?'

யோசிக்க, யோசிக்க, அவளுக்குள் ஒரு புதிய கதவு திறந்தது.

அடுத்த ஒரு மணி நேரத்தில் பிரவீனுக்கு நினைவு திரும்பிவிட்டது!

நர்ஸ் வந்து விவரம் சொல்ல, அனைவரும் உள்ளே போக, பிரவீன் கண் விழித்தான்!

ரங்கநாயகி பரிசோதித்தாள்.

''இப்ப எந்தப் பிரச்னையும் இல்லை!''

ஜேக்கப் அருகில் வந்தார்.

''என்னப்பா நீ? திடீர்னு எல்லாரையும் பயப்படுத்திட்டியே! ஏன் பிரவீன்?''

''டாக்டருக்கு உயிருக்கு ஆபத்து வந்தப்ப, கடைசி நொடிகள்ல கடவுள் என்னை உள்ளே கொண்டு போயிடுச்சு! அந்தக் கடவுள் யாருனு கேளுங்க!''

''யாரு?''

''இவங்க பெரியம்மா! மடிசார் மாமி... ரங்கநாயகி!''

''பிரவீன்! என்ன சொல்ற?'' கிச்சாமி குரலில் வேகம்!

''அந்த நொடிகள்ல நான் தற்செயலா அவங்க படத்துக்குக் கீழேதான் இருந்தேன். திடீர்னு என் காதுக்குள்ளே ஒரு குரல்...''

'பிரவீன்! உடனே உள்ளே போ! என் குழந்தைக்கு ஆபத்து! சீக்கிரம்!'

“அதைத் தொடர்ந்து என் கழுத்தைப் புடிச்சு யாரோ தள்ளற மாதிரி இருக்க, நான் வேகமா உள்ளே போனேன். அந்த நர்ஸ் சிரிஞ்சை டாக்டர் இடுப்புல வச்சாச்சு!”

ரங்கநாயகி சிலிர்த்துப் போனாள்.

“மன்னியா உங்களை அனுப்பினது?”

“நிச்சயமா!”

கிச்சாமி கதறிவிட்டார்!

ரங்கநாயகி ஆடிப்போயிருந்தாள்!

“டாக்டரை மீட்டது நானில்லை! அந்த தெய்வம்தான் பெரியம்மாவை பேச வச்சு, என்னை அனுப்பியிருக்கு!”

“மன்னி இறந்து 27 வருடங்கள் முடிஞ்சும், எங்களை ரட்சிக்கறா! எங்க குடும்பத்துக்கு இப்பவும் காவல் தெய்வமா இருக்கா! ஷோபா, ரங்கு எல்லாரையும் மீட்டிருக்கா!”

“இதுல எந்த சதியும் இல்லை. டாக்டருக்கு உயிருக்கு ஆபத்துனு ஆனப்ப, மீட்ட பிறகும்கூட என்னால அந்த அதிர்ச்சியை தாங்கிக்க முடியலை. எங்கம்மா மனநோயாளி ஆனது தெரிஞ்சப்ப, ஜெயில்ல முதன் முறையா எனக்கு ஃபிட்ஸ் வந்தது. இது ரெண்டாவது முறை. காரணம், அம்மாவுக்கு அடுத்தபடியா நான் மதிக்கற, நேசிக்கற நபர் டாக்டர்தான்!”

சொல்லும்போது குரல் இடறி, அவன் கண்கள் கலங்க, ரங்கநாயகி நெருங்கினாள்.

அவன் தோளில் வாஞ்சையுடன் கை பதித்தாள்!

“நீங்கதான் என்னை காப்பாத்திட்டீங்களே பிரவீன்?”

கிச்சாமி அருகில் வந்து,

“ரங்கு! நான் சொல்லல? பாசம்கூட சமயத்துல பாடாய்படுத்தும், உடம்பை உலுக்கி எடுத்துரும்!”

"ஆமாம்பா!"

"சரி! எல்லாரும் சாப்பிட வாங்க!"

"எனக்கும் பசிக்குது அங்கிள்!" பிரவீன் சொல்ல,

"நானே சாப்பாடு கொண்டு வர்றேன்... பிரவீனுக்கு நான் குடுக்கறேன். நீங்கள்லாம் போய் சாப்பிடுங்க!"

ரங்கநாயகி சாப்பாடு எடுத்து வந்தாள்.

"நீங்கள்லாம் போங்க! நாங்க சாப்பிடறோம்!"

மற்றவர்கள் விலக,

ரங்கநாயகியும், பிரவீனும் மட்டும் இருக்க,

அவன் எழுந்திருக்க முயற்சி செய்ய,

"வேண்டாம். சாஞ்சு ஒக்காருங்க! நான் சாப்பாடு தர்றேன்!"

அவளே எடுத்து ஊட்டிவிட வர,

"அய்யோ... வேண்டாம் டாக்டர்!"

"இல்லை பிரவீன்! அப்படியே இருங்க!"

அவனுக்கு ஊட்டிவிட்டாள். வெகு நெருக்கத்தில் இருந்தாள்.

"நீங்க சாப்பிடுங்க டாக்டர்!"

"இருக்கட்டும், முதல்ல நீங்க சாப்பிடுங்க!"

அவனை சாப்பிட வைத்து குடிக்கத் தண்ணீர் தந்தாள்.

அவளும் அங்கேயே உட்கார்ந்து சாப்பிட்டாள்.

பிரவீன் ஒரு மாதிரி நெகிழ்ந்து போயிருந்தான்.

"தேங்க்யூ டாக்டர்!"

"இனிமே டாக்டர் வேண்டாம். அது அந்நியமா, எந்திரத்தனமா இருக்கு! பேரைச் சொல்லிக் கூப்பிடுங்க! புரியுதா?"

அவனைப் படுக்க வைத்தாள்.

இதமாக தலையை கலைத்து விட்டாள்.

"பிரவீன்! நான் முன்னமே சொன்னதுதான். உங்கம்மாவை நம்ம ஆஸ்பத்திரிக்குக் கொண்டு வந்து குணப்படுத்தணும். சமீபத்திய யுத்தம் காரணமா அது தாமதப்படுது, நாளைக்கே அம்மா இங்கே வந்தாகணும். ஏற்பாடுகளை நான் பண்றேன். எனக்கு எதுவும் ஆகாது. நீங்க கவலைப்பட வேண்டாம். சரியா?"

இதமாகச் சிரித்துவிட்டு வெளியே வந்தாள்.

பிரவீன் சொர்க்கத்தில் இருந்தான்.

மெல்லிய விரல்களால் சாப்பாட்டை ஊட்டி விடும்போது அவனது உதடுகளில் அவளது விரல்களின் ஸ்பரிசம்.

படுக்க வைத்து இதமாக கேசத்தை கலைத்துவிட்டது!

அந்த நெருக்கம்...

வெகு அருகில் பேசும் விழிகள்...!

பிரவீனுக்கு இது எல்லாமே புது அனுபவம்!

'நான் அவசரப்படுகிறேனா! இந்த மாதிரி எண்ணங்கள் மனசுக்குள் வரலாமா?'

'ரங்கநாயகியின் மேற்படி ஸ்பரிசங்கள் அத்தனையும் ஒரு டாக்டரின் 'டச்'சாக மட்டுமே ஏன் இருக்கக் கூடாது?'

'நான் அவசரப்படக் கூடாது?'

'இந்த நட்பை, இந்த வாழ்க்கையை இழந்துவிடவே கூடாது!'

'பொறுமை வேண்டும்!'

மனசு ஆயிரம் சமாதானங்களை சொன்னாலும், பிரவீனுக்கு ஒன்று மட்டும் புரிந்தது!

'இது காதல்தான்!'

'நானும் ஒரு டாக்டர்தான்!'

'ஒரு டாக்டர் ஆணோ, பெண்ணோ ஸ்பரிசங்கள் புதியதல்ல, பல நோயாளிகளைத் தொட்டு சிகிச்சை செய்வது தினசரி வாடிக்கை. ஆண் கைனகாலஜிஸ்ட்டுகள் பிரசவம் பார்க்கவில்லையா?'

'ஆபரேஷன் நேரத்தில் முழு மனித உடலை ஏறத்தாழ தினசரி பார்ப்பதில்லையா?'

'பெண் டாக்டர்கள் பல ஆண் நோயாளிகளின் உடலை முழுமையாகத் தொட்டு சிகிச்சை செய்வதில்லையா!'

'அங்கே பிரதானமாக நிற்பது உயிர் - உடலைக் கடந்து அந்த நோயாளிகளை மீட்கும் கடமை!'

'இது அந்த ஒரு ஸ்பரிசமல்ல!'

'உணர்வு!'

'மனிதனிடம் உள்ள சராசரி காதல் உணர்வு!'

'ரங்கநாயகியின் இந்த ஸ்பரிசத்தில டாக்டர் தெரியவில்லை!'

'ஒரு இளம் பெண்தான் தெரிகிறாள்!'

'தாயின் ஸ்பரிசம் வேறு! சகோதரிகளின் தொடும் உணர்வு வேறு! மேற்படி 'டச்'சுகளில் தெரிவது பாசம் மட்டும்தான்.'

'அது உடலை பாதிப்பதில்லை மனசை மட்டுமே தீண்டும்!'

'ஆனால், உடலோடு மனசையும் சேர்த்து எழுச்சி பெற வைக்கும் இந்த ஸ்பரிசம் புதிது!'

'இதுவரை நான் உணராத பெண் ஸ்பரிசம்!'

நினைத்த போது உடம்பு முழுக்க பிரவீனுக்கு ஒரு சிலிர்ப்பு பரவியது!

'முட்டாள்! ரங்கநாயகியின் மனசில் என்ன இருக்கு என்பது தெரியாமல் அவசரப்படாதே!'

'கேட்டு விடலாமா?'

'ரங்கநாயகி மனசுல என்ன இருக்கு?'

31

அத்தியாயம்

அந்த மனநோய் ஆஸ்பத்திரிக்குள் பிரவீனுடன் ரங்கநாயகி நுழைந்தாள்!

ஏற்கெனவே எல்லாம் தெரிந்தும் ஒருமுறை ரங்கநாயகி வந்து பார்த்ததுண்டு!

அப்போது கதை வேறு!

இப்போது மீடியா மூலம் ரங்கநாயகி பிரபலமாகி விட்டதால், பிரவீனுடன் அவள் வர, அங்குள்ள தலைமை டாக்டர் மித்ரா ஓடிவந்து வரவேற்றார்.

மரியாதை தனியாக இருந்தது!

"பேஷன்டைப் பாக்கணும்!"

அவர் தயங்கினார். முன்னறிவிப்பு இல்லாமல் ரங்கநாயகி வந்துவிட்டதால் அவரிடம் ஒரு அதிர்ச்சி தெரிந்தது!

"என்ன தயக்கம்? கூட்டிட்டுப் போங்க டாக்டர் மித்ரா!"

"இல்லை, பிரவீன் அம்மா அருந்ததி ரொம்ப வயலன்டா இருக்காங்க!"

"ஸோ வாட்?"

"அதனால அவங்களை...!"

“அவங்களை? கம்மான்! நீங்க இடத்தைக் காட்டுங்க! வாங்க பிரவீன்!”

இருவரும் நடக்க டாக்டர் முகம் இருண்டு கிடந்தது!

குறிப்பிட்ட அறைக்கு வர, அங்குள்ள பெண்மணி சங்கிலியால் கட்டப்பட்டிருந்தாள். பிரவீன் ஆடிப்போனான்.

“இது எப்ப முதல் டாக்டர்! போன தடவை நான் வந்தப்ப இது இல்லையே?”

“பிரவீன்! நீங்க இங்கே வந்து 2 மாசமாகுது. அப்ப அமைதியா இருப்பாங்க! இன்ஜெக்‌ஷன் போட ஒத்துழைப்பாங்க! இப்ப சமீப காலமா வயலன்டா நடக்கறாங்க! டாக்டர், நர்ஸ்களை தாக்கறாங்க! இங்கே பாருங்க! சிஸ்டர் தீபா வாங்க!”

அந்த நர்ஸ் நெற்றி, கழுத்துப் பகுதியில் காயங்கள் - பிளாஸ்டர்கள்.

“இவங்களை நெருங்க எல்லாரும் பயப்படறாங்க! தீபாதான் கொஞ்சம் சமாளிக்கறாங்க!”

“கதவைத் திறந்து விடுங்க!”

திறந்துவிட, பிரவீன் உள்ளே வந்தான்.

“அம்மா! நான் பிரவீன் வந்திருக்கேன்!”

நிமிர்ந்து பார்த்தாள்.

“இல்லை! பொய்! நீ பிரவீன் இல்லை! என் புள்ளை பாவம். அவன்மேல பழிசுமத்தி போலீஸ் புடிச்சிட்டு போயிட்டாங்க! என் பிள்ளை இப்ப ஜெயில்ல இருக்கான்! அவன் வாழ்க்கையே பாழாப்போச்சு!”

பிரவீன் கண்கள் கலங்கியது!

“அதிலிருந்து இன்னும் மீளலை! அப்ப கலங்கினது, தெளியவே இல்லை டாக்டர்!”

“செயினை அவிழ்த்து விடுங்க மித்ரா!”

"வேண்டாம் டாக்டர். ஆபத்து!"

"நான் பாத்துக்கறேன். சாவியைக் கொண்டாங்க!" ரங்கநாயகி நெருங்கி உட்கார்ந்து பூட்டைத் திறந்தாள்!

கனிவுடன் பார்த்தாள்!

"இதப்பாருங்க! உங்களுக்கு எந்த ஒரு கஷ்டமும் தரலை! நீங்க என்னைப் பார்த்து பயப்பட வேண்டாம்!"

அருந்ததி, ரங்கநாயகியை உற்றுப் பார்த்தாள்.

"ஏன் அப்படி பாக்கறீங்க?"

"உங்களை இதுக்கு முன்னால நான் பார்த்திருக்கேன். எனக்கு ரொம்ப பழகின முகமா இருக்கு!"

"எங்கே? எப்ப?"

"தெரியலை."

"நீங்க சாப்பிட்டீங்களா?"

"இல்லை! எனக்குப் பசிக்குது!"

"சாப்பாடு ஏதாவது இருக்கா சிஸ்டர்?"

"கொண்டு வர்றேன்!"

"வேண்டாம். அவ தர்ற சாப்பாட்டுல விஷம் இருக்கு! அவ திட்டறா! ஊசி போட்டுக்க மறுத்தா அடிக்கறா! எனக்கு அவளைப் பாக்கப் பிடிக்கலை! என்னை இங்கே கஷ்டப்படுத்தறாங்க!"

ரங்கநாயகி திரும்பினாள்.

டாக்டரின் முகம் தொடர்ந்து இருண்டு கிடக்க,

"பிரவீன்! நீங்க போய் ஏதாவது வாங்கிட்டு வாங்க!"

"சரி டாக்டர்!"

"இல்லை வேண்டாம்! நாம கூட்டிட்டுப் போயிடலாம்!"

"இல்லை டாக்டர். நாங்க நல்லாத்தான் பார்த்து ட்ரீட் பண்றோம்! ஆனா அவங்க வயலன்டா இருக்கற காரணமா, எங்களால சமாளிக்க முடியலை. மருந்து தந்துதானே ஆகணும். கொஞ்சம் திட்டி, பலவந்தப்படுத்தித்தான் இன்ஜெக்ஷன் போட வேண்டியிருக்கு!"

ரங்கநாயகி எழுந்தாள்.

"நன்றி டாக்டர். இத்தனை காலம் நல்லா பாத்துக்கிட்டீங்க! இனி அந்த அவசியம் இல்லை, நான் கூட்டிட்டுப் போறேன்!"

"வேண்டாம் டாக்டர்!"

"அவர் பிள்ளையே அதுக்குத் தயாரா இருக்கும்போது, நீங்க ஏன் தடுக்கறீங்க?"

"அதுக்கில்லை! இது பக்கா மென்டல் ஹாஸ்பிட்டல்! உங்ககிட்ட அந்த வசதி இருக்கா?"

"ஏற்படுத்தினா ஆச்சு!"

"வேண்டாமே!"

"பிரவீன்! காரை ரெடி பண்ணுங்க! அம்மாவை நான் கூட்டிட்டு வர்றேன்!"

"டாக்டர் ரங்கநாயகி! நீங்க அருந்ததியை கூட்டிட்டுப் போக முடியாது!"

டாக்டர் மித்ராவின் குரலில் மிரட்டல் இருந்தது!

"ஏன் டாக்டர்?"

"எனக்கும் மேலே ஒரு டாக்டர் இருக்கார். அவர் அனுமதி இல்லாம பேஷன்டுகளை வெளில விடமுடியாது!"

"யாரவர்? நான் பேசறேன்!"

"அவர் இப்ப வெளிநாட்ல இருக்கார்!"

"எப்ப வருவார்?"

"ஒரு மாசமாகும்! அவர் வந்த பிறகு கலந்து பேசிட்டு முடிவெடுக்கலாம்!"

ரங்கநாயகி பேசிக் கொண்டிருக்கும்போதே திரும்பி பிரவீனைப் பார்க்க, நழுவி வெளியே வந்த பிரவீன் தகவல் தந்துவிட்டான் வாட்ஸ்அப் மூலம்!

ரங்கநாயகி வேண்டுமென்றே பேச்சு கொடுத்து மித்ராவிடம் நீடிக்க, ஒரு கட்டத்தில் மித்ரா கடுப்பாகி,

"வெளில போங்க! அருந்ததியை அனுப்ப முடியாது!"

"அனுப்பித்தான் ஆகணும்!" ரங்கநாயகி ஆக்ரோஷமாக எழ,

"டேய்! கதவைச் சாத்துடா! இவங்களும் வெளில போகக் கூடாது!"

மித்ரா குரல் கொடுக்க,

ஆட்கள் ஓடிவந்து கதவைச் சாத்த முயல, வாசலில் போலீஸ் வாகனம். பிரவீன் கொடுத்த தகவலைக் கொண்டு, ஜேக்கப் சக அதிகாரிகளுடன் புயல் வேகத்தில் உள்ளே வந்துவிட்டார்.

மித்ரா, அந்த நர்ஸ், அங்குள்ள நாலைந்து பேரை ஜேக்கப்பின் போலீஸ் படை வளைத்துப் பிடித்தது!

"எதுக்கு இப்ப போலீஸ்?"

"எங்ககூட இவங்களை ஒழுங்கா நீ அனுப்பியிருந்தா, எந்தப் பிரச்னையும் இல்லை! நான் சும்மா இங்கே வரலை. எல்லா தகவல்களையும் சேகரிச்சிட்டுத்தான் வர்றேன்!"

ரங்கநாயகி தொடங்க,

"என்ன தகவல்?"

"போன மாசம் முதல் இந்த ஆஸ்பத்திரி டாக்டர் விக்ரம் கைக்கு வந்தாச்சு! நீ அவனோட கையாள். ஆம்ஸ்ட்ராங்கை சுற்றி போலீஸ்!

அவங்க அராஜக ஆட்டத்துக்கு அது தலைமைச் செயலகமா இருந்தது. இப்ப மீடியா உள்ளே புகுந்துட்ட காரணமா, தலைமைச் செயலகம் இடம் மாறியிருக்கு! தெரியும், பிரவீன்மேல பகை! பிரவீன் மூலம் பல உண்மைகள் வெளில வருது. அதனால அவரோட அம்மாவுக்கு எதிர்மறை மருந்துகளை தந்து வயலன்டா மாத்தியிருக்கீங்க!''

''டாக்டர்! நாம இன்னும் கொஞ்சம் தாமதமா வந்திருந்தா, அம்மாவை இழந்திருப்போம்!''

''இவங்க எல்லாரையும் உள்ளே தள்ளி, இந்த ஆஸ்பத்திரிக்கு பூட்டுப் போடறேன்!'' ஜேக்கப் சொல்ல,

அங்கே மொத்தமே நாலு பேஷன்டுகள்தான் இருந்தார்கள்.

''இவங்க நோயாளிகளா? இல்லை, இவனோட கூலிப்படையானு தெரிஞ்சுக்கணும் சார்!''

''அடிச்சுக் கேட்டா உண்மை வருது!''

''ஆஸ்பத்திரி பெரிசா இருக்கு! உள்ளே என்னல்லாம் சமூக விரோத செயல்கள் நடக்குதுனு பாருங்க!''

''பாத்துர்றோம். ஒரு போலீஸ் பெட்டாலியனை இறக்கி அலசிடலாம் ரங்கு! இவனுங்களை லாக்கப்ல வச்சுத் தட்டினா பல உண்மைகள் வெளில வரும்! நீ புறப்படு!''

ரங்கநாயகியின் காரில் அம்மா அருந்ததி, பிரவீன் இருவரும் ஏறிக்கொள்ள, ஜேக்கப் சுறுசுறுப்பாக மித்ரா, தீபா உட்பட அனைவரையும் போலீஸ் வாகனத்தில் அடித்து ஏற்றினார்.

அரைமணியில் ஆஸ்பத்திரிக்கு வர,

''பிரவீன்! முதல்ல ஸ்லீப்பிங் டோஸ் குடுத்து உங்கம்மாவை தூங்க வைங்க! நிச்சயமா தூக்கம் முக்கியம். ஒருவித பயமும் படபடப்பும் தூக்கத்தைக் கெடுத்திருக்கும். நல்ல சாப்பாடும், தூக்கமும் பராமரிப்பும் முக்கியம்.''

இரண்டு சிஸ்டர்களை அழைத்தாள்.

"இவங்களை கவனமா பராமரிக்கணும்! சைக்யாட்ரிஸ்ட் டாக்டர் நெப்போலியனுக்கு உடனே தகவல் தந்து வரச் சொல்லுங்க! குணப்படுத்திடலாம்!"

அருந்ததி விழித்திருந்தாள்.

"உங்களை நான் பார்த்திருக்கேன்!"

"அம்மா! சமீபகாலமா டி.விலை, மீடியால, பத்திரிகைல டாக்டர் நிறைய வர்றாங்க!"

அதற்கு நேரடி பதில் இல்லாமல்,

"என்னோட இவங்க சம்பந்தப்பட்டவங்க! எனக்கு இவங்களை நல்லாத் தெரியும்!"

"தெரிஞ்சா நல்லதுதானே? தைரியமா இருங்க! நாங்கள்லாம் இனி எப்பவும் உங்ககூடத்தான்!"

ரங்கநாயகி தன் அறைக்கு வந்தாள்.

இரவு எட்டு மணிக்கு ஜேக்கப் வந்தார்.

"ரங்கு! தெரிஞ்சோ தெரியாமலோ நீ அடுத்த அடி எடுத்து வச்சிட்டே!"

"புரியலை!"

"அது பேருக்குத்தான் மென்டல் ஹாஸ்பிடல்! உள்ளே ஒரு பெரிய கோடவுனே இருக்கு! அத்தனையும் மருந்துகள். இவங்க வெளிநாட்லேருந்து இறக்குமதி செய்யற விஷம். ஹெவிடோஸ் மருந்துகள். போலி மருந்துகள்."

"அப்படியா?"

"அத்தனைக்கும் பூட்டுப் போட்டாச்சு! கோடிக்கணக்கான பணம் புரளக்கூடிய இடம்!"

"கடவுளே! மனுஷ உயிர்கள் இத்தனை மலிவாப் போச்சா? இதை விடக்கூடாதே! உடனடியா நடவடிக்கை எடுக்கணுமே!"

“இந்த நேரம் தகவல் போயிருக்கும். அங்கே அல்லு கௌம்பியிருக்கும்!”

“அவங்க ரௌடிகளை இறக்கி பிரச்னைகளை பெரிசு பண்ணுவாங்க! அந்த ஏரியா பள்ளிக் கூடம் - குடியிருப்பு ஏரியா! பிரச்னை வந்து மக்களுக்கு பாதிப்பு கூடாது!”

“அதனால?”

“மதனை வரச் சொல்லுங்க!”

மதன் உடனே வந்தான்.

“சொல்லு, ரங்கு!”

“ஜேக்கப் சார்கிட்ட கேட்டுக்கோ! மீடியாவை வச்சு உடனே இண்டு இடுக்கு விடாம ‘கவர்’ பண்ணணும்! கொஞ்சம் ரிஸ்க்தான். ஆட்களை ஏவி விடுவான் டாக்டர் விக்ரம். ஜேக்கப் சார் போலீஸை இறக்குவார். நீ ஜாக்ரதையா செயல்பட்டு அத்தனையும் லைவ்ல இன்னிக்கே ஏர்ல வரணும். மக்களுக்கு உடனே தெரியணும்! கம்மான்!”

மதன், ஜேக்கப் இரண்டு பேரும் போர்க்கால வேகத்தில் களத்தில் இறங்க,

ஒரு பெரும் போலீஸ் படை அந்த இடத்தை ஆக்ரமித்து காவலுக்கு நிற்க, மீடியா காமிராக்கள் ஓ.பி.வேன் சரசரவென இறங்கி உள்ளே போக,

அங்கே இருந்த கோடவுன்...

மருந்துகளை சேமிக்கும் குளிர்பதன அறை...

ஒரு சோதனைச் சாலை என சகலமும் காமிரா வெளிச்சத்தால குளிப்பாட்டப்பட்டன!

32

அத்தியாயம்

மதன் பரபரவென தன் பணிகளைச் செய்ய, ஒரே நேரத்தில் மல்ட்டி காமிராக்கள்.

விறுவிறுப்பாக அங்குள்ள சகலத்தையும் விழுங்க,

வெளியே பலத்த போலீஸ் காவல்!

அருந்ததியை ரங்கநாயகி வெளியே கொண்டு போய், மித்ரா, தீபா கைது செய்யப்பட்டதும் விவரம் விக்ரம் முகாமுக்குப் போய்விட்டது!

அங்கே தீப்பற்றிக் கொண்டது.

"எப்படி? எப்படி?" அலறினான் விக்ரம்.

"ரங்கநாயகி எப்படி மோப்பம் புடிச்சா?"

"நம்ம தப்பு! அந்த பிரவீன் அம்மா அருந்ததியை நாம அங்கே விட்டுவச்சது தப்பு!"

"என்ன தப்பு? கடந்த ஒண்ணரை மாசமா இங்கே ஆம்ஸ்ட்ராங் தீப்பற்றி எரியுது! அந்த போர் வியூகத்துல பிரவீன் அவங்கம்மாவை பாக்கவே வரலை! அவளை போட்ரலாம்னு வீரிய மருந்துகளை தந்து வயலன்டா மாத்தினோம்!"

"எல்லாமே தப்பு! அம்மாவைப் பாக்க ஒரு பிள்ளை வராம இருப்பானா?"

"வரட்டும்!"

"அவன் என்ன நடந்தாலும் ரங்கநாயகிகிட்ட ஒப்பிக்காம இருப்பானா? சொல்லு! ரங்கநாயகியை நர்ஸ் மூலமா நாம கொல்ல நெனைச்சோம். இவன்தானே தடுத்தான். பிரவீன் ரங்கநாயகிக்கு வலதுகை! தொடர்ந்து தோத்துக்கிட்டு வர்ற காரணமா தப்பு பண்றோம். அருந்ததி அங்கே இல்லைனா, ரங்கநாயகி அந்தப் பக்கமே போயிருக்கமாட்டா! நாமே காட்டிக் குடுத்துட்டோம்!"

"சரி! இப்ப என்ன?"

"கொஞ்சம் தகவல்களை திரட்டிட்டுத்தான் ரங்கநாயகி அங்கே போயிருக்கா! ஒட்டுமொத்தமா ஜேக்கப் வளைச்சிட்டான்!"

"நம்ம கூலிப் படைகளை ஏவி விடலாமா?"

"சுருட்டி உள்ளே போட்டுடுவான் ஜேக்கப்! பெரிய போலீஸ் படையை இறக்கியிருக்கான்! சேனல் கூட்டமும் பெரிசா இருக்கு!"

"என்னய்யா இது?"

அதற்குள் ஆம்ஸ்ட்ராங் தலைமை டாக்டர் அவசரமாக ஓடி வந்தார்.

"டி.வி.ல லைவ்ல போகுது சார்!"

டி.வி.யை ஒளிரவிட

"சமீபகாலமாக விஷம் விற்கும் வியாபாரிகளின் கூடாரம் எங்கே என தமிழக போலீஸ் தேடி வருகிறது! இன்று அந்த சமூக விரோதக் கூடாரம் வெளிச்சத்துக்கு வந்துவிட்டது!"

தொடர்ந்து காட்சிகள் விரிய,

தன்வந்திரி மனநோய் மருத்துவமனைக்குள் நடக்கும் அராஜகங்கள் - ஊழல்கள் மக்களைக் கொல்லும் வீரிய மருந்துகளை சேமிக்கும் கிடங்குகள் சோதனைச்சாலை! குளிர்பதன அறை என விலாவாரியாக ஒவ்வொன்றாக காட்டப்பட்டு ஒரு சில மருந்துகளின் க்ளோஸ் ஷாட்டுகள்! லேபில் வேலை செய்யும் ஆட்கள் தப்பித்து ஓட முயல, மடக்கிப் பிடிக்கும் போலீஸ்!

கொஞ்சம் தாக்குதல் போராட்டம் என விறுவிறுப்பாக விஷுவல் காட்சிகள் ஓட

மறுபடியும் சாலை ஸ்தம்பித்தது!

அங்கங்கே ஷோரூம் டி.வி.களில் காட்சிகள் ஓட, மக்கள் நின்று வேடிக்கை பார்க்க,

ஒரு பக்கம் தேர்தல் முடிவுகள் வெளியாகி, ஆட்சி அமைக்கும் அலை நாடு முழுவதும் கொதித்துக் கொண்டிருக்க,

இந்த பிரச்னை மக்களை அதிகப்படியாக பாதிக்க,

"நோய்னு வந்தா குணமாக டாக்டர்களை, மருத்துவமனைகளைத் தேடி ஓடறோம்! அதுவே கொலைக்களமா மாறும்போது மக்கள் எங்கே போவாங்க?"

பொதுமக்களின் கருத்துக்கள்.

இதில் தொடர்புள்ளவர்கள் யார்?

'கோடிக்கணக்கான பணத்தை சம்பாதித்துத் தரும் இந்த மருந்துகள் எங்கிருந்து வருகிறது?'

'இதில் ஆம்ஸ்ட்ராங் ஆஸ்பத்திரிக்கு பெரும் பங்கு உண்டு!'

அங்குள்ள டாக்டர்கள் எழுதும் மருந்துகள் என நோய்வாரியாக பட்டியல் போட்டு... அதே மருந்துகளை இந்த கோடவுனில் காட்டி விளக்கம் சொல்ல,

இங்கு பணியாற்றுபவர்கள் பல பேர் காவலில்!

அவர்களது விளக்கம் விரைவில்!

தொடர்ந்து இது ஓடிக் கொண்டிருக்க, எதுவும் செய்ய முடியாத நிலையில் ஆம்ஸ்ட்ராங் குழு!

தலைமை டாக்டர் தோற்றுப்போன ஒரு அமைச்சர்... செல்வாக்குள்ள சில மாஜி பிரபலங்கள் கூடிவிட்டார்கள்.

"இது நம்ம கோடவுன்னு ஆதாரபூர்வமா வெளில வரும்!"

"வரட்டும். தப்பென்ன? லைசென்ஸ் இருக்கே!"

"அடப்போய்யா! அதை வச்சிட்டு ...ரை புடுங்குவியா?"

"இதப்பாருங்க! தப்பா பேசாதீங்க"

"நடக்கற அத்தனை தப்புகளையும் அந்த தே... உரிச்சு எடுக்கறாளே! எப்படி தப்பிக்கறது? அவ கூண்டோட நம்மைப் பிடிக்க களத்துல இறங்கியாச்சு!"

"அவளை அந்தப் பக்கம் போகவிட்டது தப்பு!"

"ஆமாம்! நாங்க வெத்தலை பாக்கு வச்சு தன்வந்திரிக்கு கூட்டிட்டுப் போனோம்!"

"இதப்பாருங்க! நாம ஒருத்தரையொருத்தர் குற்றம் சாட்டி சண்டை போட்டா, பிரச்னை தீரப் போறதில்லை!"

"என்ன செய்யலாம்?"

"நாம செய்யறதைவிட ரங்கநாயகியோட அடுத்த ஸ்டெப் என்னவா இருக்கும்னு யோசிக்கணும்!"

"அவ மனசுக்குள்ள புகுந்தா பார்க்க முடியும்?"

"நக்கல் வேண்டாம் விக்ரம்! சமீபகாலமா வாங்கற அடில, நாம எல்லாருமே உணர்ச்சிவசப்பட்டு முடிவெடுக்கறோம். ரங்கநாயகி அறிவை மட்டுமே உபயோகப்படுத்தறா?"

"அவளை... அவளைக் கொல்லணும்!"

"அதைக்கூட புத்தியை உபயோகப்படுத்தாம, டிவி. சீரியல்ல வர்ற மாதிரி தேர்ட்ரேட் முயற்சிகளை எடுக்கறோம்.

ரங்கநாயகியோட டீம் படு ஸ்ட்ராங்க்! போலீஸ், சேனல், டாக்டர்கள், பொதுமக்கள்னு நாலு தூண்களை வச்சுக்கிட்டு நடுவுல மண்டபம் கட்டி ஜம்முனு ஒக்கார்ந்துட்டா. அங்கே உள்ள அத்தனை பேரும் சாணக்யர்கள்!''

''ஒண்ணு செய்! பாராட்டு விழா நடத்து!''

''தப்பில்லை!''

''த்தா... அறிவிருக்காடா ஒனக்கு?''

''இந்த மாதிரி சென்னை பாஷைல பேசற உன்னை மாதிரி ஆட்களை வச்சிட்டு நாங்க எங்கே ஜெயிக்கறது?''

''சண்டை வேண்டாம். விவகாரம் திசை திரும்பி நீர்த்துப் போகும்! இப்ப ஆத்திரப்படறதைவிட நிதானமா யோசிக்கறதுதான் நல்லது!''

''டாக்டர்! ரொம்ப நிதானமாகவும் இருக்க முடியாது! அங்கே அதிரடியா வேலைகள் நடக்குது! டாக்டர் மித்ரா, நர்ஸ் தீபா அடி தாங்காம அப்ரூவரா மாற வாய்ப்பிருக்கு பல உண்மைகள் வெளில வரும்!''

''வரட்டும்! ஏற்கனவே குணசேகரன், பிரவீன்னு ரெண்டு பெரிய எதிரிகள் அந்தப் பக்கம். நாம தாங்கித்தான் ஆகணும். பணம் பேசணும். உள்ளே இருக்கறதையெல்லாம் எடுத்து விடுங்க! அப்புறமா சம்பாதிச்சுக்கலாம்!''

''கிழிச்சே! ஆட்சி மாறியாச்சு! இனி மண்சட்டிதான்!''

''எல்லாரும் கலைஞ்சு போங்க! எந்த அளவுக்கு இந்த பிரச்னை போகுதுன்னு பாருங்க! அந்த ரங்கநாயகி குடும்பத்து திவாகர், தர்ஷினி ரெண்டு பேரும் என்ன ஆனாங்க!''

''அவங்க இப்ப நம்ம பக்கம் வர்றதேயில்லை, ரங்கநாயகி மடக்கிட்டா போலிருக்கு! ஒரு மாசத்துக்கு மேலா வர்றதில்லை!''

''சரி வேற யாரு அங்கே கறுப்பாடு?''

''பாக்கலாம்!''

அங்கே குழப்பம் போக, இங்கே அருந்ததிக்கு ட்ரீட்மென்ட் போய்க் கொண்டிருந்தது!

ரங்கநாயகி எதிரே ஜேக்கப்!

"பிரச்னை தீவிரமாகுது ரங்கு"

"ஆகட்டும் சார்! இதுக்கொரு முடிவைக் கண்டாகணும். என்ன நடந்தாலும் சரி! கவனமா இருங்க!"

பிரவீன் உள்ளே வந்தான்.

"எங்கம்மாவை மீட்டுக்கொண்டு வந்துட்டோம் டாக்டர்!"

"இத்தனை நாள் ட்ரீட்மென்ட் எதுவும் சரியா நடக்கலை பிரவீன். கடந்த ஒண்ணரை மாசமா நெகட்டிவா போய், அவங்களைக் கொல்ற முயற்சி நடந்திருக்கு உங்கமேல உள்ள பகை காரணமா! கடவுள் நம்ம பக்கம் இருக்கார்!"

"உங்களைத் தெரிஞ்ச மாதிரி பேசறாங்க!"

"நாலு நாள் போனா, நல்லாவே தெரியும். உங்கம்மா முழுசா குணமாயிடுவாங்க பிரவீன்!"

"நீங்க சொன்னா நடக்கும்!"

"நீங்க ரெஸ்ட் எடுங்க பிரவீன்! உங்க ஆரோக்யம் முக்கியம்!"

"சரி டாக்டர்!"

பிரவீன் வெளியே வந்தான் மனசுக்குள் ஜில்லென்று ஒரு தென்றல் வீசியது!

முன்பெல்லாம் ரங்கநாயகியை வெறும் டாக்டராக மட்டுமே பார்க்க முடிந்தது! அதனால் வாழ்க்கை எந்திரமயமாக இருந்தது.

இப்போது ரங்கநாயகியின் பாசம், ஸ்பரிசம், இதமான பேச்சு, அம்மாவை மீட்ட புத்தி எல்லாம் சேர்ந்து மனசு ரங்கநாயகிக்கு மிகவும் சமீபமாக வந்துவிட்டது!

டாக்டராக வெகு உயரத்தில் வைத்துப் பார்த்தபோது பக்தியும் மரியாதையும் மட்டுமே இருந்தது!

இப்போது மனசு வேறு ஒரு உணர்வுக்குத் தாவ, இளம் ரங்கநாயகியை, இளமையான ஒரு பெண்ணைப் பார்ப்பது... அவளுடன் பேசுவது... வேறு மாதிரி அனுபவம் தந்தது!

அவள் பேசுவதுகூட வேறு தொனியில் கேட்டது!

'இதெல்லாம் எனக்கு மட்டும் ஏற்படும் உணர்வா?'

'நான் அவசரப்படக் கூடாது?'

'என் மனதை நான் திறந்து காட்ட, அது ரங்கநாயகிக்கு பிடிக்காமல் அவளைக் கோபப்படுத்திவிட்டால்?'

'எல்லாம் கெட்டுவிடும்!'

'கூடாது!'

'ரங்கநாயகி என்னை வெறுத்து ஒதுக்கிவிட நானே காரணமாக இருக்கக் கூடாது!'

முடிவே செய்து கொண்டான்!

அடுத்த 3 நாட்களும் இந்த கோடவுன் மருந்துகளின் தாக்கம் மீடியா முழுக்க ஒலிக்க,

இங்கே அருந்ததியை டாக்டர் நெப்போலியன் நன்றாக கவனித்து சிகிச்சை செய்ய,

"முதல்ல அவங்க ஒடம்புல உள்ள ஆம்ஸ்ட்ராங் விஷத்தை ஒட்டுமொத்தமா அகற்றணும். என் அறிவுக்கு உட்பட்டு, அவங்க மனநோயாளியே இல்லை. மகன் சிக்கின அதிர்ச்சியில் ஸ்தம்பிச்சிருக்காங்க. மகன் வாழ்க்கை வீணாகப் போச்சேனு மூளை உணர்ந்ததும் ஒரு மாதிரி ஆயிட்டாங்க! அதனால பேச்சும், நடவடிக்கையும் ஸ்தம்பிச்சு போச்சு! ரொம்ப ஸ்ட்ராங்கான டிப்ரஷன். கவனிக்க ஆளும் இல்லை. சமீப கால ஓவர் டோஸ் தப்பான மருந்துகள்... அதோட

பிடிலேருந்து அவங்க வெளில வந்துட்டா, முழுமையா தெளிஞ்சு நார்மல் பிரவீனோட அம்மாவா மாறிடுவாங்க!''

''அப்படியா சொல்றீங்க டாக்டர் இதைவிட சந்தோஷம் என்ன இருக்கு! பிரவீனுக்கும் கவுன்சில் நடவடிக்கை எடுத்து டாக்டர் தொழில் செய்ய அனுமதி தந்தாச்சு! அம்மாவும் தெளிஞ்சிட்டா, வேறு என்ன வேணும்?''

இரண்டு நாட்கள் கழித்து, அருந்ததியை பிரவீனே வெளியே அழைத்து வந்தான் ரங்கநாயகி சொன்னதால்!

''வெளி உலகம் மனிதர்கள் நல்ல காற்று வாங்கட்டும்! அதுதான் நல்ல மருந்து!''

ஆஸ்பத்திரி காரிடாரில் பிரவீன் அழைத்துவர,

அருந்ததி அந்தப் புகைப்படத்தைப் பார்த்தாள்.

''இவங்க படம் ஏன் இங்கே?''

''இது யாருனு தெரியுமாம்மா ஒனக்கு''

''ஏன் தெரியாது? பிரபலமான வக்கீல் - ரங்கநாயகி - மடிசார் மாமினு சொல்லுவாங்க இவங்களை! என் வாழ்க்கைல விளக்கேற்றி வச்சவங்க!''

பிரவீன் ஆடிப் போனான்!

33

அத்தியாயம்

பிரவீன் அதிர்ச்சிக்கு ஆளானான்!

"அம்மா! நீ இன்னும் தெளியலையா? ஏதேதோ பேசறே! இவங்க இறந்து 26 வருஷங்களாச்சு! தெரியுமா!"

"தெரியும்டா! எல்லாமே தெரியும்!"

"கொஞ்சம் என் கூட வா!"

அம்மாவை அழைத்துக் கொண்டு டாக்டர் ரங்கநாயகியின் அறைக்கு வந்தான் பிரவீன்!

"அம்மா! எப்படி இருக்கீங்க?"

"டாக்டர்! இவங்க உங்க பெரியம்மாவை நல்லாத் தெரியும்னு சொல்றாங்க!"

"அப்படியா?"

"அட்வகேட் ரங்கநாயகி, மடிசார் மாமியை பர்சனலா தெரியும்! என் வாழ்க்கைல விளக்கேத்தினவங்க!"

"அப்படியாம்மா! எப்படி?"

"இவன் பிறக்கறதுக்கு முன்னால நடந்த கதை! அப்ப என் இளமைக் காலம். எனக்கு முன்கோபம் அதிகம். சகிப்புத்தன்மை அறவே இல்லை. அப்பா ஆதரவு ரொம்ப.

அந்தக் காலகட்டத்துல எனக்குக் கல்யாணம் நடந்தது! சரவணன் என் கணவர்!"

"சரி!"

"அவர் பொறுமையானவர். நல்லவர். கோபமே படமாட்டார். ஏறத்தாழ எனக்கு அடங்கி நடந்தார். அவர் ஒருமுறை நண்பர்களோட குடிச்சிட்டு வீட்டுக்கு வந்தார். அப்பப்ப அந்தப் பழக்கம் லேசா உண்டுனு ஒப்புக்கிட்டார். அங்கேதான் ஆரம்பம். அவரை நான் படாதபாடுபடுத்தி, நோகடிச்சு, குடிகாரன்னு பழி சுமத்தி, விவாகரத்து பண்ற அளவுக்கு வந்துட்டேன். குழந்தை உருவாகலை!"

வழக்கு மடிசார் மாமிகிட்டப் போச்சு! அவங்க 2 பக்கமும் விசாரிச்சாங்க! சரவணனும் பேசியிருக்கார்.

கவுன்சிலிங் நடத்தினாங்க!

ரெண்டு பேரையும் சேர்த்து வைக்க முயற்சி செஞ்சாங்க! நான் ஒப்புக்கலை!

அவரைத் திருந்தவிடாம நான் டார்ச்சர் பண்றேன்னு மாமி அவர் பக்கம் திரும்பி, ரெஸ்டிட்யுஷன் ஆஃப் கான்ஜுகல் ரைட்ஸ்னு தாம்பத்ய உரிமை கோரி வழக்குத் தொடர, அவர் பக்கம் ஆதரவு!

நான் தாறுமாறா பேசினேன்.

ஆம்பிள பக்கம்தான் மாமி எப்பவும் நிப்பாங்கனு அவதூறுகூட பரப்பினேன்.

எத்தனை எதிர்ப்புகள்?

குடும்பத்துல டார்ச்சர் - வெளில எதிர்ப்பு. ஆனா மாமி எதுக்குமே பயப்படமாட்டாங்க! நியாயம் யாரு பக்கம் இருக்கோ, அதுக்காக மட்டுமே வாதாடுவாங்க! அதுவும் துணிச்சலா! டேவிட் ஆசிர்வாதம் சங்கத்தில் எத்தனை கெட்ட பேர் தெரியுமா?

ரங்கநாயகி குறுக்கிட்டு,

"அவரோட உறவுதான் போலீஸ் ஆபீசர் ஜேக்கப்!"

"வைதேகி கணவர் ஸ்ரீதருக்காக வாதாடி அவங்க மூத்த தாரத்து மகன் மதனை தன் மகனா வளர்த்தினாங்க."

"அந்த மதன்தான் எனக்கு பக்கபலமா நிக்கற சேனல் ஹெட்!"

"ஒரு பாவியால கற்பிழந்த ஷோபாவை கிச்சாமி வாழ வச்சாரே! அதுதான் மாமி காட்டின கருணையோட உச்சம்!"

"அந்த ஷோபா மகள் தான்மா நான்!"

"அ... அப்படியா? நீ... நீ... ஸாரி நீங்க ஷோபா மகளா டாக்டர்? அப்படியே மாமியோட முகஜாடைல..."

"ஆமாம்! வாழ்வு குடுத்த மன்னி எங்கம்மா மனசுல பதிஞ்சுட்டா. அப்பாவுக்கு எப்பவுமே மன்னி கடவுள். அதான் கர்ப்பத்துல இருந்து நான் பிறந்தப்ப, மன்னி மாதிரியே பிறந்துட்டேன்!"

அருந்ததி அழுது விட்டாள்.

"கிச்சாமி - உங்கப்பா - இப்ப எங்கேம்மா?"

"இங்கே இருக்கேன் அருந்ததி!"

கிச்சாமி உள்ளே நுழைய, அருந்ததி பூரித்துப் போனாள்.

"கிச்சாமி! நீங்க மாறவே இல்லை. அப்படியே இருக்கீங்க! உங்களைப் பார்க்க சந்தோஷமா இருக்கு!"

ரங்கநாயகி பூரித்துப் போனாள்.

"அன்னிக்கு மனசு மாறி என்னை திருந்த வச்சு, சரவணன் கூட வாழ வச்சது மாமிதான். அப்புறம்தான் பிரவீன் பிறந்தான்! இப்ப பிரவீன் இங்கியே வேலைக்கு வந்துட்டானே?"

"அப்பா! மன்னிக்கு நெருக்கமா இருந்த அத்தனை பேரும் இப்ப எனக்கு பக்கபலமா இருக்கா! இது தற்செயலா? இல்லை, தெய்வச் செயலா?"

"மன்னியோட ஆசிர்வாதம்டா ரங்கு"

பிரவீன் பெரிதும் உணர்ச்சி வசப்பட்டிருந்தான்.

"அருந்ததி! நீ ரொம்ப நல்லா பேசறே! உனக்கு எந்த நோயும் இல்லை. நீ குணமாயிட்டே"

"ஆமாம் கிச்சாமி! ஆஸ்பத்திரில உன் மகளைப் பார்த்தப்ப, மாமி பளிச்சுனு ஞாபகம் வந்தாங்க! உன் மகள் பெரிய ஆபத்துலேருந்து என்னை மீட்டுக்கொண்டு வந்துட்டா! இங்கே வந்து மாமி போட்டோ பார்த்ததும் நான் பூரணமா குணமாயிட்டேன்!"

பிரவீன் அருகில் வந்தான்.

அம்மாவின் கைகளைப் பிடித்துக் கொண்டான்.

"அம்மா!"

அவன் தலையை தடவிக் கொடுத்தாள் அருந்ததி!

மகனை இறுக அணைத்துக் கொண்டு, அவன் முன்னுச்சியில் முத்தமிட்டு தேம்பித் தேம்பி அழுதாள்!

"என் பிள்ளை மேல பழியைச் சமத்தி, அவனோட டாக்டர் தொழிலை முடக்கி, அவனை ஜெயிலுக்கும் அனுப்பி... அவனோட வாழ்க்கையே போச்சு! அந்த ஆம்ஸ்ட்ராங் ஆஸ்பத்திரி பாவிகள் செஞ்ச சதி! அவங்க தோலை இவன் உரிச்ச காரணமா வந்த பகை! என் பிள்ளைக்கு இப்படி ஒரு வீழ்ச்சி ஏற்பட்ட காரணமாத்தானே என் மூளை கலங்கிப் போச்சு!"

ரங்கநாயகி அருகில் வந்தாள்.

"அம்மா! அதுல மட்டும் கலங்கலை! நீங்க தெளியாத அளவுக்கு மருந்து தந்து, உங்க நோய் குணமாகாம கவனமா இருந்தாங்க! அவங்க கூட நாங்க நடத்தற யுத்தம்தான் இப்ப ஓடிட்டு இருக்கு! அதனாலதான் பிரவீன் உங்களை கவனிக்க முடியலை!"

மதன் உள்ளே வந்தான்.

"டாக்டர் பிரவீனை, ரங்கு மீட்டு எடுத்தாச்சு! டாக்டர் தொழிலோட உரிமம் கைக்கு வர்ற நேரம்தான்! பாக்கப்போனா அந்த எதிரிகள் கூட போர் தொடுக்க, முதல் அம்பை எடுத்ததே பிரவீன்தான். எங்க கூட்டணி சேரவும் அதுதான் காரணம்!"

"விடாதீங்க! அந்தப் பாவிகளால நல்லவங்க பல பேர் கடுமையா பாதிக்கப்பட்டிருக்காங்க!"

ரங்கநாயகி அருகில் வந்தாள்.

"இப்ப பெரிய போராட்டம் நடந்துகிட்டிருக்கு! உயிரைப் பணயம் வச்சு ஆடிட்டு இருக்கோம்!"

"டாக்டர்! உங்களால முடியும்! மாமி அந்தக் காலத்துல பார்க்காத எதிரிகளா? எத்தனை போராட்டம்? மாமி துவண்டதே இல்லை பயந்ததும் இல்லை! மதக்கலவரம் கூட ஏற்பட்டிருக்கு! மைதிலி வீட்டுக்காரர் முகமதிய பகதூர்தானே?"

"ஆமாம்! மைதிலி அத்தையும் பகதூர் மாமாவும் ரொம்ப பாசமானவா!"

ரங்கு சொல்ல,

மதன் அருகில் வந்தான்.

"ரங்கு! இந்தம்மாவை வச்சு சேனல்ல ஒரு நேர்முகம் போகலாமா? கடுமையா பாதிக்கப்பட்டவங்களாச்சே?"

"நானும் நெனைச்சேன். ஆனா ஒடம்பு தாங்குமா! இப்பத்தான் மீண்டு வந்திருக்காங்க?"

அருந்ததி நெருங்கினாள்.

"டாக்டர்! நான் தெளிவா இருக்கேன்!"

"அருந்ததி! எதுக்கு அவளை டாக்டர்னு கூப்பிடற! பேரைச் சொல்லிக் கூப்பிடு! உன் விருப்பம்போல கூப்பிடு!"

''நாயகினு கூப்பிடட்டுமா?''

''அது உன் விருப்பம்!''

''நாயகி! நான் திடமா இருக்கேன்! நீ எங்கே பேசச் சொன்னாலும் பேசறேன்!''

''சரிம்மா! மதன் அண்ணா அந்த வேலைகளைப் பார்த்துப்பார். நீங்க அவர் சொல்றபடி பேசுங்க!''

அருந்ததி தலையாட்டினாள்!!

டாக்டர் பிரவீன் உச்சகட்ட சந்தோஷத்தில் இருந்தான்! ஏற்கனவே மடிசார் மாமியால வாழ்க்கையின் புது அத்யாயத்தை தொடங்கிய என் அம்மா!

'அந்த ரங்கநாயகி, என் அம்மாவை வாழ வைத்தார்!'

'இந்த ரங்கநாயகி என்னை மீட்டெடுத்து மறுபடியும் டாக்டராக செயல்பட வைத்து விட்டாள்!'

ஒரு வகையில் ரத்த பந்தமில்லாத ஆனால் மனசளவில் நெருங்கிய பந்தம் உண்டாகிவிட்டது!

'மனசுக்குப் பிடித்துவிட்டால், அதுதானே வாழ்க்கையின் வாசல்!'

''எனக்காக கதவு திறந்தவள் டாக்டர் ரங்கநாயகி!''

'இன்று என் அம்மாவையும் தெளிய வைத்துவிட்டாள்!'

'நான் நேராக எதையும் சொல்ல வேண்டாம். அம்மாவிடம் என் விருப்பம் சொல்லி, அம்மா, கிச்சாமி மாமாவிடம் பேசிவிட்டால் போதும்! இதை பெரியவர்கள் வழியாக, முறையாக தொடரட்டுமே!'

நினைத்ததுமே அவன் மெதுவாக நழுவி வந்து மடிசார் மாமி படத்தின் கீழே நின்றான்.

'என் அம்மாவை வாழ வச்சது நீங்கதான்!'

'எனக்குப் பிடிச்ச உங்க ரங்குவை, என் வாழ்க்கைத் துணையா ஆக்க, நீங்கதான் சிபாரிசு செய்யணும்!'

கை கூப்பினான்.

கதவோரம் நின்று கிச்சாமி இதை கவனித்தார்.

அவர் மனதிலும் ஒரு கணக்கு ஓடியது!

'ஷோபா, ரங்கு இரண்டு பேரையும் ஆபத்திலிருந்து மீட்டவன் இந்தப் பிரவீன்தான் அதுவும் மன்னியின் உத்தரவின் பேரில்!'

'மன்னி! நீ என்ன நினைக்கறியோ அதை நடத்து!'

மறுநாள் காலை ஜேக்கப்பும், அவரது போலீஸ் பரிவாரமும் மெண்டல் ஆஸ்பத்திரி என்ற பேரில் நடக்கும் சமூக விரோத கோடவுனுக்கு சீல் வைத்துவிட்டது!

அது தொடர்பாக ஜேக்கப் ரங்கநாயகியை சந்திக்க அவசரமாக வந்தார்.

ரங்குவின் படை மொத்தமும் கூட

"நீ வந்து அங்கே பாக்கணும் ரங்கு! நிறைய மாத்திரைப் பட்டைகள் குவிஞ்சுகிடக்கு சாம்பிளுக்கு இது!"

அவர் தர,

ரங்கநாயகி பார்த்தாள்.

"இது எக்ஸ்பயரி ஆன மருந்துகள். அதோட காலக்கெடு முடிஞ்சு போச்சு! பெரும்பாலும் ஆம்ஸ்ட்ராங் மாத்திரைகள் சிரப்புகள் தான்!"

"எதுக்கு அதை சேமிக்கறாங்க!" மதன் கேட்க,

"அங்கே போய் ஒரு தடவை பார்த்துட்டா, நம்ம சந்தேகங்கள் தெளியும்!"

"இப்பவே பாத்துடலாம்!" ரங்கு சொல்ல,

அந்த நாலைந்து பேர் காரில் உடனடியாக புறப்பட்டார்கள்.

அங்கே கோடவுனில் ஜேக்கப் காவலுக்கு வைத்திருந்த போலீஸ்காரர்கள் சூழ்ந்திருக்க,

கோடவுன் திறக்கப்பட உள்ளே வந்தார்கள்.

குவிக்கப்பட்ட காலாவதியான மருந்துகள்.

''எதுக்கு சேமிச்சு வச்சிருக்காங்க!''

அலசிப் பார்க்க, பிரவீன் குறிப்பிட்ட ஒரு மாத்திரைப் பட்டையை எடுத்து ஆராய்ந்து கொஞ்சம் பதட்டமாக ரங்கநாயகியிடம் வந்து,

''டாக்டர்! எனக்கொரு சந்தேகம்!''

''சொல்லுங்க பிரவீன்!''

அவன் சொன்னதும் ரங்கநாயகி அலறிவிட்டாள்!

34

அத்தியாயம்

காலாவதியான மாத்திரைப் பட்டையை எடுத்து வந்து பிரவீன் ரங்கநாயகியிடம் தன் சந்தேகம் சொல்ல, அவள் அதிர்ச்சி!

"என்னாச்சு?" மதன் வந்து கேட்க,

"சொல்லுங்க பிரவீன்?"

"காலாவதியான இந்த மாத்திரைகளை வெளில எடுத்து, புது கவர் தயாரிச்சு, அதுக்குள்ளே இதை பேக் பண்ணி, மார்க்கெட்டுக்கு கொண்டு வருவாங்க!" இந்த மாதிரி சிரப் முதலான எல்லா மருந்துகளும்!

"என்ன சொல்றீங்க?" ஜேக்கப் பதற,

"ஒரு தடவை ஆம்ஸ்ட்ராங்ல நான் இருக்கும்போது லேப்ல அரசல் புரசலா இந்த மாதிரி ஒரு பேச்சு வர்ற நேரம், நான் உள்ளே போக, என்மேல கடுப்பாகி, அடுத்தபடியா செய்யாத ஒரு தப்புக்கு எனக்கு மெமோ தந்து இது நடந்திருக்கு அதோட அதை விட்டாச்சு."

"இது சாத்தியமா?" மதன் கேட்க,

ரங்கநாயகி இன்னும் சில ஃபாயில்களை கிளற, மார்க்கெட்டில் இவர்கள் எழுதும் சில பொது மருந்துகளின் கவரும் கூட்டத்தோடு கலக்க,

“நாம போகலாம். இது ரொம்ப சீரியஸ் இஷ்யூ! எனக்கு சில சந்தேகங்கள் இருக்கு! இங்கே பேச வேண்டாம்!”

புறப்பட்டு விட்டார்கள்!

ஆஸ்பத்திரிக்கு திரும்பி விட்டார்கள்.

“ஏராளமான மருந்துகள் காலாவதியாகியிருக்கு! எதுக்கு ஓவர் ப்ரொடக்ஷன்?” மதன் கேட்க,

“இது அவுங்க கோடவுன். இப்ப அவங்க மருந்துக்கு மரியாதை குறைஞ்சு போச்சு! ரொம்ப வீரியமான மருந்து! இன்னும் சொல்லப்போனா, பேஷன்டுகள் பயப்படறாங்க! நாம தொடங்கின மெடிக்கல் வார் காரணமா, பேஷன்டுகள் திசை மாறிட்டே வர்றாங்க! சேனல் வேற கிழிக்குது! அவங்க மருந்துகள் போணியாகலை! குழந்தைகளுக்கு ஷுகர் வியாதியை உண்டாக்கற மருந்துகள்! அடுத்த தலைமுறைக்கும் குறி வச்சிட்டாங்க! ஜுவினல் ஷுகர் எப்படி வருது! பாதிக்காரணம், தானே வரலை. இவங்க வியாபாரத்துக்காக உருவாக்கறாங்க!

ஒரு பக்கம் இளம் குற்றவாளிகளை சமூகம் உருவாக்குது!

இந்த வியாபாரிகள் குழந்தை நோயாளிகளை உருவாக்கறாங்க!”

அத்தனை பேரும் பீதியுடன் பார்க்க,

“புது ஃபாயில் ரெடி பண்ணி, காலாவதியான இந்த மருந்துகளை பேக் பண்ணி, மார்க்கெட்ல விடறாங்க!”

“இது சாத்தியமா?”

“நிச்சயமா முடியும்! நம்ம ஃபாயில் சாம்பிள்களை எடுத்துட்டு போய், அதே மாதிரி உருவாக்க இவர்களால முடியாதா? அதுக்கு இவங்க சில பார்மசூட்டிகல் கம்பெனிகளை கூட்டாளிகளா வச்சிருப்பாங்க கமிஷன் அடிப்படைல!”

“மக்களை நாசம் பண்ற மெடிக்கல் மாஃபியா கும்பல்!”

"எப்படி ட்ரேஸ் பண்றது ரங்கு" ஜேக்கப் கேட்க,

"இதுல அடுத்த ஆபத்து நமக்குத்தான்!"

"எப்படி டாக்டர்?"

"நமக்குனு சில ட்ரேட் மார்க் மருந்துகள் இருக்கு! வீரியம் குறைச்சலா, சைட் எஃபெக்ட் ஏற்படுத்தாத நோயை குணமாக்கற மருந்துகள்..."

"ஆமாம்!"

"அந்த ஃபாயிலை இவங்க தயாரிச்சு, காலாவதியான மருந்துகளை அதுக்குள்ளே அடைச்சிடுவாங்க!"

"அய்யோ!" பிரவீன் அலற,

"நம்ம மருந்தா மார்க்கெட்ல உலா வரக் கூடியது அவங்க தயாரிச்ச விஷம். இது கண்டிப்பா நோயாளிகள்கிட்ட பலத்த சேதாரத்தை உண்டாக்கும். லேபுக்கு போகும்! வெளில விஷம்னு செய்தி பரவும். மருந்துக் கவர்தானே முதல்ல பேசும். நம்ம மருந்தைச் சாப்பிட்ட நோயாளிக்கு ஆபத்து வரும். நம்மமேல எல்லாமே திரும்பும்."

"மை காட்!"

"இதை சமீபத்துல அவங்க தொடங்கியிருக்காங்க!"

"முன்னால?"

"இந்த சண்டைக்கு முன்னால அவங்களோட காலாவதியான மருந்துகளை அவங்களோட புது கவர்ல பேக் பண்ணி மார்க்கெட்ல விடுவாங்க! ரீ சைக்கிள்!"

"இப்ப பகை முற்றிப்போய், மொத்த வியாபாரமும் சரிஞ்சப்ப, டாக்டர் விக்ரம் இந்த புது யோசனைக்கு வந்தாச்சு!"

"இது பெரிய ஆபத்தாச்சே! எது நல்ல மருந்து, எது விஷம்னு எப்படி தெரியும்? நமக்கே புரியாதே?"

அத்தனை பேரும் நிலைகுலைந்தார்கள்.

ரங்கநாயகி ஒரு மாதிரி ஸ்தம்பித்துப் போயிருந்தாள்.

"இதை உடனே சேனல் வழியா வெளில விடலாமா? மக்களை எச்சரிக்கணும் இல்லையா?" ஜேக்கப் கேட்க,

"இல்லை சார். அது ஆபத்து! மக்கள் மத்தில ஒரு பீதி பரவ ஆரம்பிச்சு எது நிஜம் எது விஷம்ன்னு தெரியாத குழப்பம் வரும்! வெளிநாட்ல ஒருமுறை குடிநீர்ல ரிமோட் கன்ட்ரோல் ஃப்ளாஸ்க் மூலம் வைரஸை பரவவிட்டு எத்தனை உயிரை பலி வாங்கினாங்க தெரியுமா சமூக விரோதிகள்?"

"சரி ரங்கு! இது அவசரமாச்சே! எப்படி தடுக்கப் போறோம்?"

"கவனமா கால்களை எடுத்து வைக்கணும். நோயாளிகள் பயப்படாம பாத்துக்கணும்!"

"என்ன வழி?"

ஐந்து பேரும் ஆளுக்கொரு ஆலோசனைகளைச் சொல்ல,

"நமக்குனு மாத்திரை கவர்களை தயாரிக்கற இடம் இருக்கு அதுக்கு கடுமையான பாதுகாப்பு போடணும். நம்ம பரிசோதனைக் கூடங்களை கண்காணிக்கணும். அவங்க நம்ம கவர்களை தயாரிக்க ஏதாவதொரு இடம் இருக்கும்! அதைப் புடிச்சு லாக் பண்ணிட்டா, இதுக்கொரு முடிவைக் கட்டிடலாம்!"

"குட் ரங்கு"

"பிரவீன்! குணசேகரன் சாரை உடனே கூப்பிடுங்க! இனி அவர் உதவி முக்கியம்!"

சில நொடிகளில் குணசேகரன் உள்ளே வர,

ரங்கநாயகி சகல விவரங்களையும் புட்டுப்புட்டு வைத்தாள்.

"டாக்டர்! அவங்க மருந்துக் கவர்களை தயாரிக்கற அலுமினியம் ஃபாயில் இன்டஸ்டரி ஆந்திரால ராஜமுந்திரில இருக்கு! கர்நாடகால ஷிமோகால இருக்கு! கேரளால தொடுபுழால இருக்கு."

“இங்கே?”

“சிவகாசில இருக்கு!”

“இதைத் தயாரிக்க இத்தனை நெட்வொர்க்கா?” மதன் கேட்க,

“ஆமாம்பா! மருந்துகள் இன்னிக்கு உலகம் முழுக்க தேவைப்படுதே! மருத்துவம் சேவைங்கற நிலை போய், பெரிய வர்த்தகம் ஆயிடுச்சே!

கோடிக்கணக்கான முதலீடு! பல பேருக்கு பங்கு! பதவில இருக்கறவங்க ஆதரவு! இத்தனையும் இருக்கே? நாட்டை ஆளற பல பேர் மக்களுக்கு நல்லது செய்யலையே? ஓட்டை வாங்கிட்டு ஹார்ட்ல ஓட்டையைப் போட்டுட்டு போயிடறாங்களே?”

ரங்கு சிரித்துவிட்டாள்.

“இது காமெடி இல்லை டாக்டர். வயித்தெரிச்சல்! இந்தப் பாவிகளுக்கு நானும் பக்கபலமா இருந்திருக்கேனே! அந்த வேதனை!”

“சரி சார்! தென்னகம் முழுக்க நீங்க சொல்ற இண்டஸ்ட்ரிகளோட விலாசம் இருக்கா?”

“இருக்கும்மா! ஆனா பலத்த பாதுகாப்பு இருக்கும்! அந்தந்த ஸ்டேட் அரசியல்வாதிகளோட ஆதரவும் இருக்கும். உடனே நெருங்க முடியாது!”

“அதுக்கும் நீங்களே வழி சொல்லுங்க சார்!”

“நீங்க கையும் களவுமா பிடிக்க நினைச்சா, தகவல் பறந்து தப்பிக்க வாய்ப்புண்டு?”

“அப்புறம்?”

“இதுல மக்களைத்தான் கிளப்பி விடணும்! முதல்ல அந்தந்த ஊர்ல உள்ள நியாயமான மக்கள் பிரதிநிதிகளைப் புடிச்சு, இதைச் சொல்லி அலர்ட் பண்ணணும்!”

"உங்களுக்கு அந்த ஏரியா செல்வாக்கு எப்படி?"

"இருக்காங்க! புடிக்கலாம்! டாக்டர் ரங்கநாயகி நடத்தற குருஷேத்ரத்துக்கு நான் பக்கபலமா இல்லைனா, அப்புறமா நான் மனுஷனே இல்லை!"

அவர் உட்கார்ந்து விட்டார்!

போன் மேல போன்களாக போட்டு அடுத்த அரைமணி நேரம் நிறைய பேருடன் பேசினார்.

சில தகவல்களை குறித்துக் கொண்டார்.

"ஜேக்கப்! முதல்ல ராஜமுந்திரியை குறிவைப்போம். அதை ரகசியமா செய்யணும்! அங்குள்ள எம்பி. இந்தமுறை தேர்ந்தெடுக்கப்பட்டவர். ரொம்ப நேர்மையான நபர். என் நண்பர். அவர்கிட்ட நான் பேசிட்டேன்! நீங்க உடனே புறப்பட்டுப் போய் அவரை சந்திச்சு பேசுங்க. அங்குள்ள காவல்துறை அவருக்குக் கட்டுப்படும்! மதன்! நீங்க கூடப் போங்க!"

"சேனல் கவரேஜா?"

"எஸ்! ஆனா அது தெரியாம, உங்க காமிரா முதலான பொருட்களை ரகசியமா கொண்டு போகணும்! அங்குள்ள விஷமிகளை கைது பண்ணி, ஃபேக்டரிக்கு சீல் வச்சிட்டா நீங்க கவர் பண்ணிட்டு வந்த மேட்டரை உடனே ஒளிபரப்பக் கூடாது. இது சக்சஸ் ஆயிட்டா, மற்ற மூணு மாநிலங்களை ஒரே நேரத்துல அதிரடியா தாக்கலாம்! அதுக்கான ஏற்பாடுகளை நான் செய்யறேன்!"

பிரவீன் குறுக்கே வந்தான்.

"இங்கே இதுக்குள்ளே அந்த விஷம் பரவியிருந்தா, மக்களை பாதிக்காம எப்படி அதை தடுக்கறது?"

"பிரவீன்! நம்முது பெரும்பாலும் அலோபதி மருந்துகள் மட்டும் இல்லை. நான் படிச்ச படிப்பு வேற! இந்த மருந்துகளும்

வேற! நம்ம ஃபாயில்ல விஷம் கலக்கறது கஷ்டம். மாற்று மருந்துகளும் இருக்கு! நம்ம மருந்துகளை ஸ்டாப் பண்ணி, வேற தரலாம்! ஒரு சில லட்சங்கள் நஷ்டம் ஆனாலும் தப்பில்லை. அதுக்கான போர்க்கால நடவடிக்கைகளை நான் எடுக்கறேன். நீங்க கூடவே இருங்க!"

"சரி டாக்டர்!"

ரங்கநாயகி மற்ற டாக்டர்களை அழைத்து அதிவேகமாக உத்தரவுகளை பிறப்பித்தாள்.

இவர்கள் தொடர்பான மருந்துக் கடைகள் - பரிசோதனைச் சாலை! எக்ஸ்ரே யூனிட், ஆபரேஷன் தியேட்டர்கள் என ஆஸ்பத்திரியின் முக்கியமான அங்கங்கள் எதுவோ அங்கெல்லாம் துரிதமான மாற்று ஏற்பாடுகளுக்கு உத்தரவிட்டாள்.

அவளது அசுர வேகம் கண்டு அத்தனை பேரும் பிரமித்தார்கள்.

கடல் பொங்கி வர்றதை குணசேகரன், ஜேக்கப், மதன் தடுத்து நிறுத்தட்டும். உள்ளூர் வெள்ளப் பெருக்குக்கு என்னால முடிஞ்ச வரைக்கும் அணை போடறேன்!

குணசேகரன் அவளிடம் வந்தார்.

"26 வயசுல இத்தனை வேகமா? இப்பிடியெல்லாம் உன் புத்தி வேலை செய்யுமா?"

"சார்! நான் என்னை நம்பறதைவிட கடவுளை நம்பறேன். எங்க மன்னி சொல்லுவானு அப்பா சொல்லுவார்!

கீதைல சொன்னதுதான். 'நம்ம கடமையை நாம சரியா செய்யணும். மனசாட்சி அதுல முக்கியம். கடவுளே! எனக்கு நீ பக்கபலமா இருன்னு வேண்டிண்டு காரியத்துல இறங்கணும். அது நல்லதா, நியாயமானதா இருந்தா, நிச்சயமா கடவுள் அதை ஜெயிக்க வைப்பார்! தோத்துப் போனா, நம்ம சிந்தனைல, செயல்ல ஏதோ ஒரு தப்பு, சுயநலம் இருக்குனு அர்த்தம்!'

இதைத்தான் இப்ப வரைக்கும் நான் கடைப்பிடிக்கறேன்! இதுக்குமேல எனக்கு எதுவும் தெரியாது!''

''கீதையைச் சொன்னவர் பரமாத்மா கிருஷ்ணர்!''

''அதை கடைப்பிடிக்கற எல்லாருமே அவரோட வாரிசுகள்தான் ரங்கநாயகி!''

பெருமிதத்துடன் அவளை அத்தனை பேரும் பார்த்தார்கள்.

35

அத்தியாயம்

ரங்கநாயகி போர்க்கால வேகத்தில் செயல்படத் தொடங்கிவிட்டாள்!

இவர்களது உறைகளில் அவர்களது காலாவதியான மருந்துகள்.

இவர்களது பாட்டில்களில் அவர்களது சிரப் மற்றும் சிரிஞ்ச், ஊசி மருந்து, ட்ரிப்ஸ் புட்டிகள், ஆக்ஸிஜன் சிலிண்டர்கள் என சகலத்திலும் இது பரவி இருக்கக் கூடும்!

ரங்கநாயகி தங்களது சகல மருந்துகளையும் முடக்கிவிட்டாள். ஆஸ்பத்திரியே அலறிவிட்டது.

"டாக்டர்! நமக்கு பல கோடிகள் நஷ்டமாகும்!"

"ஆகட்டும்! பணத்தைவிட மனித உயிர்கள் உசத்தி! அது புரியாம அந்தக் கொலைகார பாவிகள் விளையாடத் தொடங்கிட்டாங்க!"

"இது நம்ம பிஸினஸை அழிக்கற முயற்சி!"

"அழியாது! சத்யமும், நேர்மையும் அழியாது!"

குணசேகரன் எதிரே இருந்தார்.

"நீ கவலைப்படாதேம்மா! இத்தனை நாள் நான் சேர்த்த பாவப்பணம் மூட்டை, மூட்டையா இருக்கு! அது இனிமே நோயாளிகளை பிழைக்க வைக்க உதவட்டும்!"

"டாக்டர்! எல்லாத்தையும் முடக்கினா, நம்ம நோயாளிகளுக்கு உடனடியா மருந்துகள் வேணுமே!" பிரவீன் பரபரக்க,

"நம்ம மருந்துகளை, நல்ல மருந்துகளை சப்ளை செய்யக்கூடிய மருந்துக் கம்பெனிகளுக்கு நான் தகவல் தந்து, தேவையான தந்த மருந்துகளோட பட்டியலையும் அனுப்பியாச்சு! மருந்துகள் வந்துகிட்டே இருக்கு! ஜேக்கப் சார் அதுக்கான பலத்த போலீஸ் பாதுகாப்பு தந்திருக்கார். இதுல எந்த பிரச்னையும் வராது!"

குணசேகரன் எத்தனை கோடிகள் வேண்டும் எனக் கேட்டு செக் எழுதக் காத்திருந்தார்.

"கடனா குடுங்க! நான் திருப்பிக் குடுத்துர்றேன், வட்டியோட!"

"எதுக்கும்மா! என் உயிரை அந்தப் பாவிகள்கிட்டேயிருந்து மீட்டு, நீ திருப்பித் தரலையா? அந்தக் கடனை எப்ப, எப்படி நான் அடைக்கப் போறேன்! இது மக்களுக்கு! நோயாளிகளுக்கு! ஒரு வகைல இவங்க ஒடம்புல விஷ மருந்துகளை செலுத்தற கட்டத்துக்கு ஒரு காலத்துல நானும் கூட்டாளியா இருந்திருக்கேனே! அந்தப் பாவம் கரைய வேண்டாமா! நீ உனக்காக கேக்கலை. இவங்களுக்காக பல கோடிகளை இழக்கத் துணிஞ்சிட்டே"

"உயிர் முக்கியமில்லையா? அதை பணத்தால வாங்க முடியுமா சார்?"

அதற்குள் இவர்களது உறையில் அந்த மருந்துகளை திணிக்கும் தொழிற்சாலைகளை குணசேகரன் உதவியால் படிப்படியாக முடக்கத் தொடங்கிவிட்டார்கள்.

தென்னகம் முழுவதும் ரெய்டு! ஃபேக்டரிகளுக்கு சீல்! அங்கே வேலை பார்த்த அத்தனை பேரையும் போலீஸ் கூண்டோடு கைது செய்தது!

சிலர் தப்பி விட்டார்கள்.

அவர்களைப் பிடிக்கவும் அங்கங்கே போலீஸ் படை தீவிரமானது!

பழைய மருந்துகள் அத்தனையும் முடக்கப்பட்டு அங்கங்கே பரிசோதனைச் சாலைக்கு அனுப்பப்பட,

ஊடகங்களில் சகல செய்திகளும் வெளியாக,

வலைதளங்களில் காட்சிகள் விரிய, தென்னகம் முழுவதும் இதே பேச்சாகிவிட்டது!

ஆந்திரா கடந்து, வட திசைக்கும் இது பரவியிருக்கக் கூடும் என்ற செய்திவர, ஜேக்கப்பின் போலீஸ் வலை அங்கும் விஸ்தாரமாக விரிக்கப்பட்டது!

போலீஸ் வேட்டையாடியது!

அதற்கான அரசியல் பிரமுகர்கள், புதிதாக பதவியேற்றவர்கள் நிஜமாகவே இதற்கான ஒத்துழைப்பை பூரணமாகத் தர,

விக்ரம் முகம் கொதிப்படைந்தது!

காரணம், இவர்களுக்கு அந்த நேரத்தில் உதவிய அமைச்சர்கள் உட்பட, அத்தனை பேரும் இந்தத் தேர்தலில் தோற்றுப்போக, கட்சி மேலிடம் அவர்களை விலக்க, சில மாநிலங்களில் ஆட்சியே மாறி வேறு கைக்குப்போக, அவர்களது உட்பூசலே பெரிதாக இருக்க, இதை கவனிக்க யாரும் தயாராக இல்லை!

"டாக்டர் விக்ரம்! நம்மை கவுத்துட்டாங்களா?"

"ஆமாங்க! அவங்க தலைகளை துண்டிச்சாச்சு! பதவியும் போயாச்சு! இனி நமக்கு உதவுவாங்களா? நாளைக்கு விசாரணை கமிஷன் போட்டு, ஆளுங்கட்சி இவங்க முதுகுத் தோலை உரிக்க மாட்டாங்களா?"

ஆம்ஸ்ட்ராங் தலைமை நொந்து போனது!

"இந்த அத்தனைக்கும் வெளிச்சம் போட்டா, கடைசிப் புள்ளில நாமதான் வந்து நிப்போம்!"

“பேசாதேய்யா! இப்பவே ஆம்ஸ்ட்ராங் நாறியாச்சு! மக்களுக்கும் தெரிஞ்சாச்சு!”

“அதனாலதான் அவங்க உறைல நம்ம மருந்துகளை வச்சு சாவுக் கணக்கை ஏத்தி, ரங்கநாயகியை புடிச்சு நிரந்தரமா உள்ளே வைக்கப் பார்த்தோம். அந்த அருந்ததி கெடுத்துட்டாளே!”

“அங்க பாருய்யா!” ஒரு டாக்டர் கூச்சலிட

கர்நாடகா, கேரளாவில் அந்த கோடவுன் கைப்பற்றப்பட, அங்கு தப்பியோடும் ஆட்களை போலீஸ் வேட்டையாடி கலவரம் வெடிக்க, கண்ணீர்ப் புகை வீசப்பட அமளி துமளி ஆவதை சேனல்கள் ஒளிபரப்ப,

“நம்ம கழுத்துக்கு கத்தி வந்துகிட்டே இருக்கு விக்ரம்!”

“அட இருய்யா! அவசரப்படாதே”

“இனிமே பொறுமை காக்க என்ன பாக்கி இருக்கு! எல்லாமே முடிஞ்சு போச்சு!”

“எதுவும் முடியலை! மாட்டிக்கற நேரம் வரும்போது பதட்டப்படாம மூளை வேலை செய்யணும்!”

“நான் முன்ஜாமீன் எடுத்தாச்சு!” ஆம்ஸ்ட்ராங் டாக்டர் சொல்ல,

“அதை டாய்லெட்ல போடுய்யா!”

“வெளிநாட்டுக்கு தப்பி ஓடிட்டா பிழைக்கலாம். இங்கே கைதானா, ஆயுளுக்கும் மீள முடியாது!”

அவர்கள் புலம்ப,

விக்ரம் தனியாக வந்தான். முகத்தில் பயம், கலவரம், அதே நேரம் இந்த அளவுக்கு களத்தில் இறங்கி, ரங்கநாயகி அதகளம் செய்துவிட்டாளே என்ற ஏமாற்றம் தாங்க முடியாத கொலைவெறி...

இனி மீள முடியாது!

"குணசேகரன் பெரும்பலம், தென்னகம் முழுக்க நமது ஃபேக்டரிகள் இயங்குவது அவன் ஒருவனுக்குத்தான் தெரியும். அவன் ரங்கநாயகிக்கு உதவத் தொடங்கி விட்டான்!"

குணசேகரன் - ஆம்ஸ்ட்ராங் ஆஸ்பத்திரியின் மர்மமான சில பகுதிகளை வெளிச்சம் போட்டால் கதை முடிந்துவிடும்!

அடுத்த கட்டம், அதுதான்!

"வெளிநாட்டுடன் வர்த்தகத் தொடர்பு - அதற்கு உதவும் உள்ளூர்க் கைகள் - அகில இந்திய கூட்டணி, அரசியல் பின்புலம் என சகல பட்டியல்களும் அடங்கிய விவரங்கள் இப்போதும் ஆம்ஸ்ட்ராங் ரகசிய அறையில்!"

"அதை யாரும் சுலபத்தில் நெருங்க முடியாது."

"நெருங்கி விட்டால், முடிந்தது கதை!"

"அடுத்த அடியை ரங்கநாயகி எடுத்து வைக்காமல் தடுக்க ஏதாவது செக் வைக்க வேண்டும்."

'என்ன அது?'

விக்ரம் வேகமாக யோசிக்கத் தொடங்க,

இங்கே ரங்கநாயகி எதிரே குணசேகரன், பிரவீன் மற்றும் ஒரு சில டாக்டர்கள்.

"ரங்கும்மா! நாலு ஸ்டேட் கோடவுன்களையும் ப்ளாக் பண்ணியாச்சு! நார்த்துக்கும் போலீஸ் போயிருக்கு! இனி நம்ம உறைல காலாவதியான மருந்து நுழைய முடியாது!"

குணசேகரன் சொல்ல,

பிரவீன் எழுந்தான்.

"டாக்டர்! இத்தனையும் நடந்தாச்சு! இங்கே காலாவதி மருந்துகளோட கோடவுனுக்கும் சீல் வச்சாச்சு! விக்ரம், ஆம்ஸ்ட்ராங் டாக்டர்களை அரெஸ்ட் பண்ண என்ன தடை?"

குரலில் கோபம் வெடித்தது!

ரங்கநாயகி பேசவில்லை!

“இப்ப ஃபேக்டரிகள்ல கைதான கூலிப்படை வாக்குமூலம் தருவாங்க இல்லையா?”

“அவங்களோட உள்ளூர் முதலாளிகளை மட்டுமே அவங்களுக்குத் தெரியும்!”

“அந்த முதலாளிகளைப் புடிச்சா?”

“இல்லை பிரவீன்! நாங்க இல்லைனு சுலபமா தப்பிப்பாங்க! டாக்குமென்ட் எவிடென்ஸ் கோர்ட்டுக்கு வேணும். புடிச்சு உதைச்ச காரணமா, ஓரளவுக்குத்தான் உண்மை வரும்!”

“அதென்ன டாக்டர் டாக்குமென்ட் எவிடென்ஸ்?”

“இங்கிருந்து தொடங்கி மேலிடம், வெளிநாடு வரைக்கும் ஒரு பெரிய கூட்டணி இருக்கும்! பல கோடிகள் புழங்கற மிகப் பெரிய வர்த்தகம் இது! பேசவே வெக்கமா அவமானமா இருக்கு! விஷம் விற்று, நோயாளிகள் உயிரைக் குடிக்க ஒரு நட்சத்திர மருத்துவமனை! அதுல பங்குபெற்ற படிச்ச டாக்டர்கள் - மக்கள் பிரதிநிதிகள் - ஓட்டு வாங்கி, உயிருக்கு உலை வைக்கற பாவிகள் - இதுக்கு பேரு வர்த்தகம்! எங்கே போகுது நம்ம நாடு?”

“சரி! என்ன சொல்ல வர்றீங்க!”

“இதுல யாரெல்லாம் கூட்டணி? இவங்க இறக்குமதி செய்யற விஷம் எங்கிருந்து? யார் சப்ளை, இதுக்கெல்லாம் அக்ரிமென்ட் நிச்சயமா இருக்கும். வெறும் வாய் வார்த்தையா சாத்தியமில்லை!”

“அப்படியா?”

“அக்ரிமென்ட்னு வந்துட்டா, தொடர்புள்ள பெரிய தலைகள் யார், யாருன்னு, அதுக்கான காலக்கெடு - இந்த பாவச் செயல் எத்தனை காலமா தொடருது... இன்னும் பல தகவல்கள் ஓரளவுக்கு டாக்குமென்ட்ல இருக்கும்!”

மற்றவர்கள் பிரமிக்க,

"அத்தனை ஆதாரங்களும் இப்ப எங்கே இருக்கு? ஆம்ஸ்ட்ராங் ஆஸ்பத்திரியா? இல்லை, அவங்களோட வேற ஏதாவது ரகசிய இருப்பிடத்திலா? ஸாரி சார் அவங்கள்ல ஒருத்தரா இருந்தவர் நீங்க! இது தொடர்பா ஏதாவதொரு க்ளூவை உங்களால தர முடியுமா!" ரங்கநாயகி, குணசேகரனைக் கேட்க,

"தெரிஞ்சிருந்தா, இந்த நேரத்துக்கு தந்திருப்பேனேம்மா!"

"நிச்சயமா! தென்னகம் முழுக்க ரெய்டு நடந்து, நம்ம நோயாளிகளை உடனடியா ரட்சிச்சது நீங்கதான். தெரிஞ்சா சொல்லுவீங்க!"

"ஏன் டாக்டர்? விஷம் விக்கக்கூட அக்ரிமென்டா?"

"பிரவீன்! தப்புக் காரியங்களுக்குத்தான் ஒப்பந்தம் முக்கியம். ஏன்னா, அங்கே சத்யம், நேர்மை இல்லையே! கிரிமினல்கள் தன்னையே நம்பமாட்டாங்க இல்லையா?"

குணசேகரன் எழுந்தார்.

"யாருக்கும் யோசிக்கக்கூட முடியாத ஒரு பாயின்டை நீ புடிச்சிட்டே ரங்கும்மா! யெஸ்!"

"இது நிச்சயமா விக்ரம், ஆம்ஸ்ட்ராங் தலைமை, சில அரசியல் புள்ளிகளுக்குத் தெரிஞ்சிருக்கும்!"

"முழுமையா ஆம்ஸ்ட்ராங் ஆஸ்பத்திரிக்கு சீல் வச்சிட்டா! போலீஸ் பாதுகாப்புல அது வந்துட்டா, மில்லி மீட்டர், மில்லி மீட்டரா அலசி, கண்டுபுடிச்சிடலாமே!"

"அதுல சட்டச்சிக்கல் வரும் பிரவீன்! ஆதாரம் முழுமையா இல்லாம அத்தனை பெரிய ஆஸ்பத்திரிக்கு பூட்டு போட முடியாது! அது பேக் ஃபயர் ஆயிடும்!"

குணசேகரன் சொல்ல,

"ஆமாம் சார்! நாம கடைசியா நுழையப்போற கோட்டை அது! கவனமா நுழையணும்! அது முதல்ல எங்கேனு தெரிஞ்சுதான், 'அடுத்த அடியை எடுத்து வைக்கணும்! மக்களை ரட்சிக்கறது பதவில உள்ளவங்க இல்லை! கடவுள்தான்.' கண்டிப்பா வழி காட்டும்!"

ரங்கநாயகி குரலில் நம்பிக்கை இருந்தது!

36

அத்தியாயம்

அருந்ததி முற்றிலும் தெளிந்துவிட்டாள். பழைய நிலைக்குத் திரும்பிவிட்டாள்!

ஆஸ்பத்திரிக்கு பின்புறம் ஒரு கெஸ்ட் ஹவுஸ் இருந்தது! அதில் இரண்டு அறைகளைத் தந்து ரங்கநாயகி அவர்களை தங்க வைத்திருந்தாள். பிரவீன் அங்கேதான் இருந்தான்! இப்போது அம்மாவும் வந்துவிட்டாள். அருந்ததி தெளிந்து வந்த பிறகு, அங்கே ஒரு பூஜை அறைபோல அமைத்துக் கொண்டாள்.

கிச்சாமியிடம் கேட்டு வாங்கி, மடிசார் மாமி ரங்கநாயகியின் படம் ஒன்றை பூஜை அறையில் வைத்தாள்.

கிச்சாமி வந்து பார்த்தார்.

"மன்னி படத்தை பூஜைல வச்சிட்டியா அருந்ததி?"

"பின்ன? என் கடவுள் அவங்கதானே? அன்னிக்கு புருஷனைப் பிரியவிடாம என்னைத் தடுத்து மாமி வாழவச்ச காரணமாத்தானே பிரவீன் பிறந்தான். இப்ப பிரவீன் மூலம்தானே உங்க மகள் ரங்கநாயகி கிடைச்சிருக்கா?"

"சந்தோஷம் அருந்ததி!"

"என்னை, என் பிள்ளையை மீட்டவள் ரங்கநாயகி! எப்பவும் எல்லாருக்கும் வாழ்வு தர்றது ரங்கநாயகிதான்.

அந்தப் பேர்தான் எங்களுக்கு வேதம் - கீதை, கவசம் எல்லாமே!''

கிச்சாமி பூரித்துப் போனார்.

டாக்டர் ரங்கநாயகி உள்ளே வர, அருந்ததி பால்பாயசம் வைத்து, சமையல் செய்ய,

''எதுக்கும்மா! ஆஸ்பத்திரி கேன்டீன் சாப்பாடு நல்லா இருக்குமே! வீட்டுச் சாப்பாடு வேணும்னா, அப்பாவை தரச் சொல்றேன்!''

''இல்லைம்மா! உடம்பு குணப்பட்டாச்சு! நானே சமைச்சுக்கறேன். என் பிள்ளைக்கு வீட்டுச் சாப்பாடுதான் பிடிக்கும்! இன்னிக்கு நீயும் இங்கேதான் சாப்பிடணும்?''

''என்ன சமையல்?''

''வெண்டைக்காய் மோர்க் குழம்பு, கீரை மசியல், பருப்பு உசிலி! அப்பளம் பால்பாயசம்!''

''சூப்பர்... எல்லாமே எனக்குப் புடிச்ச மெனு!''

''பிரவீன் உங்கப்பாகிட்ட கேட்டு எங்கிட்ட சொன்னான்!''

ரங்கு சமையல் கட்டுக்குள் புகுந்து சகலத்தையும் ருசி பார்த்தாள்.

''அய்யோ! அபாரம்! இனிமே அடிக்கடி இங்கே சாப்பிட வருவேன்!''

''தினமும் வாம்மா! எங்களுக்கு அது குடுப்பினை!''

பிரவீன் சகலமும் ரசித்தான்! ரங்கநாயகி வீட்டுக்குள் வந்த பிறகு ஒரு குழந்தைபோல உற்சாகமாக பேசி, சிரிப்பதை ரசித்தான்!

''இவளுக்கு எத்தனை முகங்கள்?''

''அப்பாவுக்கு மகள் நோயாளிகளுக்குத் தாய் இங்கே ஒரு இளம் பெண்ணின் துள்ளல் - பகைவர்களை களையெடுக்கப் புறப்படும்போது மகிஷாசுரமர்த்தினி?''

வியந்தான். அதற்குள் போன் வர,

"அவசர அழைப்பு வந்தாச்சு! நான் போகணும்!"

"இந்த பாயசத்தையாவது குடிச்சிட்டுப் போம்மா!"

அவசரமாக வாங்கிக் குடித்தாள்!

"ஒரு ஹார்ட் பேஷன்ட் அட்மிஷன். ஆம்ஸ்ட்ராங் ஆள்தான். பிரவீன் வாங்க!"

இருவரும் ஓடினார்கள்.

"அவளுக்கு சாப்பிட எங்கே நேரமிருக்கு? அவளோட சுவாசக் காற்றே ஆஸ்பத்திரிதான்!"

கிச்சாமி பெருமைப்பட

நேற்று இரவு பிரவீன் சொன்னது அருந்ததி ஞாபகத்துக்கு வந்தது!

படுக்கப் போகும் முன்பு, அம்மாவுக்கு வழக்கமாக தரும் மருந்துகளை தந்தான்!

"அம்மா! கொஞ்சம் பேசணும்!"

"சொல்லுப்பா!"

"எனக்கு... எனக்கு ரங்கநாயகியை ரொம்பப் புடிச்சிருக்கு!"

நிமிர்ந்தாள் அருந்ததி!

டாக்டர் என சொல்லாமல் பேர் சொன்னதை கவனித்தாள்.

"டாக்டரை யாருக்குத்தான் புடிக்காது? அவங்ககிட்ட என்ன இல்லை? எப்பேர்ப்பட்ட பெண்?"

"அம்மா நான் சொல்றது உனக்குப் புரியலியா?"

"சொல்லுடா!"

"நான் இருந்த நிலைக்கு, ஜெயிலுக்குப் போய், டாக்டர் தொழிலை இழந்து உன்னையும் விட்டு விலகி, ஏறத்தாழ

முடிஞ்சுபோன என்னோட வாழ்க்கையை மறுபடியும் மலர வச்சது ரங்கநாயகிதானே?''

"ஆமாம்பா!''

"அவ... எனக்கு வாழ்க்கைத் துணையா கிடைச்சா...''

"பிரவீன்! இது நடக்குமா?''

"அம்மா! கிச்சாமி மாமா – உங்க குடும்ப நண்பர்! மடிசார் மாமி உன்னை வாழ வச்சாங்க! இன்னிக்கு ரங்கநாயகி நம்மை வாழ வச்சிருக்கா! இது எதுக்கும்மா! இதுல ஏதோ ஒரு பூர்வ ஜென்மத் தொடர்பு மாதிரி தோணலை?''

"அதனால?''

"நீ கிச்சாமி மாமாகிட்ட என் மனசைச் சொன்னா, அவரோட அபிப்ராயமும் தெரியும். அவர் தன் மகள்கிட்டப் பேசுவார் இல்லையா?''

"தம்பி! அவ மனசுல என்ன இருக்கோ! தெரியலியேப்பா!''

"நிச்சயமா வேற யாரும் இல்லைம்மா! டாக்டர் தொழில் மட்டும்தான் மனசு முழுக்க நிரம்பியிருக்கு''

"கல்யாணம் பற்றி ரங்கநாயகி யோசிப்பாளா? அப்படியே யோசிச்சாலும் உன்னை...''

"ஏம்மா... நானும் ஒரு டாக்டர்தானே! அவளோட சகல உணர்வுகளும் தெரிஞ்சு, கூடவே இருக்கேனே! என்னைவிட பொருத்தமானவங்க யாரும்மா? நீ பேசும்மா!''

எழுந்தாள் அருந்ததி! எதிரே கிச்சாமி!

"சரி அருந்ததி! நான் வீட்டுக்குப் புறப்படறேன். ஷோபா காத்திருப்பா! ரங்கு சாப்பிட வருவா! பார்த்துக்கோ!''

வேகமாக அவர் புறப்பட, அருந்ததியால உடனே பேச முடியவில்லை.

இங்கு பேசுவது முறையும் இல்லை.

'அவர்கள் வீட்டுக்கே போய் முறையாகப் பேச வேண்டும்!'

'அவளைப் பெற்ற ஷோபாவும் இருக்க வேண்டும்!'

'தாய் முக்கியமில்லையா?'

அருந்ததிக்கு இது பிடித்திருந்தது! ரங்கநாயகி மருமகளாக வந்தால், மகாலஷ்மியே இந்த வீட்டுக்கு வந்த மாதிரி!

சீக்கிரம் இதைச் செய்துவிட வேண்டும்!

யோசிக்கும் அதே நேரம்...

கிச்சாமி வீட்டுக்குள் நுழைய கலகலப்பான பேச்சு சப்தம் கேட்டது.

"ஷோபா! யாரு வந்திருக்கா?"

மைதிலி வெளியே வந்தாள்.

"ஏண்டா கிச்சாமி? என்பேருகூட உனக்கு மறந்து போச்சா? குரலும் தெரியலை!"

"அட நீயா? வாயாடி! உன்னை நான் மறப்பேனா! ராகவன், ஹேமா, வைதேகி எல்லாரும் கல்யாணமாகி போனபிறகு இந்தாத்துல கொட்டம் அடிச்சது நாம ரெண்டு பேர்தானே? மன்னி நமக்கு என்னல்லாம் சலுகைகள் தருவா? மன்னிகூட நாம வாழ்ந்த அந்த நாட்கள் பொற்காலம்டி மைதிலி?"

"ஆமாண்டா கிச்சாமி!"

"பகதூர் வரலியா?"

"டேய்! அவர் மதம் மாறி பாஸ்கராகி 27 வருஷமாச்சு!"

"எனக்கு அவர் பகதூர்தான். எந்த மதமானா என்ன? மனுஷத்தனம் முக்கியமில்லையா? மன்னி கண்டெடுத்த மாணிக்கமாச்சே பகதூர்?"

ஷோபா சாப்பாடு தயாராகிவிட்டது என இருவரையும் அழைத்தாள்.

"அவர் சாயங்காலம் வருவார் கிச்சாமி!"

"வரட்டும்!"

"சரி! கைலாஷ் எப்படி இருக்கான்? அவன் யு.எஸ். போய் மூணு வருஷமாச்சு இல்லை?"

"ஆமாண்டா கிச்சாமி! கம்பெனியே அவனை அனுப்பியிருக்கு!"

"புத்திசாலிப் பையன்! நம்ம ரங்குவைவிட ஒரு வருஷம் மூத்தவன், எம்.பி.ஏ. முடிச்சிட்டு போனான். கைநிறைய சம்பாதிக்கறான். அண்ணாவோட பேரை வச்சிருக்கே நீ! அங்கியே செட்டில் ஆகப் போறானா?"

"இல்லைடா? அடுத்த வாரம் வர்றான் கைலாஷ்!"

"அப்படியா?"

"இங்கியே தொழில் தொடங்கலாம்னு இருக்கான். அதுக்கான இடம், மற்ற வசதிகளை பாக்கப் போறான்! அவனுக்கு பணம் தர பெரிய ஆட்கள் தயார். எலக்ட்ரானிக் இண்டஸ்ட்ரி. தன் மூளையை வச்சு அடுத்தவங்க ஏன் சம்பாதிக்கணும்னு நினைக்கறான். பெரிய எதிர்காலம் இருக்காம். அது தொடர்பாத்தான் இவர் அலையறார்!"

"ரொம்ப சந்தோஷம்! பெரிய ஆளா வரட்டும்!"

"ரங்கு கலக்கறாளே! டி.வி., சோஷியல் மீடியா எதைத் திறந்தாலும் அவ முகம்தான்! அந்த ஆம்ஸ்ட்ராங் க்ரூப்பை கிழிச்சுத் தொங்கவிட்டுட்டாளே!"

"ஒரு பக்கம் சந்தோஷம். இன்னொரு பக்கம் கலவரம்!"

"ஆமாண்டா! ஷோபா மன்னி உயிருக்கே உலை வைக்கப் பார்த்தாளே அந்தப் பாவிகள்?"

"மீட்டுட்டா ரங்கநாயகி!"

ஷோபா இருவரையும் சாப்பிட அழைத்தாள். சாப்பிட்டு முடித்தார்கள்.

"நம்ம அருந்ததியை உனக்கு ஞாபகம் இருக்கா மைதிலி?"

"அவளை மறப்பேனா! மன்னியால வாழ்க்கையை தக்க வச்சுக்கிட்டா!"

"அவ கதை பெரிய கதை! அவ பிள்ளைதான் டாக்டர் பிரவீன்!"

ரங்குவோட வலதுகை! ரங்கு கண்ணசைச்சா அவனுக்கு அது புரியும். அருந்ததி பிள்ளை - டேவிட் சாரோட மருமகன் ஜேக்கப் - நம்ம வைதேகி மகன் மதன்... ரங்குவோட கூட்டணில இருக்கற அத்தனை பேரும், நம்ம மன்னிக்கு நெருக்கமா இருந்தவா! அன்னிக்கு அந்த ரங்கநாயகி! அவா வாரிசுகள் அத்தனை பேரும் இப்ப நம்ம ரங்குகூட!

"அதுல என் பிள்ளை கைலாஷ் உண்டு!"

"ஏய்! அவன் சொந்தக்காரன்டி"

"நான் அது விஷயமா பேசத்தான் வந்தேன் கிச்சாமி!"

"என்ன?"

"போன வாரம் கைலாஷ் பேசும்போது, அவனோட கல்யாண பேச்சை நான் எடுத்தேன்!"

"ரொம்ப நல்லது!"

"அவன் சொன்ன பதில்ல ஆடிப்போனேன்!"

"என்ன?"

"உலகத்தையே தன் பக்கம் திரும்பிப் பார்க்க வச்சிருக்கா ரங்கநாயகி! அவளோட புகழ் வெளிநாடு முழுக்கப் பரவியாச்சு! இங்கே உள்ள பிரபலமான பத்திரிகைல 'கவர் ஸ்டோரி' போட்டுட்டாம்மா! பொண்ணுன்னா அப்படி இருக்கணும். அவளை எனக்குக் கல்யாணம் செஞ்சு வைம்மா! மாமா பொண்ணுதானே! எனக்கு முறைப் பொண்ணு! என்ன சொல்றேனு கேட்டுட்டான்!"

கிச்சாமி இதை எதிர்பார்க்கவில்லை.

"என்ன சொல்ற மைதிலி?"

"நானும் இதைக் கொஞ்சம்கூட எதிர்பார்க்கலை! அவன் மனசுக்குள்ளே நம்ம ரங்கு ஆழமா புகுந்திருக்கா! யோசிச்சேன். எனக்கும் ரொம்ப சந்தோஷமா இருந்தது! ராத்திரி இவர்கிட்ட பேசினேன். இது நல்ல யோசனையாச்சே! ரங்கநாயகி மாதிரி ஒரு புகழ் பெற்ற தைரியமான பெண் - நமக்கு மருமகளா வர, நாம குடுத்து வச்சிருக்கோம் மைதிலினு அவர் சொன்னார். உங்கண்ணாகிட்ட பேசு மைதிலினு சொன்னார்.

கைலாஷ் அடுத்த வாரம் வர்றான். அதனாலதான் இன்னிக்கு பேச வந்தேன். அவர் பகதூர் - அவர் பிள்ளைங்கற காரணமா உனக்கு தடை உண்டா கிச்சாமி?"

ஷோபா ஏதோ சொன்னாள்!

"மன்னி என்ன சொல்றா?"

"அவ கடந்த காலத்தை ஞாபகப்படுத்தறா! ரங்கநாயகியோட பிறப்பைச் சொல்றா!"

"அதையெல்லாம் பேசக்கூடாது கிச்சாமி! ரங்குவை தர நீ சம்மதிச்சா, மன்னியே எங்காத்துக்கு வந்த மாதிரி பெருமைப்படுவோம்!"

"ரங்குகிட்ட பேசணும் மைதிலி! அவ மனசுல என்ன இருக்குனு தெரியலியே!"

37

அத்தியாயம்

ஒரு ஹார்ட் பேஷண்ட் தொடர்பாக சிகிச்சையில் ரங்குவும், பிரவீனும் முழுமையாக செயல்பட்டு, முதலுதவிகளைத் தந்து அந்த உயிரைக் காப்பாற்ற முதல்கட்ட நடவடிக்கைகளை முடிக்க, நள்ளிரவு கடந்துவிட்டது!

"ஆஞ்சியோ பண்ணணும். ஆபத்து இருக்காது! அவருக்கு முதல்கட்ட நினைவுகள் திரும்பட்டும். அப்புறமா மேற்கொண்டு யோசிக்கலாம்!"

அதிகாலை 4 மணிக்குத்தான் ரங்கநாயகி வீட்டுக்கு வந்தாள்.

இது வாடிக்கை! பல நாள் இதே கதைதான். உறக்கம், உணவு என்பதெல்லாம் நேரத்துக்கு நடப்பதில்லை!

கிச்சாமிக்கு சங்கடமாக இருந்தது!

நாலு மணிக்கு படுத்தாலும் காலை ஏழுக்கே ரங்கு எழுந்துவிட்டாள். குளித்து காபி குடித்த பிறகு, வழக்கம்போல மன்னியை வணங்கிவிட்டு, ஆஸ்பத்திரிக்கு புறப்படத் தயாராக,

ராகவன் வந்தார்.

"வாடா ராகவா! உன்னைப் பார்த்தே ஒரு மாசமாச்சு!"

"முடியலடா கிச்சாமி! வயசாச்சு இல்லையா? ஒடம்பு படுத்தறது! ரங்கு எப்படிடா இருக்கே! தினமும் டி.வி.ல உன்

முகம் தெரியறது! பாத்துக்கோம்மா! எதிரிகள் சூழ்ந்தாச்சு! கவனமா இருக்கணும்!''

''அதுதாண்டா ராகவா எங்களோட கவலையும்!''

''பெரியப்பா! மக்கள் பணில நியாயமா ஈடுபட்டா பிரச்னை வரத்தான் செய்யும். டாக்டர் தொழில் இல்லையா? சர்வீஸ்தான் எங்க நோக்கம்! திவாகர் அண்ணா, ஆஸ்பத்திரி பக்கமே வர்றதில்லை!''

''நான் அவன் விஷயத்துல தலையிடறதில்லை ரங்கு! அவனும் டாக்டர்தான். என்ன லாபம்? உஷா அவனைக் கெடுத்து வச்சிருக்கா! உன்னோட எதிரிகள் கூட்டத்துல சேர்ந்து இவனும் தர்ஷினியும் பணம் சம்பாதிக்க ஆசைப்பட்டா! கடைசில பாரு! எல்லாம் பல் இளிச்சு, இப்ப எந்த வேலையும் நடக்கலை.''

''பெரியப்பா! எதிரிகள் அதுவும் கிரிமினல்கள்கூடச் சேர்ந்தா பயந்துதான் வாழணும்! இவாவிட்டாலும், அவாவிடமாட்டா பெரியப்பா!''

''கிச்சாமி! வர்ற ஆவணி மாசம் எனக்கு அறுபது முடியறதுடா!''

''தெரியுமே! நான் குறிச்சு வச்சிருக்கேன்!''

''இங்கே வச்சு செஞ்சுக்க எனக்கு உடன்பாடில்லை. நான் பெத்ததுகள் ரெண்டுமே உருப்படியா இல்லை! இவா எனக்கு சஷ்டியப்த பூர்த்தி நடத்தறதைவிட செய்யாம இருக்கலாம். பேசாம கோயில்ல போய் ஒரு அர்ச்சனையை பண்ணிட்டு வந்துட வேண்டியதுதான்!''

''திருக்கடையூருக்குப் போகப் போறியா?''

''எனக்கு எதுவுமே தோணலைடா!''

''ஏன் அப்படி சொல்ற? நாங்க கூடப் பிறந்தவா எல்லாரும் இருக்கோம். உன் பசங்களுக்கும் குறைச்சல் இல்லை,

எல்லாருமா சேர்ந்து நடத்தினா ஆச்சு! பெரியண்ணா கைலாசம் அல்பாயுசுல போயிட்டார். மன்னி பாவம்! நம்மையெல்லாம் ஆளாக்க என்ன பாடுபட்டா! அவ வாழ்க்கைல எந்த நல்லதும் நடக்கலை! அடுத்தது நீதான்! உனக்கு நன்னா பண்ணணும்டா ராகவா! ரங்கு! நீ என்னம்மா சொல்ற?''

"அப்பா! பெரியவா, நீங்க பேசும்போது குறுக்கே பேச வேண்டாம்னு பேசலை! வைதேகி அத்தை போன வாரம் பேசும்போது பெரியப்பாவுக்கு ஆவணி மாசம் அறுபதுனு சொன்னா! அப்ப முதலே நான் ப்ளான் போடத் தொடங்கியாச்சு!''

"என்னடா சொல்ற ரங்கு''

"பெரியப்பா! உங்க அறுபதை நான் நடத்தறேன் - அதுவும் உங்க விருப்பம் போல! சொல்லுங்கோ! அறுபதை எப்படி, எங்கே பண்ணிக்கணும்னு ஆசைப்படறேள்?''

"எனக்கு உஷாவைக் கட்டிண்டது முதல் ஆசைகளே இல்லைம்மா! அவ முப்பது வருஷமா அதே தீசத்தனத்தோட, கிரிமினல் புத்தியோட மாறாமதான் இருக்கா! திவாகருக்கும் அதே புத்தி?''

"விடு ராகவா! நல்லதைப் பேசும்போது ஏன் சங்கடப்படற? குழந்தைதான் நடத்தறேன்னு சொல்றாளே!''

"கிச்சாமி! மன்னி ஒரு தடவை சொன்னா! நம்மாத்துல யாராவது திருக்கடையூர்ல அறுபது பண்ணிக்கணும்னு! அது மன்னியோட ஆசை!''

"அப்ப அங்கயே நடத்திடலாம் பெரியப்பா! மன்னி சொல்தானே நமக்கெல்லாம் வேதம்!''

"சரிம்மா! இப்ப நீதான் எங்களுக்கெல்லாம் மன்னி! அவா உருவம், பேச்சு, சிரிப்பு, குணம் எல்லாமே உனக்குத்தானே கிடைச்சிருக்கு! நீ என்ன சொன்னாலும் சரி!''

''அப்பா! நீதான் ஆர்கனைசர்! நம்ம குடும்பத்துல எல்லாரும் போறோம்! ஹேமா அத்தை குடும்பம், வைதேகி - மைதிலி அத்தை குடும்பம் - கிளைகள், முக்கியமான நெருங்கின சொந்தக்காரா... அப்புறம் ஜேக்கப் சார், பிரவீன், அருந்ததியம்மா, மதன் - இன்னும் நமக்கு நெருக்கமானவா யார், யாருனு பட்டியல் போடு! ஒரு ஏ.ஸி. பஸ் ஏற்பாடு பண்ணிண்டு திருக்கடையூர் போறோம். அங்கே மணி விழால எல்லா ஏஸி சூட்களையும் புக் பண்ணிடு!''

''உனக்கு திருக்கடையூர் பற்றி தெரியுமா ரங்கு?'' ராகவன் கேட்க,

''வைதேகி அத்தை பேசின பிறகு எல்லா தகவல்களையும் நான் திரட்டியாச்சு பெரியப்பா! வைதிக சங்கதிகள் - கேட்டரிங் எல்லாம் பேசியாச்சு! நம்ம ஜெயமஹி மாமா ஜெயராமன்தான் எல்லா பொறுப்புகளும். இந்த மாதிரி கல்யாண வைபோகங்களை நடத்த அவரை அடிச்சுக்க ஆளில்லை பெரியப்பா!''

''ரங்கு! உனக்குத் தெரியுமா? ஜெய்மஹியை நம்ம குடும்பத்துக்கு அறிமுகப்படுத்தினதே மன்னிதான்! வைதேகியோட வளைகாப்புக்கு அவாதானே எல்லா ஏற்பாடுகளும்! நீ அவரையே புடிச்சாச்சா?''

''ஆமாம் பெரியப்பா! பேசி வச்சிட்டேன்! அங்கே வச்சு ஜமாய்ச்சிடலாம்! ஆடித் தள்ளுபடில எல்லாருக்கும் துணி எடுத்துடலாம். ஆத்துல எல்லாருக்கும் பட்டுத் துணிகள். பெரியப்பா, பெரியம்மாவுக்கு நகைகள் வாங்கணும்!''

''எதுக்கும்மா! நீ பேசறதைப் பார்த்தா, பட்ஜெட் எகிறும்போல இருக்கே?''

''ஆகட்டும் பெரியப்பா! உங்களுக்கு செய்யறது என் கடமை! நானும் உங்க பொண்ணு இல்லையா?''

ராகவன் அழுதுவிட்டார்.

"கிச்சாமி! நீ குடுத்து வச்சவன்டா! நாங்கள்லாம் பிசிறு அடிச்ச காலம் உண்டு. ஆனா மன்னிகிட்ட கடைசி வரைக்கும் நீ பாசமா, விசுவாசமா எப்படி இருந்தே! அதான் மன்னி உனக்கு மகளா வந்து பொறந்துட்டா!"

"ராகவா! ரங்கு நம்ம குடும்பத்துக்கே வரப் பிரசாதம்!"

"பெரியப்பா! உஷா பெரியம்மா மனசுல இது தொடர்பா எந்த ஆசை இருந்தாலும், அதை நிறைவேற்றலாம்!"

"அவளுக்கு நகையும், பட்டுமா, தந்தா நன்னா பல்லை இளிச்சிண்டு வாங்கிப்பா! அப்புறமா வாங்கித் தந்தவாளையே புறம் பேசுவா! உஷா என்னிக்கு நன்றியோட நடந்துண்டு இருக்கா?"

"விடுங்கோ பெரியப்பா! அறுபது நெருங்கும்போது கோபம் கூடாது! பெரியம்மாவும் சந்தோஷமா இருக்கணும் இல்லையா?"

"இன்னா செய்தாரை ஒறுத்தல் தத்துவமா?"

"நானே பெரியம்மாகிட்ட வந்து பேசறேன்! நாங்க அடுத்த ஜெனரேஷன் எல்லாரும் சேர்ந்து கலக்கறோம்."

"டாக்டர் ரங்கநாயகியின் வீட்டு விழானு டி.வி.லகூட கவரேஜ் இருக்கும்டா ராகவா!"

"செஞ்சிட்டாப் போச்சு! மதன் அண்ணாவுக்கும் நீங்க மாமா தானே?"

"ராகவா! மைதிலி வந்திருந்தா! கைலாஷ் அடுத்த வாரம் இந்தியா வர்றானாம்!"

"அட, எங்கண்ணா வர்றானா? உனக்கு இவன் மன்னி பேரை வச்ச மாதிரி, மைதிலி அவ புள்ளைக்கு அண்ணா பேரை வச்சிட்டா!"

“சரி! பெரியப்பா! ஏற்பாடுகளை நான் பாத்துக்கறேன். யாரும் ஒரு பைசா செலவழிக்கப்படாது! அப்பா! நீ பார்த்து ஏற்பாடு செய். எனக்கு ஆஸ்பத்திரிக்கு நேரமாச்சு”

“அம்மாடி! காலாவதியான மருந்துகளோட சங்கதி பெரிய கொந்தளிப்பா இருக்கே!”

“அடங்கும் பெரியப்பா! கூடின சீக்கிரம் முக்கிய குற்றவாளிகளை சட்டத்தோட கைல புடிச்சுக் குடுப்போம்! நீங்க எல்லாருமே ரொம்ப ஜாக்கிரதையா இருங்கோ! பிடிபடற நேரம் நெருங்கும்போது, எதிரிகளோட வேட்டை தீவிரமா இருக்கும்! நம்ம குடும்பத்தார்மேல வன்மம் கூடியிருக்கும்!”

அவள் உடைமாற்றி புறப்பட்டு விட்டாள்!

ராகவன் வியந்து போனார்.

“எப்படிடா இப்பிடி ஒரு புத்தி? எல்லா பக்கமும் ரங்குவோட பார்வை எப்படி படறது?”

“ராகவா! மைதிலி, கைலாஷுக்கு ரங்குவைக் கல்யாணம் செஞ்சு வைக்க ஆசைப்படறா! அவன் ரொம்ப தீவிரமா இருக்கானாம். இங்கே வந்து தொழில் தொடங்கப் போறானாம். எலக்ட்ரானிக் ஃபேக்டரி!”

“ஆசைல தப்பு இல்லை! அவன் எல்லா தகுதிகளும் உள்ள பையன்தான். ரங்கு என்ன சொல்றா?”

“அவகிட்ட நான் பேசவே இல்லை! நேரமில்லைடா!”

“பேசிரு! அவ விருப்பம் முக்கியம்! ஆனா கல்யாண வயசுதான்! எனக்கு ரெண்டும் பையன்! நம்மாத்துப் பொண்ணுனா இவ ஒருத்திதான். ஜாம் ஜாம்னு நடத்தணும்! பேசிட்டு எங்கிட்ட சொல்லு! ஹேமா, வைதேகி அபிப்ராயமும் கேட்டுக்கோ! எல்லாரும் மன்னி மடில வளர்ந்தவா!”

ஷோபா என்னவோ சொன்னாள்.

“என்னம்மா?”

"பூக்கட்டிப் போடணும்னு சொல்றா!"

"சாமி கோயில்லயா?"

"மன்னி படத்தைக் காட்டினாள்!"

கிச்சாமிக்கு சிலிர்த்தது!

"ஆமாண்டா ராகவா! நமக்குக்கூட தோணலை பாரு! ரங்குவோட வாழ்க்கைல படிப்பு, வளர்ப்பு இப்பிடி எல்லாத்தையும் மன்னியோட அனுமதி இல்லாம செய்யலை. பூக்கட்டி மன்னி படத்துக்கு முன்னால போட்டுத்தானே பழக்கம். ஷோபா மறக்கலை!"

"முதல்ல ரங்குகிட்ட மைதிலியோட அபிப்ராயம் சொல்லு! அப்புறமா பூக்கட்டிப் போடலாம்!"

"ரொம்ப நாள் கழிச்சு வந்திருக்கே! சாப்டுட்டு போகலாம் ராகவா!"

அதே நேரம் ரங்கநாயகி ஆஸ்பத்திரிக்குள் நுழைய, அவளுக்காக ஜேக்கப் காத்திருந்தார்.

"என்ன சார்?"

"தென்னகம் முழுக்க சுற்றி வளைச்சு கிட்டத்தட்ட முப்பது பேரை கைது பண்ணியாச்சு. நாலு தொழிற்சாலைகளை முடக்கியாச்சு. கிட்டத்தட்ட ஏழெட்டு முக்கிய புள்ளிகள் தப்பிச்சிட்டாங்க! அவங்களை போலீஸ் விரட்டுது! கைது பண்ணினவங்ககிட்ட கடுமையா விசாரணை நடக்குது!"

"குட்!"

பிரவீன் வந்தான்.

"டாக்டர்! புது மருந்துகள் வேன்ல வந்து இறங்கியாச்சு! எல்லாத்தையும் செக் பண்ணி ஸ்டோருக்கு அனுப்பியாச்சு!"

"சந்தேகப்படற மாதிரி ஏதாவது மனசுல பட்டா லேபுக்கு அனுப்புங்க"

“குணசேகரன் சார் ஆறு கோடி ரூபாய் பணம் செலுத்தியிருக்கார் மருந்துகளுக்கு”

“டாக்குமெண்ட்ஸ் சரியா வைங்க! அவர் ஒப்புக்கலைனாலும், எல்லாத்தையும் திருப்பித் தரணும்!”

“சரி டாக்டர்!”

ஜேக்கப்புக்கு போன் வர, முகம் மாறியது! எடுத்துப் பேசினார்.

“ரங்கு! விக்ரம் லைன்ல இருக்கான். உன்கூட பேசணுமாம்! பேசித்தான் ஆகணுமா! இல்லைனு சொல்லட்டுமா?”

“எதுக்கு பயம்? குடுங்க சார்!” வாங்கிக் கொண்டாள்.

“டாக்டர் ரங்கநாயகி! குட் மார்னிங்!”

“பேட் மார்னிங் டாக்டர்! உனக்கு கண்ணீர் அஞ்சலி போஸ்டர் தயாராகுது! நாளைக்குக் காலைல நீ உயிரோட இருக்கமாட்டே... டாக்டர் ரங்கநாயகி!”

38

அத்தியாயம்

'உனக்குக் கண்ணீர் அஞ்சலி போஸ்டர்கள் தயாராகுது! நாளைக்குக் காலைல நீ உயிரோட இருக்கமாட்டே!'

விக்ரம் போனில் மிரட்ட ரங்கநாயகி சிரித்தாள்.

"எதுக்குடி சிரிப்பு?"

"நீ போதைல பேசறே விக்ரம்? தோல்வி பயம், நிரந்தரமா ஜெயிலை சந்திக்கப்போற நேரம் வந்தாச்சு! ரிமாண்டோட மாட்டப் போறீங்க! அந்த பயத்துல சரக்கடிச்சிட்டு தாறுமாறா மிரட்டலா? வைடா போனை!"

"டாவா? என்னடி மரியாதை தேயுது?"

"விக்ரம்! நீ என்ன குடுக்கறியோ, அதுதான் உனக்கு திரும்பக் கிடைக்கும்! நீயும் டாக்டர் - நானும் டாக்டர். வித்யாசம் பாரு! மக்களை ரட்சிக்க நான் போராடறேன். அவங்க அழிவுல கரன்சிகளைப் பார்க்க நீ துடிக்கறே! திருந்து! இப்பக்கூட நீ மாறலாம். மனசு திருந்தினாலே, மன்னிப்பு உண்டு!"

"உபதேசமா! உயிரை பாதுகாத்துக்கோ!"

இணைப்பு துண்டிக்கப்பட பெருமூச்சு விட்டாள் ரங்கு! உள்ளே நுழைந்தான் பிரவீன்!

"ஏன் பதட்டமா இருக்கு முகம்? யாரோட போன்?"

ரங்கநாயகி விவரம் சொல்ல, அலறிவிட்டான் பிரவீன்!

"என்ன டாக்டர்! இத்தனை சாதாரணமா சொன்னா எப்படி?"

படக்கென வெளியே ஓடினான்.

சில நொடிகளில் ஜேக்கப், மதன், குணசேகரன் என அனைவரையும் அழைத்து வந்துவிட்டான்!

"அப்படியா பேசினான்?" ஜேக்கப் பதற,

"உடனே புகார் பதிவு பண்ணி, பாதுகாப்பு கேளுங்க! அந்த காலை ரெக்கார்ட் பண்ணாம விட்டுட்டியே ரங்கு" மதன் சொல்ல,

"அவனை அரெஸ்ட் பண்ணுங்க உடனே!" குணசேகரன் சொல்ல, ஜேக்கப், கமிஷனருக்கு டயல் செய்ய,

"யாரும் பதட்டப்படாதீங்க! எல்லா கொடவுன்களும் சீல் வச்சாச்சு! அவங்க எங்க திரும்பினாலும் எதிர் நடவடிக்கை! மக்கள் கொதிச்சு ஆம்ஸ்ட்ராங் வியாபாரம் படுத்தாச்சு! அங்கே இப்ப டாக்டர்களும் இல்லை. பேஷன்டுகளும் வெளியே போயாச்சு! அவங்க மருந்துகளை இறக்குமதி செய்ய தடை விதிச்சாச்சு. செஞ்ச ஊழலை வெளிச்சத்துக்கு கொண்டு வந்தாச்சு! இன்னும் நாலஞ்சு அடிகளை கவனமா நாம எடுத்து வச்சா, அவங்களோட கடைசி கட்ட யுத்தம்தான்! சரியா?"

"அந்த வெறில உனக்குக் கொலை மிரட்டலா?"

"சீக்கிரம் கமிஷனருக்கு சொல்லுங்க ஜேக்கப் சார். மதன் நீ சேனல் மூலம் இதை மக்களுக்கு தெரியப்படுத்து!"

குணசேகரன் உத்தரவிட

"இருங்க சார்! இதையெல்லாம் நாம உடனடியா செய்வோம்னு விக்ரமுக்குத் தெரியாதா? அடுத்த கொந்தளிப்பு மக்கள்கிட்ட உருவாகும்னு புரியாதா?"

"சரி! அதுக்கு?"

“எனக்கு இங்கே உள்ள பாதுகாப்பும், பக்கபலமும் கண்டிப்பா விக்ரமுக்கு தெரியும்! அவனும் முட்டாள் இல்லை!”

“ஆனாலும் இதை ஈஸியா எடுத்துக்க முடியாது டாக்டர்!”

பிரவீன் சொல்ல,

“நாட்ல முக்கியமான பிரச்னை தலையெடுக்கும்போது நம்ம அரசியல்வாதிகள் காவிரி பற்றி பேசி, பிரச்னையை திசை திருப்பற மாதிரித்தான் இதுவும்!”

“புரியலை!”

“வேற ஏதோ ஒரு திட்டம் அங்கே போடப்பட்டிருக்கு! அந்தப் பக்கம் நம்ம கவனம் திரும்பாம இருக்க, இவன் எனக்குக் கொலை மிரட்டலை வச்சிருக்கான். இப்ப உங்க எல்லார் கவனமும் என்மேல இருக்கும்போது, அது நிறைவேறும்!”

“அப்படியா சொல்ற?”

“நிச்சயமா! இங்கே வேற ஏதோ ஒண்ணு நடக்குது!”

“என்னது ரங்கு”

“எனக்கும் புரியலை! நாம எல்லாரும் ஒரு டீம்! காவல் துறைக்கு ஜேக்கப் சார். மீடியாவுக்கு மதன். மருத்துவ பணிக்கு பிரவீன்... அரசியல், செல்வாக்கு ஏரியாக்களுக்கு குணசேகரன் சார்னு ஒரு பலமான படை இருக்கு! இதை உடைச்சாத்தான் அவன் உள்ளே நுழைய முடியும்!”

“தோத்துக்கிட்டே இருக்கறவங்களால என்ன செய்ய முடியும் நம்மை?”

“அப்படி அலட்சியமா இருக்கக்கூடாது மதன் அண்ணா! அவனும் புத்திசாலிதான். எதிரிகளை குறைச்சு எப்பவுமே எடைபோடக் கூடாது! இது ஒரு தொடர்ந்த யுத்தம். எப்ப நாம பலவீனப்படுவோம்னு அவனும் காத்துக்கிட்டிருப்பான் இல்லையா?”

ஜேக்கப் நிமிர்ந்தார்.

“ஆமாம் ரங்கு! நீ சொல்றதும் நியாயம்தான்!”

“எங்கம்மாவுக்கு விஷ ஊசி போட்டு மரணம் வரைக்கும் கொண்டு போகலையா? நம்மைச் சேர்ந்தவங்க எல்லாரும் பத்திரமா இருக்காங்களா? பிரவீன்! அம்மா பத்திரமா இருக்காங்க இல்லையா?”

பிரவீன் போன் அடிக்க, அருந்ததி எடுத்துப் பேசினாள்.

கிச்சாமியிடம் ரங்கு ஏதோ கேட்க, அவர் பதில் சொன்னார்.

ஜேக்கப் தன் குடும்பத்துக்கு கால் செய்தார்!

அம்சவேணி, குணசேகரனுக்கு போன் செய்தாள்.

“சொல்லு அம்சா?”

“காலைல 6 மணிக்கே ப்ராஜக்ட் விஷயமா வெளில போனா கரிஷ்மா! செல்போனை மறந்துட்டு போயிட்டா! இன்னும் வரலை!”

“எங்கே போறதா சொன்னா?”

“ஐ.ஐ.டி.ல ஒரு ப்ராஜக்ட் அவளுக்கு! அங்கேதான் போயிருப்பா! இன்னும் வரலை.”

“அவ ஃப்ரெண்ட்ஸுக்கு போன் போட்டுக் கேளு”

குணசேகரன் குரல் நடுங்கியது!

“என்ன சார்?” ரங்கநாயகி விவரம் கேட்க, அவர் சொல்ல, அத்தனை பேரும் நிமிர்ந்தார்கள்!

“ஜேக்கப் சார்! உடனே நீங்க சாரையும் கூட்டிட்டு புறப்பட்டுப் போங்க ஐ.ஐ.டிக்கு! மதன் அண்ணா! நீங்க வீட்டுக்குப் போங்க! கரிஷ்மா தோழிகள் வீட்டுக்கு ஆட்களை அனுப்புங்க”

“ரங்கு! எனக்கு பயம்மா இருக்கு! நீ சொன்ன மாதிரி ஏதோ நடந்திருக்கு”

"அப்படி எதுவும் இருக்காது சார்! கவலை வேண்டாம். கரிஷ்மா பத்திரமா இருப்பா!"

ஜேக்கப்பின் போலீஸ் படை, மதன், பிரவீன் என ஆளுக்கொரு திசைக்கு பயணம் செய்ய, இங்கே குணசேகரன் போனுக்கு மேல் போன் போட, அம்சவேணி அலறியபடி ஆஸ்பத்திரிக்கு வர, ரங்கநாயகி ஆஸ்பிட்டல் பரபரப்பானது!

ரங்கநாயகியின் கணிப்பு முற்றிலும் சரி என்ற பதில் அடுத்த மூன்று மணி நேரங்களில் கிடைத்தது!

கரிஷ்மா வகுப்புக்கே வரவில்லை!

வழக்கமாகப் போகும் எந்த ஒரு இடத்துக்கும் போகவில்லை.

தோழிகள், உறவு, நட்பு வட்டாரம் என குணசேகரன் தகவல் தந்த அத்தனை பிரதேசங்களையும் குடைந்து எடுத்துவிட்டது போலீஸ்!

இல்லையென்ற பதில் ஸ்பஷ்டமாக வந்தது!

மதியத்துக்குள் ஆஸ்பத்திரி தீப்பற்றிக் கொண்டதைப்போல ஆனது!

மருந்து, கோடவுன் பெரிய மனிதர்கள் என இவர்கள் அத்தனை பேரும் வேறு திசையில் சிந்திக்க, கரிஷ்மா பற்றி யாரும் யோசிக்கும் வாய்ப்பே இல்லை. இளம்பெண் – மாணவி இருபத்தி ஒன்று! சுலபமாக அவளைத் தூக்கிவிட்டார்கள்.

அம்சவேணி கதறிவிட்டாள்.

குணசேகரன் பேயறைந்த தினுசில் இருந்தார்.

"புடிச்சிடலாம் சார். போலீஸ் - தன் வலையை விஸ்தாரமா விரிச்சாச்சு!"

"சேனல்ல பேசிடலாமா ரங்கு? மக்கள்கிட்ட போய் இது சேரட்டும்!"

மதன் சொல்ல,

"அய்யோ வேண்டாம்! அவ பெண் குழந்தை! அவ எதிர்காலமே கேள்விக்குறியாயிடும் டாக்டர்!"

அம்சவேணி கதறினாள்.

"ஆமாம் மதன்! செய்தி வெளில போக வேண்டாம். அம்மா சொல்றது சரிதான்!" ரங்கநாயகி தடுத்தாள்.

குணசேகரனிடம் வந்தாள்.

"சார்! இது அவங்க வேலைதான்!"

"ஆமாம்மா! என் மகளை தூக்கிட்டாங்க! அவளை அந்தப் பாவிங்க - என்ன செய்வாங்கனு தெரியலியே! என் உடம்பெல்லாம் பதறுது டாக்டர்!"

குணசேகரன் குலுங்கி விட்டார்.

"இருங்க! நீங்களே கண்டம் தாண்டி, உயிர் பிழைச்சு வந்தவர் சார்!"

"என் கரிஷ்மாவுக்கு ஏதாவது ஆச்சுனா, நான் உயிரோட இருக்க மாட்டேன் டாக்டர்!"

"அப்படி எதுவும் நடக்காது! அவளை மீட்ரலாம். பிரவீன்! சாரை கூட்டிட்டுப் போ! இங்கே நாம பேசும்போது அவர் இருக்க வேண்டாம். எதையும் உள்வாங்கற மனசிலே அவர் இல்லை!"

தளர்ந்துபோன குணசேகரனை தாங்கிப் பிடித்து பிரவீன் அழைத்துப் போக,

ஜேக்கப் எழுந்தார்.

"என்ன செய்யலாம் ரங்கு!"

"விக்ரம் க்ரூப் கஸ்டடில கரிஷ்மா இருப்பா! அவளை அவங்க ஒண்ணும் செய்யமாட்டாங்க! குணசேகரன் சார் தொடர்ந்து நம்மகூட இருந்தா, அவங்க சரிவு வேகமா இருக்கும்! மருந்து பட்டைகளை மாற்றி விஷம் வச்சப்ப, நாம கோடிக்கணக்கா நஷ்டப்பட்டோம். அவர்தான் அதை

ஈடுகட்டி, ஆஸ்பத்திரியை இப்ப தூக்கிப் புடிச்சிருக்கார். அடுத்தபடியா, தென்னகம் முழுக்க மோசடி கோடவுன்களை நமக்கு லொகேட் பண்ணி சகலத்தையும் சீல் வைச்சு தன் அரசியல் செல்வாக்கை பயன்படுத்தியிருக்கார். இன்னும் அவங்களோட பல ரகசியங்கள் வர்த்தக டாக்குமென்ட் சங்கதிகளை வெளிச்சம்போட இவரால மட்டும்தான் நமக்கு உதவ முடியும்! அதை புரிஞ்சுகிட்டு இவர் பொண்ணுமேல கை வச்சிட்டாங்க''

''கரெக்ட் ரங்கு! இதை நாம ஏன் யோசிக்கலை? முன்கூட்டியே யோசிச்சு, தடுப்பு நடவடிக்கை எடுத்திருந்தா, இந்த விபத்தை தடுத்திருக்கலாம்!''

மதன் சொல்ல,

''அடுக்கடுக்கா பிரச்னைகள் வரும்போது சிலசமயம் ஆடிப் போறோம். பெரிய பிரச்னைகளை தீர்க்க களத்துல இறங்கும்போது இதை கவனிக்க முடியலை!''

''சரிம்மா! ஏதாவது செஞ்சு கரிஷ்மாவை மீட்கணும்!''

''பொறுங்க! இது பேரம்தான். விக்ரம், கரிஷ்மாவை வச்சுக்கிட்டு சும்மா இருப்பானா? சார்கூட வியாபாரத்தை நிச்சயமா தொடங்குவான்!''

''என்ன வியாபாரம்?''

''தெரியலை! இதுல மகள் சென்டிமென்ட் இருக்கு! அதனால கவனமா செய்வான். இந்த கூட்டணிலேருந்து அவரை தந்திரமா உடைக்க, பாசத்தை ஆயுதமாக்குவான்!''

''அதுவும் வெளில வருமில்லையா?''

''யார் சொல்லுவாங்க? நாம பேச முடியுமா! நமக்கு இத்தனை செஞ்ச அவருக்கு மகள் பாதுகாப்பு முக்கியம்னா, நம்ம பக்கம் சார் இருக்க முடியுமா? செல்வாக்குள்ள மனிதர்! அவர்தானே நம்மோட பெரிய அஸ்திரம்?''

"அவர் அந்தப் பக்கம் போயிடுவாரா டாக்டர்?"

பிரவீன் குரல் நடுங்க.

"யாரும் அவசரப்படாதீங்க! ஜேக்கப் சார்! நீங்க ஒண்ணு செய்ங்க! விக்ரமோட ரகசிய ஏரியாக்கள்ல நம்ம ஆட்கள், நம்பகமான போலீஸ் ஊடுருவி உள்ளே போகணும். கரிஷ்மா உயிருக்கு ஆபத்து ஏற்படாம அவளை மீட்க நீங்க முயற்சி எடுங்க! இதுல கொஞ்சம்கூட பதட்டப்படக்கூடாது! சாரோட டென்ஷன் குறைஞ்ச பிறகு, நான் அவர்கிட்ட பேசறேன்!"

"சரி ரங்கு!"

ஆளுக்கொரு பக்கம் கரிஷ்மாவை மீட்க புறப்பட,

ரங்கநாயகி குணசேகரன் அறைக்கு வர, அவர் தலையில கைவைத்து உட்கார்ந்திருக்க,

போன் அடிக்க, அம்சவேணி பதற, குணசேகரன் எடுக்க,

"அப்பா!" என்ற தீனமான கதறல் கரிஷ்மாவிடமிருந்து வெளிப்பட,

"அய்யோ! நீ எங்கேம்மா இருக்கே? உனக்கு என்னாச்சு?" குணசேகரன் அலறிவிட்டார்.

39

அத்தியாயம்

போனில், 'அப்பா' என்ற தீனமான. குரல், கரிஷ்மாவிடமிருந்து வெளிப்பட,

"அய்யோ! நீ எங்கேம்மா இருக்கே? உனக்கு என்னாச்சு?" குணசேகரன் அலறிவிட்டார். அம்சவேணி பாய்ந்து அவரது போனைப் பறித்து, "கரிஷ்மா... என்னடீ ஆச்சு உனக்கு? அய்யோ! நீ எங்கே மாட்டியிருக்கே?"

ரங்கநாயகி நெருங்கி வந்து மெதுவாக ஸ்பீக்கர் பட்டனை அழுத்த, கரிஷ்மாவிடமிருந்து போன் பறிக்கப்பட்ட ஓசை! ஒரு முரட்டுக் குரல் மட்டும் கேட்டது!

"குணசேகரன்! உன் பொண்ணு இப்ப எங்ககிட்ட பத்திரமா இருக்கா!"

"நீ விக்ரம் பேசறியா? குரல் மாற்றிப் பேசறியா?"

"ஹலோ! அது இப்ப முக்கியமில்லை. நீ இதை ஸ்பீக்கர்ல போட்டு, ரங்கநாயகி உட்பட உன் டீம் அங்கே கேட்டுட்டு இருக்கும்! இதை நீ ரெக்கார்ட் பண்ணுவேனும் தெரியும்! ஆனா உன் மகள் முழுசா வேணும்னா அவசரப்பட்டு நீ எதையும் செய்ய மாட்டேனு நம்பறேன்!"

"அவளை ஒண்ணும் செஞ்சிடாதே!" அம்சவேணி அலறி விட்டாள்.

"உன் ஜேக்கப் டீம் தன் போலீஸ் வலையை விஸ்தாரமா விரிச்சு உன் மகளை தேடத் தொடங்கியாச்சு! சேனல் மதன், தன் டெக்னாலஜியை உபயோகிச்சு துப்பறியத் தொடங்கிட்டான். ரங்கநாயகி இதுக்கெல்லாம் மாஸ்டர் மைண்ட்! சரியா?"

"என் மகளை விட்ரு!" குணசேகரன் பதற,

"அது அத்தனை சுலபமா? நீ கேட்டதும், அனுப்பவா நாங்க அவளைப் புடிச்சு வச்சோம். நீங்க பெரிய மீனைப் புடிக்கப் போராடறீங்க! நாங்க அழகான இந்த சின்ன மீனைக் கொண்டு வந்துட்டோம்!"

"நேரா விஷயத்துக்கு வா! என்ன வேணும் உனக்கு?"

"குணசேகரன்! அஞ்சு நிமிஷத்துல பேசி முடிக்கற வியாபாரம் இல்லை இது! இன்டர்நேஷனல் ட்ரேட்! உன்னால சமீபமா நாங்க இழந்தது முடிவுக்கு வந்தாச்சு! அதனால நிறைய பேசணும்!"

குணசேகரன் திரும்பி ரங்கநாயகியைப் பார்த்தார்.

"நீ இருக்கற கூடாரம் புத்திசாலிகளோட பட்டறை! ரங்கநாயகி லேசுப்பட்டவ இல்லை! அவளை இல்லாம செய்ய எங்களுக்கு கிடைச்ச துருப்புச் சீட்டு உன் மகள் கரிஷ்மா! அதனால நாங்களும் ஜாக்ரதையாத்தான் அடிகளை எடுத்து வைப்போம்!"

"நான் இப்ப என்ன செய்யணும்?"

"ஒரு மணி நேரத்துல உன்னைக் கூப்பிட்டு என்ன செய்யணும்னு சொல்றேன்!"

இணைப்பு துண்டிக்கப்பட்டது!

அம்சவேணி அழுது அழுது மயக்கத்துக்கு வந்துவிட்டாள்!

ரங்கநாயகி அவளுக்கு முதலுதவி செய்தாள்!

மற்றவர்கள் கூடிவிட, குணசேகரன் பதட்டத்தில் இருந்தாலும் ஓரளவு தெளிந்து விட்டார்.

"சார்! அடுத்த அழைப்பு வந்த பிறகு முடிவு செய்யலாம். அவங்க விஸ்தாரமா வலையை விரிக்க, இந்த அவகாசம் தேவைப்படுது! நாமும் பொறுமையா இருக்கணும்!"

சொன்னாலும் ரங்கநாயகியும் வெளியே சொல்லாத பதட்டத்தில் இருந்தாள்! அத்தனை பேருக்கும் ரத்த அழுத்தம் உச்சத்தில் இருந்தது!

சரியாக ஒரு மணி நேரத்தில் பிரைவேட் நம்பர் என போன்கால். அதை ட்ரேஸ் செய்யும் பணிகளில் மதன் இருக்க, ஜேக்கப்பின் போலீஸ் மூளை அவசரமாக இயங்க,

"குணசேகரன்! நான் லொகேஷன் ஷேர் பண்றேன். நீங்களும் உங்க மனைவியும் உடனே புறப்பட்டு உங்க கார்ல வர்றீங்க! அரைமணில இங்கே வந்திடலாம்! ஜேக்கப், மதன்னு படைபலங்களோட வந்தா, லொகேஷன்ல உங்க மகளோட டெட்பாடிதான் கிடைக்கும்!"

"வேண்டாம்! நாங்க மட்டும் வர்றோம்!"

"உடனே புறப்படுங்க!"

"என்ன செய்யலாம் ரங்கு?" மதன் கேட்க,

"எந்த ரிஸ்க்கும் எடுக்க வேண்டாம். இவங்க ரெண்டு பேர் மட்டுமே போகட்டும்!"

"உயிருக்கு ஆபத்து ஏற்பட்டா?"

"அவங்க நோக்கம் அது அல்ல! பயப்பட வேண்டாம். வியாபாரத்தோட முதல்படி! யாரும் பின்தொடர வேண்டாம். பொறுமையா இருங்க! இதை கவனமா கையாளணும்!"

"சார்! ஜாக்ரதை! இதுக்குமேல உங்ககிட்ட எதையும் பேச என்னால முடியல!" ரங்கநாயகி வேதனைப்பட,

"நான் பாத்துக்கறேன்மா!" இருவரும் காருக்கு வர, ரங்கநாயகி கூடவே வந்தாள். அவர்களது கார் புறப்படுவதை

தெருக்கோடியில் நின்று பார்க்கும் ஆள், உடனே தகவலை அனுப்பினான்.

"ரெண்டுபேரும் புறப்பட்டாச்சு! எந்த பாதுகாப்பும் இல்லை!"

குணசேகரன் மொபைலில் லொகேஷன் ஷேர் செய்யப்பட, வண்டி ஓடத் தொடங்கியது!

மாங்காடு கடந்து தாம்பரம் நோக்கி கார் பயணிக்க, அம்சவேணி துவண்டு கிடக்க, குணசேகரன் ஆழ்ந்த சிந்தனையில் இருந்தார்.

"என்னங்க! நம்ம மகள் முழுசா நமக்குக் கிடைப்பாளா?"

"எந்தக் கேள்விக்கும் எங்கிட்ட பதில் இல்லை அம்சா!"

ஒதுக்குப்புறமாக வயல்காட்டுக்கு மறுபுறம் ஒரு வீடு தனியாக இருந்தது! அதன் வாசலில் போய் ஆடிக் கார் நிற்க, இவர்கள் இறங்க, இரண்டு ஆட்கள் வெளியே வந்தார்கள்.

"ம்! உள்ள வாங்க!"

குணசேகரனிடம் பயம் இருந்தாலும், அவரது புத்திசாலித்தனமான மூளை கூர்மையாக செயல்பட,

இருவரும் உள்ளே நுழைந்தார்கள்.

அங்கங்கே ஆட்கள் நிற்க, ஒரு மயான அமைதி நிலவ, உள்ளேயிருந்து விக்ரம் வெளிப்பட்டான்.

உள்ளே நுழைவதற்கு முன்பே ஆட்கள் குணசேரனை சோதனையிட்டு, அவரது மொபைலை பறிமுதல் செய்துவிட்டார்கள்.

அவரது பர்ஸ்! ஐ.டி. ஆதாரங்கள் சகலமும் பறிக்கப்பட்டன!

குணசேகரனை விக்ரம் நெருங்கினான்!

"எப்படி இருக்கீங்க?"

"இதென்ன கேள்வி!" எங்கே என் கரிஷ்மா?

விக்ரம் சிரித்தான்!

"குணசேகரன்! எங்க ஆளா இருந்து, பாவப்பட்ட பணத்தை நிறைய சேர்த்து, அதுல மாளிகை கட்டி வாழ்ந்துட்டு, திடீர்னு என்ன மனமாற்றம்? ரங்கநாயகி கூட எதுக்கு இந்தக் கூட்டணி? எரியறதைப் பிடுங்கினா, கொதிக்கிறது அடங்கும்! அதுதான் உன் மகளைக் கொண்டு வந்தோம்? புத்திசாலி ரங்கநாயகி கரிஷ்மாவை எப்படி கோட்டை விட்டா?"

"சரி! விஷயத்துக்கு வா!"

"நல்லது! அந்த ரூமுக்கு இவங்களை அனுப்புடா! முதல்ல சார் போய் பாக்கட்டும்!"

அவன் சொன்னதுமே குணசேகரனுக்கு நடுங்கியது!

"ம்! கதவைத் திற!"

ஒரு ஆள் திறக்க உள்ளே நுழைந்தார் குணசேகரன்!

"அப்பா! வராதே!" உள்ளிருந்து அலறல் வர, நெருப்பை மிதித்த தினுசில் குணா ஓடி வந்தார்.

"என்னங்க ஆச்சு?" அம்சா கேட்க,

முகம் மூடி குணசேகரன் கதறி விட்டார்.

அம்சவேணி அங்கு போக முயற்சிக்க, "அவங்க தேவையில்லை!"

"என்ன உள்ளே? சொல்லுங்க!"

"நான் சொல்றேன்! ஒரு அப்பா மகளைப் பாக்கக்கூடாத கோலம்! அதை பார்த்துட்டார். ட்ரஸ் போட்டு அந்தப் பொண்ணைக் கூட்டிட்டு வா ஆயா!"

ஆயா உள்ளே போனாள்.

உடையணிந்து கரிஷ்மா வெளியே வர, அம்சவேணி ஓடிப்போய் மகளை கட்டிப்பிடிக்க,

குணசேகரன் நெருங்கி, மகளை தன்னோடு சேர்த்து அணைத்து கதறிவிட்டார்.

"உனக்கு தப்பா எதுவும் நடக்கலையேம்மா?"

அவள் அழுதாள்.

"இல்லை குணா சார். ஆயா தவிர, பிறந்த மேனி கோலத்துல உங்க மகளை யாரும் பாக்கலை! அவமேல ஒரு தூசிகூடப் படலை! சரியா? வெல்! உங்க மகளை நீங்க கூட்டிட்டுப் போகலாம்!"

குணசேகரன் குழப்பத்துடன் நிமிர்ந்தார்.

"ம்! கூட்டிட்டு போங்க! நாங்க யாரும் தடுக்கலை!"

"எனக்குப் புரியலை!"

"சீக்கிரம் புரியும்! போகலாம்!"

இருவரும் மகளுடன் வந்து காரில் அமர, கார் புறப்பட்டது! ஓடத் தொடங்கியது!

"என்னம்மா நடந்தது?"

"I.I.T.லேருந்து வெளில வரும்போது உங்கப்பா மயக்கம். சீக்கிரமா வாங்கனு ஒரு ஆள் வந்து சொன்னான். நான் கார்ல ஏறினேன். இங்கே கொண்டு வந்துட்டாங்க. அப்புறமா அந்த ஆயா மட்டும் வந்து உடைகளை கழட்டினா. நான் மறுத்தேன். கொன்னுடுவாங்க கண்ணு! நீ தப்பிக்க முடியாதுனு பலவந்தமா கழட்டினா. ஆண்கள் யாரும் இருக்கலை. அப்புறமா நீங்க ரெண்டு பேரும் வந்தாச்சு!"

"என்னங்க! அந்த விக்ரமே வந்தான். நம்மையும் ஒண்ணும் செய்யலை. இவளையும் விடுவிச்சாச்சு. எதுக்கு இதெல்லாம்?"

"என் மூளைக்கு எட்டலை அம்சா!"

மூவரும் ஆஸ்பத்திரிக்கு வர, ரங்கநாயகி ஒரு மணி நேரத்தில் அவர்கள் திரும்பி வருவார்கள் என்று எதிர்பார்க்கவே இல்லை!

"என்ன சார்? எப்படி கரிஷ்மாவை மீட்டீங்க?"

அனைவரும் ஒன்று கூடிக் கேட்க,

அம்சா, ரங்கநாயகியை மட்டும் உள்ளே அழைத்துப் போய் மேற்படி விவரத்தைச் சொல்ல,

ரங்கநாயகி யோசிக்க,

"அவமேல விரல்கூட படலை. யாருக்கும் ஆபத்தும் இல்லை!"

"கரிஷ்மா இங்கே வா!"

"என்ன டாக்டர்?"

"அந்த ரூம்ல காமிரா ஏதாவது இருந்ததா?"

"டாக்டர் என்ன சொல்றீங்க?" கரிஷ்மா அலறிவிட்டாள்!

"நீ பார்த்தியா?"

"என்னைக் கடத்திட்டு வந்து ரூமுக்குள்ள வச்சு பூட்டின காரணமா, பயத்தைத் தவிர, என் மூளை எந்தவிதமாவும் வேலை செய்யலை டாக்டர்! அய்யோ! நீங்க சொல்லும்போது ஒடம்பு நடுங்குது டாக்டர்!"

அம்சவேணி ஆடிப் போனாள்.

"அய்யோ! நீங்க பேசறதுக்கு அர்த்தம் தேடினா குலை நடுங்குதே டாக்டர்?"

"இதை மற்ற ஆண்களை வச்சு பேச நான் விரும்பலை. உங்கப்பா எதிர்ல பேசவே கூடாது. ஆனா பேச வேண்டிய நெருக்கடி உருவாகுது கரிஷ்மா!"

வெளியே பதட்டம்.

"ரங்கு... அம்சா, கரிஷ்மாகிட்ட என்ன பேசறா?"

"புரியலியே?"

"மூணு பெண்கள் மட்டும் பேசற பிரச்னை என்ன?"

ரங்கநாயகி வெளியே வந்தாள்.

"சார்! நீங்க மட்டும் என் ரூமுக்கு வாங்க!"

குணசேகரன் பின்தொடர்ந்தார். ரங்கநாயகி கதவைச் சாத்தினாள்!

"என்னம்மா?"

"இனி பேசித்தான் ஆகணும்! தூக்கிட்டுப் போய், கரிஷ்மாவை பிறந்த மேனியாக்கி, உங்களுக்கு அதிர்ச்சி தந்துட்டு விடுவிக்க, அவன் பைத்தியம் இல்லை!"

"என்ன சொல்ல வர்றீங்க?"

ரங்கநாயகி வாய் திறந்த நேரம்,

மொபைல் 'க்ளிக்' என்றது. ரங்கநாயகி அதை ஓப்பன் செய்தாள். கண்கள் அதிர்ச்சியில் விரிந்தது!

"என்னம்மா?" அவர் கேட்க,

மறுபடியும் போன் அடித்தது! விக்ரம்தான்.

"வீடியோ பார்த்தீங்களா டாக்டர்? இனிமே நான் கூப்பிடாமலே வர்த்தகம் பேச குணசேகரன் வருவாரா? மாட்டாரா? வலைதளம் உலக அளவுல விஸ்தாரமா இருக்கே! மீடியா, சோஷியல் மீடியா உங்களுக்கு அத்துபடி ஆச்சே! குணசேகரன்கிட்ட சொல்றீங்களா?"

வைத்துவிட்டான்.

கரிஷ்மாவின் பிறந்த மேனி வீடியோ படமாகி ரங்கநாயகிக்கு வந்துவிட்டது!

குணசேகரனிடம் அதைக் காட்டி அவள் பேச, அவருக்கு அதிர்ச்சி கூடிக்கொண்டே போக,

"இது உலகம் முழுக்கப் போகும்னு, உங்களை மிரட்டி வியாபாரத்துக்கு கூப்பிடப் போறான் சார்!"

குணசேகரனின் விழிகள் திகிலில் உறைந்தன!

40

அத்தியாயம்

"சொல்லுங்க டாக்டர்! குணசேகரன் மகள் கரிஷ்மாவோட கோலத்தை மொபைல்ல பார்த்தீங்க இல்லை? இது நெட்ல போகணுமா! உலகம் முழுக்கப் பார்க்கணுமா! சொல்லுங்க டாக்டர்!"

ரங்கநாயகி நொந்துபோய் நிற்க,

அந்தப் படத்தை குணசேகரனும், அம்சவேணியும் பார்த்து கூசிப்போய் நிற்க,

"இப்ப சொல்லுங்க டாக்டர். குணசேகரன்கூட டீல் பேசணும்! வருவாரா! மாட்டாரா? கேட்டுச் சொல்றீங்களா? ஒரு மணி நேரம் அவகாசம் எடுத்துக்குங்க! ஆனா நல்ல, நியாயமான பதிலா இருக்கணும். எங்கே, எப்படி, எப்ப வரணும்னு நான் சொல்றேன்!"

வைத்து விட்டான்!

அப்பா, அம்மா, மகள் மூவரும் பார்த்து விட்டார்கள்.

அதிர்ச்சியில், அவமானத்தில் உறைந்து போனார்கள்.

அதற்குள் பிரவீன், ஜேக்கப், மதன் வந்து விவரம் கேட்டுத் துளைக்க, கரிஷ்மா எழுந்தாள்.

"இவங்களுக்கும் காட்டுங்க டாக்டர். ஏற்கனவே அந்த விக்ரம் கோஷ்டி மொத்தமும் என்னை பாக்கக் கூடாத கோலத்துல பார்த்தாங்க! இவங்களும் பாக்கட்டுமே!"

ரங்கநாயகி அருகில் வந்தாள்.

"இரு கரிஷ்மா அவசரப்பட்டு வார்த்தைகளை விடாதே!"

"எப்படி டாக்டர்! உங்களுக்கும் என் வயசுதான் இருக்கும். ஒரு நல்ல பெண்ணால இந்த மாதிரி ஒரு அவமானத்தை தாங்கிக்க முடியுமா? தாங்கிட்டு உயிரோட இருக்க முடியுமா?"

குணசேகரனும், அம்சாவும் வாய்விட்டு அழுதார்கள்.

அங்குள்ள அத்தனை பேருக்கும் நிலைமை புரிய,

பிரவீன் ஏதோ பேச வாய் திறக்க,

"வேண்டாம் பிரவீன்! இப்ப நீங்க யாரும் பேச வேண்டாம். நான் மட்டுமே பேசிக்கறேன். இதப்பாரு கரிஷ்மா! இங்கே வா!"

"எதுக்கு?"

"நான் இதை சமாதானத்துக்காக சொல்லலை, பிரச்னை பெரிசா வந்த பிறகு அதை தீர்க்கணும். பெண்களுக்கு பிரச்னை உடல் ரீதியா வரும்போது ஆண் டாக்டர்கள் அவங்களுக்கு சிகிச்சை தர்றாங்க! அப்ப பெண் உடம்பை அவங்க பாக்கறதில்லையா?"

"டாக்டர்! அது சிகிச்சை! வேற வழியில்லை! அதுல எந்த ஒரு களங்கமும் இல்லை!"

"நான் ஒப்புக்கறேன் கரிஷ்மா!"

"இது என் மானப்பிரச்னை! மூடின அறைக்குள்ளே என்னை முழுமையா எடுத்த புகைப்படம். பல பேரால பார்க்கப்பட்டு இப்ப உங்களுக்கு வந்திருக்கு! எத்தனை வக்கிரப் பார்வைகள் என் உடம்புமேல படிஞ்சிருக்கும். இதுவும் ஒரு மாதிரி கேங் ரேப்தான் டாக்டர். ஒடம்பை தொட்டாத்தான் கற்பழிப்பா! கண்கள் ரசிச்சு, மனசு கற்பனைக்குப் போனா அதுகூட கற்பழிப்புதான் டாக்டர்!"

"இப்ப என்ன செய்யப் போறே?"

"நீங்க யார் தடுத்தாலும், நான் சாகப் போறது உறுதி!"

"கரிஷ்மா! நீ போனபிறகு நாங்க உயிரோட இருப்போமா?" அம்சா கதற,

"அம்மா! நீங்க வாழ்ந்து பக்குவப்பட்டவங்க! அவசரப்பட்டு வார்த்தைகளை விடாதீங்க! நீங்க மூணு பேருமே செத்தாலும் இந்தப் பிரச்னைக்கு முடிவில்லை! அப்பவும் படங்கள் அவன் கைலதான்! அவனோட குள்ளநரி ஆட்டத்தை எப்படி முடிக்கறது?"

"நாங்க செத்த பிறகு யார் என்ன செஞ்சா எனக்கென்ன?"

கரிஷ்மா கதற,

"அப்படி சொல்லாதே கரிஷ்மா! நாமும் வாழணும்! மத்தவங்களையும் வாழ வைக்கணும்! சில பாவிகள் தந்திரமா உன்னைக் கொண்டு போய் இப்படி ஒரு தப்பை செஞ்ச காரணமா, நீ கற்பிழந்த மாதிரி ஆயிடுமா? சொல்லு! உன் தூய்மை எங்கே போகும்?"

"நிறுத்துங்க டாக்டர். என் மானம் போனா என்னைப் பெத்தவங்களுக்குத்தான் வலி! அந்த சங்கடம் உங்களுக்கு எப்படிப் புரியும்?"

மதன் பாய்ந்து விட்டான்.

"யார்கிட்ட நீ பேசற?"

"உனக்காக போராடறவங்க டாக்டர். அவங்க ரிஸ்க் எடுக்கலைனா, இன்னிக்கு உங்கப்பா இல்லை! மறந்துட்டியா?"

பிரவீன் எகிற,

"இருங்க! யாரும் பேசாதீங்க! அவ இருக்கற மனநிலைல இப்பிடித்தான் பேச முடியும். கரிஷ்மா நான் யாரு?"

"டாக்டர் ரங்கநாயகி!"

"என் அம்மா யாரு?"

"ஷோபா... தெரியும்!"

"அப்பா?"

"கிச்சாமி!"

"இல்லை! அவர் மனசால, பாசத்தால, உணர்வால அப்பா! ஆனா ஒடம்பால அவர் என் அப்பா இல்லைனு தெரியுமா?"

மதன் குறுக்கிட்டு,

"வேண்டாம் ரங்கு, ப்ளீஸ்!"

"இல்லைண்ணா! அவளுக்குப் புரியணும்! இதப்பாரு கரிஷ்மா! எங்கம்மா ஷோபாவை பவன்னு ஒரு மிருகம் கற்பழிச்சான். அவன் மிருகம்தான். ஆனா என்னை உருவாக்கினவன். அதனால அவனை நான் அப்பானு கூப்பிட முடியுமா? அந்த எங்கம்மா ஷோபா அன்னிக்கு சாகப் போனப்ப, மன்னி அதைத் தடுத்து, கிச்சாமிக்கு கட்டி வச்சா! எங்கப்பா கடவுள்! கற்பிழந்த பெண்ணை ஏத்துக்கிட்டார் முழு மனசோட! நான் பிறந்தேன்!

இந்த உண்மைகள் ஒரு காலகட்டத்துல வெளில வந்தப்ப, நான் பட்ட அவமானங்கள் கொஞ்சமில்லை! அதுக்காக நான் செத்திருந்தா இன்னிக்கு டாக்டர் ரங்கநாயகி இல்லை!"

"போதும் ரங்கு!" ஜேக்கப் புலம்ப,

"ஒரு அவமானத்துக்கு சாவுதான் பதில்னா, இந்த பூமில யாருமே வாழ முடியாது! மன்னிக்கு எங்கப்பா மரியாதை தந்தார்! அதையெல்லாம் மதிச்சுதான் நான் இப்ப வாழறேன்!"

"இதோ இந்த மதன் அண்ணா யாரு? எங்க வைதேகி அத்தையோட மகனே இல்லை. ஸ்ரீதர் அத்திம்பேரோட தாலி கட்டாத மனைவி பெத்த பிள்ளை! அவனை ஒரு காலத்துல எங்கத்தை மகனா ஏத்துக்கலை. மன்னிதான் ஏத்துக்க வச்சா!

ஜேக்கப் சார் - டேவிட் சாரோட மருமகன்! டேவிட் சாரோட ஆசை நாயகினு மன்னியை எத்தனை கேவலமா

உலகம் பேசியிருக்கு! அவா மத்தில இருந்த புனிதமான உறவு யாருக்குத் தெரியும்? அதுக்காக மன்னி கவலைப்படலையே?''

ஜேக்கப் அருகில் வந்தார்.

''ரங்கு! எதுக்காக இத்தனை விளக்கம்? நீ யாருக்கும் பதில் சொல்ல வேண்டிய அவசியமில்லை! புரிஞ்சுதா!''

''சார்! அவளோட தவிப்புல நியாயம் இருக்கு''

''அதுக்கு யாரும் காரணமில்லை. உன்னை இவ விமர்சிக்கறதை நாங்க யாரும் தாங்கிக்க மாட்டோம்!''

''இருங்க சார்! உணர்ச்சிவசப்பட வேண்டாம்! நான் பேசறேன்! கரிஷ்மா! நீ எதையும் இழக்கலை. உன் சுத்தம் பறிபோகலை. சேத்துல காலைவிட்டதுக்காக காலை வெட்ட முடியாது! விக்ரம் எதிர்பாக்கறது உங்கப்பாகூட ஒரு வியாபாரம்!''

''அப்பா உங்க பக்கம் இருக்கற காரணமாத்தான் எனக்கிந்த அவமானம்!''

''இல்லைம்மா! என் பக்கம் யாரும் இல்லை! பாதிக்கப்பட்ட மக்களோட பக்கத்துல அவர் இருக்கார். அவனோட அத்தனை ஊழல்களையும் இவர் ஒருத்தராலதான் வெளிப்படுத்த முடியும். இந்த யுத்தத்தோட கடைசி கட்டம் வந்தாச்சுனு அவன் புரிஞ்சுகிட்டான். அதுதான் உன்னை துருப்புச் சீட்டா பயன்படுத்தறான்!''

''அசிங்கம் எங்களுக்குத்தானே!''

''உங்கப்பா இதன் காரணமா, அந்தப் பக்கம் போயிட்டாலும் நாங்க தடுக்கப் போறதில்லை! எங்களால முடிஞ்ச போராட்டத்தை நாங்க நடத்துவோம்!''

''ஆமாம்! குணசேகரன் சார் போகட்டும்!''

''அதனால எனக்கு நேர்ந்த அவமானம் போயிடுமா?''

கரிஷ்மா கேட்க,

குணசேகரன் அவளை நெருங்கினார். ஓங்கி அறைந்தார்.

"அப்பா!"

"கொன்னுருவேன் உன்னை! என்ன பேசற நீ? உனக்கிந்த அவமானம் நேர நான்தான் காரணம். ஒரு காலத்துல அதே விஷ மருந்தை விற்கற கூட்டத்துல நானும் ஒரு முக்கியமான அங்கம். நான் சேர்த்த அத்தனை பணமும், பாவப்பணம்! பல பேரோட கண்ணீர், உயிர், சேதமான உடம்புகள்... எல்லாத்துலேயும் என் பங்கும் உண்டு. அந்த சாபம்தான் உன்மேல பாஞ்சிருக்கு கற்பிழந்த ஷோபாவுக்கு பிறந்தா இந்த ரங்கநாயகி! ஆனா அதுல அவ தப்பு எதுவும் இல்லை!"

"இப்ப என் தப்பு என்ன?"

"உன் தப்பு நான்! உன் அப்பா செஞ்ச பாவம்தான் நீ மகளா பிறந்திருக்கே! ஷோபா களங்கத்தை அந்த மடிசார் மாமி துடைச்சா! பலன்... இந்த ரங்கநாயகி! உன் களங்கத்தைத் துடைக்க, தற்கொலையோ, இவங்கமேல குற்றம் சாட்டலோ தீர்வு அல்ல!"

"சார்..."

"இரும்மா! நான் பேசி முடிக்கலை. அந்த மெடிக்கல் மாஃபியா கும்பலை கூண்டோட ஒழிக்கணும்! அது மக்களுக்கு செய்யக்கூடிய சேவை மட்டுமில்லை... நான் செஞ்ச பாவங்களுக்கு பரிகாரம்! என் களங்கத்தை துடைக்க இதைத் தவிர வேற வழியே இல்லை!"

"என்னஙக!"

"இரு அம்சா! நீ உன் மகளுக்கு ஆதரவா குரல் தர நினைக்காதே! உன் கழுத்துல இப்ப தொங்கற தாலிக்குக் காரணம் இந்த ரங்கநாயகி! நான் இவங்களை விட்டு வேற எந்தப் பக்கமும் போக மாட்டேன்!"

"அப்ப, எனக்கு நேர்ந்த அவமானம்..."

"கரிஷ்மா! என்னை பேச வைக்காதே"

"பேசுங்களேன், பாக்கலாம்!"

"நீ 12வது படிக்கும்போது, வேணுங்கற பையனை காதலிச்சு, எல்லாம் முடிஞ்சு உன்னை மீட்டுக்கொண்டு வர, நான் பட்டபாடு மறந்து போச்சா?"

"என்னங்க?"

"காலேஜ் ரெண்டாவது வருஷம் படிக்கற சமயம், நீ வீட்டைவிட்டு ஓடிப்போய் விக்டர்கூட சர்ச்ல கல்யாணம் செஞ்சுக்கற வரைக்கும் போய், உங்கம்மா விஷம் குடிச்சு, நீ மீண்டு வரலை?"

"ஏன் இப்பிடி குடும்ப மானத்தை ஏலம் போடறீங்க?"

"உன் மகள் கற்புக்கரசி இல்லைன்னு இப்ப சொல்லலைனா, எப்ப சொல்றது? காரணம், பணம்தான் பெரிசுனு ஒரு குடும்பத் தலைவன் தன் மனைவி, குழந்தைகளை கவனிக்கலைனா, இந்த மாதிரிதான் நடக்கும். இதுலேயும் குற்றவாளி நான்தான். என் பாவங்களுக்கு நீ அசிங்கப்பட்டே! உன் தத்தாரித்தனத்துக்கு நான் தலைகுனிஞ்சேன்! தானிக்கு தீனி சரியாப் போச்சு. இப்ப ரெண்டு பேரும் இதுக்கெல்லாம் பரிகாரம் தேடணும்னா, இந்த ரங்கநாயகியை சரணடைஞ்சு, அவளுக்கு பக்கபலமா நிக்கறதுதான் தர்மம்! நான் நிப்பேன்! மானஸ்தி நீ... சாகப் போறேன்னா, போய்ச் சேரு! நான் அழக்கூட மாட்டேன்!"

அத்தனை பேரும் நிலைகுலைந்தார்கள்.

41

அத்தியாயம்

"மானஸ்தி நீ! சாகப் போறேன்னா, போய்ச்சேரு! நான் அழக்கூட மாட்டேன்!"

குணசேகரன் சொல்ல, அம்சா கதறிவிட்டாள்.

"ஏன் சார் அப்படி சொல்றீங்க?" ரங்கநாயகி குறுக்கிட,

"வேற வழியில்லை ரங்கு! ஏறத்தாழ அவ வயசுதான் உனக்கும். நீயும் என் மகளைப் போலத்தான். என் உயிரை மீட்க, உங்கம்மா உயிரைப் பணயம் வச்சவ நீ! உனக்கும் சந்தோஷப்படற இளமைக்காலம் இது! ஆனா ராத்திரி பகலா ஆஸ்பத்திரியில் பாடுபடறே! எத்தனை எதிர்ப்பு? ஒவ்வொரு நாளும் உயிரைப் பணயம் வச்சு நீ ஆடற ஆட்டத்தைப் பாக்க அடி வயிறு கலங்குது! எதுக்கு இத்தனையும்! நம்பி வந்த மக்களை ரட்சிக்க, நீ இழக்கறது என்னல்லாம்? அது இவளுக்குப் புரியுமா! தன்னைப் பற்றி மட்டுமே யோசிச்சா, இந்த உலகத்துல கட்டின துணிகூட மிஞ்சாதுமா!"

"சரி சார்! அவளை சமாதானப்படுத்துங்க! இதப்பாரு கரிஷ்மா, நீ என்கிட்ட கோவப்பட்டாலும் எனக்கு வருத்தமில்லை. என் தங்கையா உன்னை நான் கருதறேன். உனக்கு எந்த அவமானமும் இனி நேராம நான் தடுக்கறேன். சார்! இப்ப என்ன செய்யலாம்?"

"நீயே சொல்லு ரங்கு"

"விக்ரம் உங்களை வியாபாரத்துக்கு கூப்பிடறான்!"

"நான் போகலை."

"இல்லை! போகணும் சார்!"

"அய்யோ இவரை அவன் மடக்கி, அடைச்சு வச்சு சித்ரவதை செய்வான்!"

"செய்யட்டும்! கொன்னே போட்டாலும் எனக்குத் தெரிஞ்ச சங்கதிகளை சொல்ல மாட்டேன்!"

"அவன் உங்களை கொல்ல மாட்டான் சார்! வெளிநாட்டோட, இவங்க மருந்துக் கம்பெனி பல லட்சம் கோடிகளுக்கு போட்டிருக்கற அக்ரிமெண்ட் அந்த பிஸினஸ் டைஅப், அதுல உள்ள முக்கிய பங்குதாரர்கள் ஆம்ஸ்ட்ராங் ஆஸ்பத்திரி உட்பட, மற்ற அரசியல் முடிச்சுகள் எல்லாத்துக்கும் பத்திரங்கள் உண்டு இல்லையா?"

"உண்டும்மா!"

"அதை வெளில கொண்டு வந்து சேனல் மூலம் மக்கள்கிட்ட சேர்த்துட்டா, இந்தக் கூட்டத்தையே மடக்கிடலாம் இல்லையா?"

"நிச்சயமா! அதுல நானும் ஒருத்தன்!"

"அப்ரூவர் ஆகும்போது தண்டனை குறைவு சார்!"

ஜேக்கப் குறுக்கே வந்தார்.

"சரி! அந்த டாக்குமென்ட்ஸ் எங்கே இருக்கு. ஆம்ஸ்ட்ராங் ஆஸ்பத்திரிலேயா?"

"ஆஸ்பத்திரில ஒரு லாக்கர் இருக்கு!"

"சரி! அதோட சாவி!"

"அந்த லாக்கரை ஓப்பன் பண்ண ஏ.டி.எம். பின் நம்பர் மாதிரி நாலு நம்பர் உண்டு! எலக்ட்ரானிக் லாக்கர்!"

"அந்த நாலு நம்பர் உங்களுக்குத் தெரியுமா?"

"ஒண்ணு தெரியும். ரெண்டாவது நம்பர் விக்ரம்கிட்ட இருக்கு! மூணாவது ஆம்ஸ்ட்ராங் சீஃப் டாக்டர் மித்ராகிட்ட, நாலாவது நம்பர் விக்ரமோட நண்பர் ஒருத்தர்கிட்ட. அவர் யாருனு எனக்குத் தெரியலை."

"ஸோ, இந்த நாலு நம்பரையும் போட்டாத்தான் லாக்கர் திறக்குமா!"

"ஆமாம்!"

"சரி! திறந்துட்டா, பத்திரங்கள் அத்தனையும் உள்ளே இருக்கா?" மதன் கேட்க,

"இல்லை! ஒரு சாவியும், அதைப் போட்டா திறக்கற லாக்கரும் எங்கே இருக்குனு தகவல் அதுல உண்டு!"

"சுலபமாச்சே! சாவியை எடுத்துட்டுப் போய் திறந்துடலாமே! ஸோ, இந்த லாக்கரை திறக்கறதுதான் பிரச்னை!"

ரங்கநாயகி நிமிர்ந்து உட்கார்ந்தாள்.

"அதாவது விக்ரம்... டாக்டர் மித்ரா... விக்ரமோட நண்பர்னு மூணு நம்பர் விக்ரம் கன்ட்ரோல்ல இருக்கு! வெளில உள்ளது நீங்க மட்டும்தான்! அந்த நம்பர் அவங்க யாருக்கும் தெரியாது!"

"அம்சாவுக்குக் கூடத் தெரியாது!"

"உங்களை மடக்கி, சித்ரவதை செஞ்சு அந்த நம்பரை விக்ரம் வாங்கிட்டா வேலை முடியும், இல்லையா?" பிரவீன் கேட்க,

"அவங்க 3 பேர் நம்பர் பரஸ்பரம் தெரியுமா?"

"அதை நான் கேட்டதில்லை! மூணு பேருமே கூட்டுக் களவாணிகள்தானே? வெளில வந்துட்ட 'கறுப்பு ஆடு' நான் மட்டும்தானே ரங்கநாயகி! கரிஷ்மாவை படமெடுத்து என்னை மடக்கி வரவழைச்சு இதைக் காட்டி மிரட்டினா

மகளோட மானத்துக்கு பயந்து நான் நம்பரை சொல்லிடுவேன் இல்லையா?''

"நீங்க தப்பான நம்பரை சொல்லிட்டு தப்பிட்டா?''

"என்னை அவங்க நம்ப மாட்டாங்க மதன், தகுந்த பாதுகாப்போட கூட்டிட்டுப் போய் லாக்கர் முன்னால வச்சு நம்பரை கேப்பாங்க. அவங்க நெட் பேரம், கரிஷ்மா சங்கதி எல்லாமே அங்கேதான் அரங்கேறும். அப்ப, நான் நம்பரை சொல்லித்தானே ஆகணும்.''

"சொன்னதும் உங்களை போட்டுடுவாங்க!'' ஜேக்கப் சொல்ல,

"வேண்டாம்!'' அலறி விட்டாள் அம்சா!

ஜேக்கப்பிடம் வந்தான் மதன்!

"ஏன் சார் ஆஸ்பத்திரி முழுசையும் போலீஸ் கன்ட்ரோல்ல கொண்டுவந்து, அந்த லாக்கரை உடைக்க முடியாதா?''

"இல்லை மதன்! தமிழக போலீஸால் மட்டும் இதை செய்ய முடியாது! ஆஸ்பத்திரில மேலிடத்து செல்வாக்கு உண்டு! பலமான அரசியலும் உண்டு! இவன் ஸ்டே வாங்குவான். இவனை கைது செய்யக்கூட உடனடியா நம்மால முடியாது! அதுக்கே நிறைய ஃபார்மாலிட்டிகளை கடக்கணும்!''

"அந்த லாக்கர் ரூம் எங்கேனு உங்களுக்குத் தெரியுமா?''

"தெரியும்! அது பேங்க் லாக்கர் மாதிரி! தொட்டா ஆஸ்பத்திரி முழுக்க அலாரம் அடிக்கும்! ஊரே கூடும்! மித்ராகிட்டத்தான் அதுக்கான காஷன் ஸ்விட்ச் இருக்கு!''

பிரவீன் பெருமூச்சு விட்டான்!

"இது மந்திரவாதி கதை மாதிரி இருக்கே!''

"இப்ப உள்ள எலக்ட்ரானிக் வசதிகள் - பழைய மாயாஜால கதைகளுக்கு கொஞ்சமும் சளைக்கலை!''

அம்சா வந்து ரங்கநாயகியின் கைகளைப் பிடித்தாள்.

"இவர் வர்த்தகம் பேசப்போனா, இவரை சித்ரவதை செஞ்சு நம்பரை வாங்கிட்டு இவரைக் கொல்லுவாங்க! இவர் போகலைனா, கரிஷ்மா போட்டோ நெட்ல வெளிவரும். என்னம்மா செய்யப் போறோம்? என் புருஷனை, மகளை நீதான் காப்பாத்தணும்!"

ரங்கநாயகி மௌனம் சாதிக்க,

"ஏன் ரங்கு? இத்தனை நாள் ஆம்ஸ்ட்ராங் ஆஸ்பத்திரில நடந்த அராஜகத்தை, விக்ரமோட மருத்துவ கம்பெனி விஷம் விக்கற சங்கதிகளை சேனல் மூலமா சொல்லி, ஆஸ்பத்திரியே வெறிச்சோடியாச்சு! போதாக்குறைக்கு காலாவதியான மருந்துகளை புது உறைல போட்டு இவங்க மார்க்கெட்ல விடக் காரணமான நாலு ஃபேக்டரிகளை முடக்கியாச்சு! இத்தனை செய்திகளும் மக்களைப் போய்ச் சேர்ந்தாச்சு. இப்ப, இவங்க வியாபார முடிச்சுகளை பேரங்களை வெளில விட்டா என்ன?"

"எப்படி?"

"கரிஷ்மா கடத்தலை, அதன் மூலமா வந்த வீடியோ மிரட்டலைச் சொல்லி, இது ஒரு பெண்ணோட மானப்பிரச்னை! அதை வச்சு விளையாடறாங்கனு நேரடியா உரிச்சிட்டா!"

"அய்யோ!" கரிஷ்மா அலற,

"இல்லை மதன் அண்ணா! அவங்க, எதுக்கும் துணிஞ்ச பாவிகள்! நாலு தப்பானவங்க போட்டோ பாக்கறதும், நாடே பாக்கறதும் ஒண்ணா?"

"வேற என்னதான் வழி?"

"அதான் யோசிக்கறேன். முள்ளை, முள்ளாலதான் எடுக்கணும்! இவங்க ஸ்டைல்ல நாமும் ஆட்டத்தை திருப்பிப் போட்டு ஆடணும்."

"புரியலை."

"மனசு கேக்கலை!"

"நீ என்ன சொல்ல வர்றே?"

"பாரதப் போர்ல அபிமன்யூ பலியானது அராஜகம். ஆனா வேற வழியில்லை. பத்து கெட்டவங்களை அழிக்க, ஒரு நல்லவன் பலியாறது காலத்தோட கட்டாயம்!"

"நீ என்னம்மா சொல்ற?"

ஜேக்கப்பை தனியாக அழைத்தாள். அவர் காதோடு ஏதோ சொன்னாள்!

"இந்த தகவல்கள் உனக்கு எப்படி தெரியும் ரங்கு?"

"இந்த ஆட்டம் தொடங்கும்போதே எதுக்கும் இருக்கட்டும்னு சேகரிச்சு வச்சேன்! அதை இப்ப பயன்படுத்தணும். நாம் இந்த மாதிரி செய்ய மாட்டோம்னு நம்பித்தான் அவன் ஆடறான். நமக்கு வேற வழியில்லை! இப்ப மணி ரெண்டு. மூணே காலுக்கு ஸ்கூல் முடியும்! தூக்கிடுங்க! முடியுமா?"

"அங்க அடையாளம்?"

"என் மொபைல்ல போட்டோ இருக்கு! அனுப்பறேன்!"

அது ஜேக்கப் மொபைலுக்கு வர,

"சரி! நான் பாத்துக்கறேன்!"

"மதனைக் கூட்டிட்டுப் போங்க! நான் சொன்ன மாதிரி நடக்கட்டும். ஒரு தூசி தும்புகூட குழந்தைமேல படக்கூடாது! தூக்கினதும் எனக்கு தகவல் குடுங்க!"

ஜேக்கப், மதன் உடனே புறப்பட,

"ரங்கு! என்ன செஞ்சிட்டு இருக்கே?" குணசேகரன் கேட்க, அவள் பதில் சொல்ல வாய் திறக்க,

போன் அடித்தது! விக்ரம்தான்!

"நான் கொடுத்த கெடு முடிஞ்சாச்சு டாக்டர்! குணசேகரன் இனி வரணும்!"

"விக்ரம்! இது மகள் சென்டிமென்ட்! உடனே முடிவெடுக்க முடியாது!"

"நாங்க விஸ்வாசம் படமா காட்டறோம்? தாமதிச்சா, கைல இருக்கற படத்தை உலகம் முழுக்கக் காட்டுவோம்!"

"இன்னும் ஒரு மணிநேரம் அவகாசம் கேக்கறார் சார்!"

"அப்புறம்?"

"கண்டிப்பா அவர் உன்னை சந்திக்க வருவார்!"

"இந்த ஒரு மணி நேரத்துல உன் போலீஸும் சேனலும், எங்களை முற்றுகையிட அவகாசம் கேக்கறியா?"

"நிச்சயமா இல்லை!"

"இதப்பாரு! துருப்புச் சீட்டு என்கிட்ட நீ எப்படி ஆடினாலும் பாதகம் உனக்குத்தான். குணசேகரன் உயிரை மீட்டுட்டே! கரிஷ்மா மானம் எங்க கைல!"

"ஒரு மணி நேரத்துல நானே உன்னைக் கூப்பிடறேன் விக்ரம்!"

"நம்பறேன்!"

சுற்றி இருந்த யாருக்கும் எதுவும் புரியவில்லை. கடிகார முட்கள் வேகமாக நகர,

கொடுத்த கெடுவில 50 நிமிடங்களை கரைத்துவிட, இன்னும் பத்தே நிமிடங்கள்...

ரங்கநாயகியின் செல்போன் அழைக்க, வேகமாக அதை எடுத்து, காதில் வைத்தாள் ரங்கநாயகி!

42

அத்தியாயம்

ஒரு குழந்தையை கடத்தச் சொல்லி, மதன், ஜேக்கப்புக்கு ரங்கநாயகி உத்தரவு! அது யார் குழந்தை!

ஒரு மணி நேரம் போனதும் விக்ரம் போன் செய்ய, ரங்கநாயகி மேலும் அரைமணி நேரம் அவகாசம் கேட்க,

ரங்கநாயகி என்ன செய்கிறாள் என யாருக்குமே புரியவில்லை. அவள் சொன்னபடி அந்த கான்வெண்ட் வாசலில் மதன் நிற்க, சற்றுதள்ளி மஃப்டியில் காருக்குள் ஜேக்கப்!

மதன் வெளியே வரும் குழந்தைகளைப் பார்க்க, செல்போனில் ரங்கநாயகி தந்த போட்டோ வைத்து மதன் கண்களை ஓடவிட, அந்தக் குழந்தை விளையாடியபடி வர, அதை அழைத்துப் போக ஒரு பெண் வந்திருக்க, அதன் புத்தக, லன்ச் மூட்டைகளை வாங்கிக் கொண்டு அவள் காருக்கு நடக்க, மதன் வேகமாக பின்தொடர்ந்து வர, ஜேக்கப் காரை நெருக்கத்தில் கொண்டுவர, மதன் படக்கென குழந்தையை அள்ளித் தூக்கி காரில் போட்டு அவனும் நுழைய, கார் வேகம் பிடிக்க, இந்த ஆயா அதை கவனிக்காமல் நடக்க, பின்னால் வரும் இருவர்,

“குழந்தையை யாரோ கடத்திட்டாங்க! பிடிங்க!” என கூச்சல்போட, ஆயா திரும்ப,

கார் படக்கென திரும்பி வேகம் பிடிக்க,

"நம்பரை நோட் பண்ணுங்க!" ஒரு ஆள் கத்த, நாலைந்து பேர் காரைத் துரத்திக் கொண்டு ஓட,

அவரவர் கையில் குழந்தைகள் இருப்பதால், கவனம் முழுக்க தன் குழந்தைகளிடம் இருந்ததால், இதை ஊன்றி கவனிக்க முடியாமல் போனதால்,

ஆயா கதற,

ஒரு பதட்டம் அந்த பிரதேசம் முழுக்க தொற்றிக்கொள்ள,

அது பிரபலமான ஒரு கான்வென்ட் பள்ளிக் கூடம்!

அதன் நிர்வாகிகளுக்கு தகவல் போக, அவர்கள் வெளியே ஓடிவர, பிரச்னை பெரிதாக,

பெற்றோர் கூச்சலிட்டு,

"உங்க ஸ்கூல் வாசல்ல வச்சு ஒரு குழந்தை கடத்தப்படுது! - நாங்க எப்படி தைரியமா எங்க பிள்ளைகளை பள்ளிக்கு அனுப்ப முடியும்?"

ஒரு ஆள் குறுக்கிட்டு,

"அவசரப்படாதீங்க! ஸ்கூல் கேட் வரைக்கும்தான் செக்யூரிட்டி பொறுப்பு! அப்புறமா கேர்டேக்கர்தான் பாத்துக்கணும்! இது கேட் தாண்டி ரோட்டு முனைல, பப்ளிக்ல நடந்திருக்கு! அதுக்கு பள்ளிக்கூட நிர்வாகம் பொறுப்பில்லை. அந்தம்மா கவனமா இல்லை!"

"இல்லீங்க... நான்!"

"நீங்க குழந்தையை கெட்டியா புடிச்சிட்டு வந்து உங்க கார்ல ஏத்தணும்! மத்தவங்க கூட அரட்டை அடிச்சிட்டு வந்து, பள்ளிக்கூடத்துமேல பழியைப் போடாதீங்க!"

"ஒரு சில பள்ளிகள் தப்பா இருக்கு! ஆனா பல பெத்தவங்க செல்போன் பேச்சுல பெத்த பிள்ளைகளை கவனிக்கறதில்லை!"

"இது யார் வீட்டுக் குழந்தை! நீ குழந்தைக்கு என்ன வேணும்மா?"

"டாக்டர் வீட்டுக் குழந்தை! நான் அங்கே ஆயா!"

"டாக்டர் பேரென்ன?"

அவள் அதைச் சொல்லும் நேரம், ஆஸ்பத்திரியில் குழந்தை லேசாக மயங்கிய நிலையில் உள்ளே எடுத்து வரப்பட்டது!

தனி அறைக்கு வர, ரங்கநாயகி மட்டும் உள்ளே நுழைந்தாள்.

குழந்தையைப் பரிசோதித்தாள்.

"மயக்கம் குடுத்தியா மதன் அண்ணா?"

"இல்லை ரங்கு! அது தூக்கக் கலக்கத்துல இருந்திருக்கு. தூக்கினதும் வந்த பயம்!"

"சரி! தூக்கம்தான்! விடு!"

ஜேக்கப் அருகில் வந்தார்.

"செய்யக்கூடாத வேலை ரங்கு! பப்ளிக் ப்ளேஸ் - ஸ்கூல் ரோடு - நிறைய ஆட்கள். நான் ஒரு போலீஸ் அதிகாரி – மதன் - சேனல் அதிகாரி... நான் எதுக்கும் இந்த மாதிரி டென்ஷன் பட்டதில்லை! நீ சொன்ன காரணமா செஞ்சேன்?"

"சார்! இது பெரிய தப்புதான்னு எனக்கும் தெரியும். மனசோட செய்யலை. பத்து தடவை யோசிச்ச பிறகுதான், இதை நான் செய்யச் சொன்னேன். முள்ளை, முள்ளால தான் எடுத்தாகணும்! குழந்தைமேல ஒரு தூசுகூட படியாது! ஆனா வேற வழியில்லை! சரி! கார் நம்பரை யாராவது நோட் பண்ணினாங்களா?"

"இருக்கலாம்! ஆட்களை விட்டு மாத்தியாச்சு! அது டம்மி நம்பர்தானே? கார் மாடல் பிரச்னையில்லை."

"அந்த ரோட்ல சிசிடிவி காமிரா இருந்ததா?"

“தெருக்கோடில ஒரு பேக்கரி வாசல்ல உண்டு. அதை ஏற்கனவே நம்ம ஆட்களை வச்சு மறைச்சாச்சு!”

“குட்!”

“ஆனா பள்ளிக்கூடப் பகுதில ஒரு கொந்தளிப்பு நிச்சயமா இருக்கும்! சம்பந்தப்பட்ட ஆட்களுக்கு இந்த நேரம் தகவல் போயிருக்கும்!”

இதை சொல்லும் நேரம்.

ஆயாவை குழந்தையின் தாய் அடித்த அடியில் ஆயா தூரப் போய் விழுந்தாள்!

“எப்படி கோட்டை விட்டே? உன்னை நான் கொல்லாம விடமாட்டேன்!”

வாசலில் சர்ரென கார் வந்து நின்றது.

டாக்டர் விக்ரம் புயல்போல உள்ளே வந்தான்.

அவன் மனைவி அழுது புலம்பி, குழந்தை கடத்தப்பட்டதைச் சொல்லிக் கதற,

விக்ரம் சூறாவளி போல செயல்பட்டான்.

“அந்த ஸ்கூலை நான் ஒரு கை பாக்காம விடமாட்டேன்! உடனே போலீஸுக்கு தகவல் தரணும்!”

வேகமாக அவன் செயல்பட்டு காவல்துறை உயர் அதிகாரிக்கு டயல் செய்ய விரல்களை ஒற்ற,

போன் அடித்தது! எடுத்தான்.

“ரங்கநாயகி!”

“ஏய்... நீ...நீ...?”

“உன் குழந்தையை யாரோ பள்ளிக்கூட வாசல்ல வச்சு தூக்கிட்டாங்களாம்?”

விக்ரமுக்கு பின்னந்தலையில் அடி விழுந்த தினுசில் நிமிர்ந்தான்.

“நீ நீதானா?”

“எங்களுக்கு அந்த மாதிரி அல்பத்தனம் எதுவும் இல்லை டாக்டர்! நீ செய்யற பாவங்களுக்கு யாரோ உனக்கு தண்டனை தர்றாங்க! அனுபவி!”

“ஏய்! என் குழந்தையை எங்கே வச்சிருக்கே?”

“எனக்கெதுக்கு விக்ரம் உன் குழந்தை?”

“குழந்தைக்கு ஏதாவது ஆச்சுனா, உன் ஆஸ்பத்திரியே பற்றி எரியும்! சொல்லு!”

“குழந்தை விவகாரம் எனக்குத் தெரியாது! கரிஷ்மா சம்பந்தப்பட்ட ஒரிஜினல் வீடியோவை ஒப்படைச்சிடு! உனக்கு ஒரு நிமிஷ அவகாசம்! சரியா?”

வைத்துவிட்டாள்.

“என்னங்க?”

“குழந்தையை தூக்கினது ரங்கநாயகி க்ரூப்தான்! அவ மறைமுகமா எச்சரிக்கறா! எது பேசினாலும் நான் பதிவு பண்ணக் கூடும்னு கவனமா இருக்கா!”

அவன் மனைவி வந்து சட்டை பிடித்து உலுக்கினாள்.

“எனக்கு என் குழந்தை வேணும்! நீ பண்ற அக்ரமங்களால ஊர் சிரிச்சாச்சு! எல்லாத்தையும் விட்ரு! என் குழந்தையை எனக்கு திருப்பிக்குடு! போதும் உன் ஆட்டமும், அராஜகமும்! குழந்தை வீடு திரும்பலைனா, நான் உயிரை விடுவேன்!”

கதறினாள்!

அதற்குள் ஆம்ஸ்ட்ராங் சீஃப் டாக்டர், இன்னும் சிலர் வீட்டுக்கே வந்துவிட்டார்கள்.

“இது ரங்கநாயகி வேலைதான். விடாதீங்க! புகார் குடுங்க! மீடியாவுக்குக் கொண்டு போங்க! அவ ஆஸ்பத்திரி வாசல்ல ரத்த ஆறு ஓடணும். அந்த க்ரூப் மொத்தத்தையும் புடிச்சு உள்ளே போடுங்க!”

"ஸ்டாப் இட்!" விக்ரம் கத்தினான்.

"இந்த மாதிரி உணர்ச்சிவசப்பட்டு முட்டாள்தனமா செயல்பட்டுத்தான் கேவலப்பட்டு நிக்கறோம். அவ புத்தியை மட்டுமே நம்பறா! போன்ல பேசினாக்கூட கவனமா பேசறா! ஒரு வார்த்தையைகூட தப்பா உச்சரிக்கறதில்லை!"

"சரி! என்ன செய்யப் போறீங்க டாக்டர்?"

"நானே அவளை சந்திக்கப் போறேன்!"

"அது ஆபத்து!"

"எனக்கு என் குழந்தை முக்கியம். நான் போய்த்தான் ஆகணும்! தடுக்காதீங்க!"

உள்ளே விக்ரம் மனைவி வேதா அழுது கொண்டிருக்க,

அவள் போன் அடித்தது! எடுத்தாள்.

"நான் டாக்டர் ரங்கநாயகி பேசறேன்!"

"என்ன செஞ்சே என் குழந்தையை?"

"இந்த வீடியோவை கொஞ்சம் பாரு"

ரங்கநாயகி அனுப்ப, குழந்தை சாக்லெட் சாப்பிட்டபடி குவிந்திருக்கும் பொம்மைகளுடன் சந்தோஷமாக விளையாடிக் கொண்டிருந்தது.

"உன் குழந்தைக்கு எந்த ஆபத்தும் இல்லை! நீ உடனே புறப்பட்டுவா! உன்கிட்ட ஒப்படைக்கறேன். அதுக்கு முன்னால நான் அனுப்பற ஒரு வீடியோவைப் பாரு!"

கரிஷ்மாவின் ஆடையில்லா படத்தை அனுப்பிவிட்டு ரங்கநாயகி விவரம் சொன்னாள்!

"நீயும் பெண் - நானும் பெண்! இந்த கரிஷ்மாவும் பெண்! உன்னை இந்தக் கோலத்துல படம் புடிச்சு, நெட்லவிட்டா உன் புருஷன் தாங்குவானா? வந்து குழந்தையை வாங்கிக்கோ!"

"சரி! வர்றேன் டாக்டர்!"

வெளியே சூடாக விவாதம் நடந்து கொண்டிருந்தது!

“கொஞ்சம் உள்ளே வர்றீங்களா?”

பத்து நிமிடங்கள் கழித்து வேதா அழைக்க, விக்ரம் உள்ளே வந்தான்.

“இதைக் கொஞ்சம் பாருங்க!”

அவள் செல்போன் காட்ட, விக்ரம் அலறிவிட்டான்!

“என்ன இது?”

“என்னோட அப்பட்டமான படம். செல்போன் காமிராவை டைமர் செட் பண்ணி 10 நிமிஷம் முன்னால நானே எடுத்த படம். கரிஷ்மாவை நீங்க எடுத்த மாதிரி என்னை நானே எடுத்துக்கிட்டேன்!”

“கரிஷ்மாவை நான் எடுத்தது எப்படி உனக்கு...”

“ரங்கநாயகி சொன்னா! நம்ம குழந்தை பத்திரமா இருக்கு! ஒரு தாயை அவ அழவிடமாட்டா! நல்ல பெண். ஆனா கரிஷ்மாவோட அம்மா கதறிக்கிட்டு இருக்காங்க. உன் அக்ரமத்துக்கு அளவே இல்லை. உனக்கு பணம் பெரிசு! நோயாளிகளை சாகடிக்கற நீ, ஒரு நல்ல ஆஸ்பத்திரியை, அந்த டாக்டரைப் பழிவாங்க, எதுக்கும் துணிஞ்சிட்டே! நீ கரிஷ்மா ஆதாரங்களை அழிக்கலைனா, நீ மட்டுமே பார்த்த என் உடம்பை, இந்த உலகம் முழுக்க பார்க்கும். நானே நெட்ல விட்டுட்டு, என் உயிரையும் விடுவேன்! முடிவு உன் கைல!”

உள்ளே போய் கதவு சாத்தினாள்.

விக்ரம் பாதி மரித்திருந்தான்!

43

அத்தியாயம்

"கதவைத் திற!" விக்ரம் கூச்சலிட்டான்!

"இல்லை நீ ஆதாரங்களை முழுமையா எங்கிட்ட ஒப்படைக்கலைனா, என் படம் நெட்ல போகும்! டாக்டர் விக்ரமோட மனைவினு லேபிள் போட்டு அனுப்புவேன்!"

"விளையாடாதே வேதா!"

"நீ விளையாட்டை நிறுத்து! என் பிடிவாதம் உனக்குத் தெரியும். சொன்னதைச் செய்வேன்!"

அதற்குள் மற்றவர்கள் நெருங்கி, என்னவென்று கேட்க,

"நீங்கள்ளாம் போங்கய்யா! உங்களாலதான் என் மானம் மரியாதை போச்சு! இப்ப குடும்பமும் சீரழியுது! போயிடுங்க!" கூச்சலிட, அவர்கள் கலைந்து போக,

"கதவைத் திற வேதா! நீ சொல்றதுக்கு நான் சம்மதிக்கறேன்!"

கதவைத் திறந்தாள்!

"ஆதாரங்களை எங்கிட்ட ஒப்படை! உன் செல்போனைக் குடு! இன்னும் கரிஷ்மா போட்டோ யார் யார்கிட்ட இருக்கு? நீ மறைச்சு, அவளுக்கு அவமானம் ஏற்பட்டா, என் குழந்தையோட நான் கொளுத்திக்கிட்டு சாவேன்! காரணம் நீதான்னு லெட்டர் எழுதி வச்சிட்டு உயிரை விடுவேன்!"

"வேதா! புரிஞ்சுக்கோ! குணசேகரனை லாக் பண்ணி லாக்கர் நம்பர் கைக்கு வந்தாத்தான் டாக்குமென்ட்ஸ் தப்பிக்கும்! உனக்கு இதெல்லாம் புரியாது! இந்த கூட்டணில நான் மட்டும் இல்லை! நான் ஞாயம் பார்த்தா, மத்தவங்க என்னைப் போட்டுடுவாங்க!"

"ஏன்? குணசேகரன் மாறலையா? நீ மாறக் கூடாதா? எனக்கு அதெல்லாம் தெரியாது! ஆதாரங்களைக் குடு! நான் குழந்தையை மீட்டெடுத்துக் கொண்டு வரணும்! குடு!"

அதை அவளிடம் விக்ரம் ஒப்படைக்க,

"வேற என்ன பாக்கியிருக்கு?"

"இல்லை, நம்ம குழந்தைமேல சத்யம்!"

"நம்பறேன்! நான் புறப்படறேன்!"

அரைமணியில் ரங்கநாயகி எதிரே இருந்தாள் வேதா!

சகலமும் சொல்லி, கரிஷ்மா தொடர்பான ஆதாரத்தை ரங்குவிடம் ஒப்படைத்தாள்.

"குழந்தை மேல சத்யம் பண்ணியிருக்கார்!"

ரங்கநாயகி அவளைக் கட்டித் தழுவிக் கொண்டாள்.

"வேதா! நீங்க உங்களையே பணயம் வச்சு, மானத்தை அடமானம் வச்சு, ஆதாரங்களை மீட்டு எடுத்திருக்கீங்க! இதை நானே எதிர்பாக்கலை! எங்களால சாதிக்க முடியாததை நீங்க சாதிச்சிட்டீங்க!"

ஜேக்கப் உள்ளே வந்தார்.

"விக்ரம் ஒரு நச்சுப்பாம்பு! அவனுக்குக்கூட பாசம் இருக்கா?"

"குழந்தைப் பாசம் நிறைய இருக்கு! கல்யாணமாகி எட்டு வருஷங்களா எங்களுக்கு குழந்தை இல்லை. நான் பாக்காத டாக்டர் இல்லை! போகாத கோயில் இல்லை. கடைசில IVF

சோதனைக்குழாய் முறைலதான் இந்தக் குழந்தை பிறந்தது! அதனால இந்தக் குழந்தைனா அவருக்கு உயிர்!''

''விக்ரமுக்கு இந்த முறைல பிறந்த குழந்தை இதுனு எனக்குத் தெரியும் ஒரு டாக்டரா! அதனாலதான் குழந்தை சென்டிமென்டை கைல எடுத்தேன் வேதா! இது தப்புதான்! குழந்தை கடத்தல் குற்றம்தான். வேதனையோட செஞ்சது!''

''இல்லை டாக்டர்! ஒரு பெண் மானத்தை ரட்சிக்க, பல நோயாளிகளை நிரந்தரமா காப்பாத்த நீங்க எடுத்த முயற்சி. சமீபகாலமா நீங்க நடத்தற போராட்டம் உலகத்துக்கே தெரியும். எனக்கும் இந்த பாவியோட அராஜக ஆட்டம் தெரியும். நானும் சுயநலக்காரிதான். எனக்கு எல்லாம் இருக்கு. அதனால மத்தவங்க வலி தெரியலை. என் குழந்தை மேல கை வச்சப்பத்தான், இன்னொரு தாயோட வலி புரிஞ்சது!''

''மதன் அண்ணா! குழந்தையைக் கொண்டுவாங்க!''

குழந்தை ஏராளமான பொம்மைகளை சுமந்தபடி ஓடி வந்தது. ரங்கநாயகியின் கழுத்தைக் கட்டி முத்தமிட்டது! மதன் தோளில் ஏறியது! ஜேக்கப் தலையைக் கலைத்தது!

''அரைநாள்ல எல்லார்கிட்டேயும் ஒட்டிக்கிட்டான்!''

அம்மா மடியில் உட்கார்ந்து பேசியது!

''எங்க வீட்லகூட இவன் இத்தனை சந்தோஷமா இருந்ததில்லை! ரொம்ப நன்றி டாக்டர்!''

''ஜேக்கப் சார்! குழந்தை கிடைச்சாச்சுனு பள்ளிக்கூடத்துக்கு தகவல் குடுத்துடுங்க! பத்திரமா வேதாவை அவங்க வீட்ல ட்ராப் பண்ணுங்க! வேதா! நீங்க கொஞ்சம் உள்ளே வாங்க!''

வேதாவை மட்டும் ரங்கு அழைத்தபடி உள்ளே போனாள். 15 நிமிடப் பேச்சு!

இருவரும் வெளியே வந்தார்கள்.

வேதா கையாட்டி, டாக்டரை கட்டித் தழுவினாள். குழந்தையை தூக்கிக்கொண்டு ரங்கநாயகி கார் வரை வந்தாள்!

கார் புறப்பட்டுப் போனது.

உள்ளே வர, ரங்கநாயகி கரிஷ்மா தொடர்பான படத்தை உடனே அழித்தாள்.

"உனக்கு ரொம்ப நன்றிம்மா!" குணசேகரன் சொல்ல,

"வேற ஆதாரம் எதுவும் இருக்குமா!" அம்சா கேட்க,

"சந்தேகமே வேண்டாம்மா! எதிரிகள் பக்கமிருந்த சாரும், நீங்களும் எங்க பக்கம் வந்த மாதிரி, விக்ரம் மனைவி வேதா முழுக்க இப்ப நம்ம பக்கம்!"

பிரவீன் அருகில் வந்தான்.

"இதனால் நமக்கென்ன லாபம்?"

"முதலாவதா கரிஷ்மாவுக்கு வந்த அவமானம் நீங்கியாச்சு! ரெண்டு இதை வச்சு சார்கூட பேச்சு நடத்தி, அவரை மிரட்டி லாக்கர் நம்பர்ல ஒண்ணை வாங்க திட்டம் போட்டாங்க! அது நடக்கலை. மூணு: சார் உயிருக்கு ஆபத்தை உண்டாக்க இனி யோசிப்பாங்க!"

"எல்லாம் சரி ரங்கு! அந்த லாக்கரை திறக்க நாலு பேர்கிட்ட ஆளுக்கொரு நம்பர் இருக்கு! அதை திரட்டினாத்தானே திறக்க முடியும்? இவரைத் தவிர 3 பேர் விக்ரம் ஆளாச்சே!"

"இனி விக்ரமே நம்ம ஆள்தான்!"

"ரங்கு! என்ன உளர்ற?"

"வேதா விக்ரமை நம்ம பக்கம் கொண்டு வந்துடுவா! அதுக்கான திட்டங்களை நாங்க பேசியாச்சு!"

"அது கஷ்டம்!"

"பெண் நினைச்சா எதுவும் முடியும் சார்!"

"எதிரிகள் கூட எப்படியோ உன் பக்கம் ஏதாவதொரு காலகட்டத்துல திரும்பிர்றாங்க ரங்கு!"

மதன் சொல்ல,

"அது மன்னியோட ஆசிகள்!"

போன் அடித்தது!

"அப்பாதான் கூப்பிடறார்!" ரங்கநாயகி தனியா வந்தாள்.

"நீ எப்ப ஆத்துக்கு வருவே ரங்கு?"

"தெரியலைப்பா!"

"மைதிலி பிள்ளை கைலாஷ் சென்னைக்கு வந்தாச்சு!"

"அப்படியா?"

"உன்னை பாக்கணும்னு துடிக்கறான். இன்னிக்கு ராத்திரி நம்மாத்துக்கு சாப்பிட வர்றா. வேலைகளை முடிச்சிண்டு சீக்கிரம் வந்துடும்மா!"

"முயற்சி பண்றேன்பா!"

வைத்தாள்.

"பிரவீன்! இன்னிக்கு என்ன ப்ரொக்ராம்? சர்ஜரி அல்லது முக்கிய வேலைகள் எதுவும் இருக்கா?"

"இல்லை டாக்டர்!"

"அப்ப, நான் எங்க வீட்டுக்குப் போகலாம்! மதன் அண்ணா, கைலாஷ் வந்திருக்காராம்!"

"அம்மா நேத்து ராத்திரியே சொல்லிட்டா ரங்கு இப்ப எங்கம்மா உங்காத்துலதான் இருக்கா!"

"வைதேகி அத்தை நல்ல பிஆர்.ஓ. அந்த குணம்தான் உன்னை சேனல் ஹெட் ஆக்கியிருக்கு"

"கிச்சாமி மாமா என்னையும் வரச் சொன்னார். ஹேமா பெரியம்மா, ராகவன் மாமா எல்லாரும் வர்றாளாம்!"

"போடு! நம்ம முழுக் குடும்பமும் ஒண்ணா சேரப்போறதா? எத்தனை நாளாச்சு?"

ரங்கநாயகி குரலில் சந்தோஷம் தளும்பியது!

பிரவீன் ஓரமாக ஒதுங்கி நின்றான்.

"பிரவீன்! அப்ப, நான் புறப்படறேன்!"

"சரி டாக்டர்!"

நாலடி நடந்த ரங்கு, திரும்பினாள்.

"உங்க குரலே சரியா இல்லை. முகம் வாடியிருக்கு! என்ன பிரச்னை?"

"ஒ... ஒண்ணுமில்லை!"

"கம்மான் பிரவீன்! சொல்லுங்க!"

"அம்மா! உன்னை இன்னிக்கு ராத்திரி சாப்பிட கூட்டிட்டு வரச் சொன்னாங்க! இனி அதுக்கான வாய்ப்பில்லை!"

"ஒண்ணா உட்கார்ந்து சாப்பிடணும்! அதுதானே அருந்ததி அத்தையோட ஆசை! பிரவீன் உங்கம்மாவும் மன்னி காலத்து நபர்தான். மன்னியோட அன்புக்கு பாத்திரமானவா! ஜேக்கப் சார் டேவிட் அங்கிளோட மருமகன்! இன்னிக்கு டின்னருக்கு நீங்க எல்லாரும் உண்டு! ஆன்ட்டிக்கு நான் போன் பண்ணி கூப்பிடறேன்! மன்னியோட பிரதிநிதிகள் ஒண்ணு சேர்ந்தாத்தான் விருந்து களை கட்டும். பிரவீன்! நீங்க போய் குளிச்சு, பிரமாதமா ட்ரஸ் பண்ணிண்டு அம்மாவையும் அழைச்சிண்டு வாங்கோ! ஜேக்கப் சார்! நீங்களும்தான்! குணசேகரன் சார்... நீங்க, அம்மா, கரிஷ்மா எல்லாரும் வந்துடுங்கோ!"

"இடம் போதுமா ரங்கு?" மதன் கேட்க,

"மனசுல நிறைய இடம் இருக்கு ஆத்துல இடம் பத்தலைனா தப்பில்லை! அம்மாவால இத்தனை பேருக்கு சமைக்க முடியாது! ஜெய்மஹி, ஜெயராமன் மாமாவுக்கு

நான் போன் பண்ணி சொல்றேன். அவர் கொண்டுவந்து அசத்திடுவார்!"

பிரவீன் உற்சாகமாக புறப்பட்டான்!

மதன் அருகில் வந்தான்!

அவளையே உற்றுப் பார்த்தான்!

"என்னண்ணா?"

"கொஞ்சம் முன்னால குழந்தை கடத்தல் அது இதுன்னு புயல் வீசியிருக்கும். எல்லாத்தையும் சரி பண்ணிட்டு இப்ப கூட்டம் கூட்டி வீட்ல விருந்துக்கு ஏற்பாடு பண்றே! உன்னை என்னால புரிஞ்சுக்க முடியில ரங்கு!"

"மதன் அண்ணா! வாழ்க்கைல தொழில் போராட்டமும் இருக்கணும்! குடும்ப சென்டிமென்ட்டும் வேணும். அப்பத்தான் சுவாரசியம்! எல்லாமே நிறைஞ்சதுதானே வாழ்க்கை! இதை நான் சொல்லலை மன்னி வாழ்ந்து காட்டிட்டு போயிருக்கா!"

மதன் சிரித்தான்.

ஆஸ்பத்திரியில் மருத்துவ சூறாவளி!

வீட்டுக்குள் வீசப்போகும் ஒரு காதல் புயலைப் பற்றி ரங்கநாயகி அப்போது அறிந்திருக்கவில்லை!

ஏற்கெனவே உள்ள பிரவீன்...!

வரப்போகும் மைதிலி மகன் கைலாஷ்!

நடுவில் ரங்கநாயகி!

44

அத்தியாயம்

ரங்கநாயகி பிரவீனுடன் அவன் வீட்டுக்கே மாலை ஆறரை மணிக்கு வந்துவிட்டாள்.

"வாம்மா ரங்கு! பிரவீன் இப்பவே கூட்டிட்டு வந்துட்டானா?"

"இது நம்ம வீடு ஆன்ட்டி! இங்கே நான் வர நேரம், காலம் பாக்கணுமா என்ன?"

அருந்ததி குளிர்ந்து போனாள்.

"நான் இப்பவே விருந்துக்கு ஏற்பாடு பண்றேன்!"

"ஆன்ட்டி! ஒரு சின்ன திருத்தம். விருந்தை நாம எல்லாரும் எங்க வீட்ல சாப்பிடப் போறோம்!"

"ஏன்மா?"

"மைதிலி அத்தை பிள்ளை கைலாஷ் வெளிநாட்லேருந்து வந்திருக்கான். அவனை அப்பா விருந்துக்கு கூப்பிட்டிருக்கார்! அந்த சாக்குல எல்லா அத்தைகளும், பெரியப்பா குடும்பமும் வர்றாங்க! மொத்தக் குடும்பமும் ஒண்ணு சேர்ந்தா, சந்தோஷம்தானே?"

"நிச்சயமா!"

"அதனால அங்கே எல்லாருக்கும் விருந்து! நீங்களும், பிரவீனும் உண்டு!"

"நாங்க எதுக்கும்மா? உன் குடும்பம் கூடற இடத்துல எங்களுக்கு எப்படீம்மா?"

"ஆன்ட்டி! ஏன் பிரிச்சுப் பேசறீங்க?"

"இல்லைம்மா!"

"நோ! நீங்களும் என் குடும்பம்தான்! மன்னியோட அன்புக்கு பாத்திரமான எல்லாருமே ஒண்ணு சேரப் போறோம். ஜேக்கப் சாரும் வர்றார். மைதிலி அத்தை புருஷன் முகமதியர் பகதூர்தான். ஜேக்கப் சார் டேவிட் அங்கிளோட மருமகன். கிறிஸ்தவர்! எங்க மதன் அண்ணா வேற்று ஜாதி அஞ்சனா ஆன்ட்டிக்கு பிறந்து, வைதேகி அத்தை மடில வளர்ந்தவர். என் பிறப்பு பற்றி உங்களுக்குத் தெரியாதா ஆன்ட்டி?"

"அய்யோ! எதுக்கும்மா இப்ப அதெல்லாம்?"

"மன்னிக்கு ஜாதி, மத பேதம் இல்லை! அவா ஆச்சார அனுஷ்டானங்களோட வாழ்ந்தவா! ஆனா எல்லாருக்கும் ரத்தம் ஒரே நிறம்தான். அதுல பாகுபாடு எதுவும் இல்லைனு சொன்னவா! ஜாதி, மதம் பற்றிப் பேசறவாளை எங்க மன்னிக்கும் புடிக்காது! எனக்கும் புடிக்காது! இன்னிக்கு நடக்கப் போற விருந்துக்கு எங்க மன்னியே ஏதாவதொரு ரூபத்துல வருவா சீரடி பாபா மாதிரி!"

அருந்ததி சிலிர்த்தாள்!

"பிரவீன்! அம்மாவை கூட்டிட்டு ஏழரைக்கு நம்ம வீட்ல இருங்க! வர்றேன் ஆன்ட்டி!"

ரங்கநாயகி காரில் ஏறி விட்டாள்.

பிரவீன் உள்ளே வந்தான்.

"அம்மா! இன்னிக்கு அவங்க குடும்பம் மொத்தமும் கூடறாங்க! எனக்காக ரங்கநாயகியை நீ பெண் கேக்கறியா?"

"என்னடா சொல்ற?"

“என்ன தப்பும்மா! ஒரு நாள் இதைப் பற்றிப் பேசித்தானே ஆகணும்?”

“ரங்கு மனசுல என்ன இருக்குனு இன்னும் தெரியலியே பிரவீன். அதைத் தெரிஞ்சுக்காம பேசினா சரிப்படுமா?”

“ரங்கநாயகி மனசுல வேற யாரும் இல்லைம்மா! அவளுக்குக் காதல் எல்லாம் கிடையாது! அவ மனசு துடைச்சு வச்ச சிலேட்டு! அதுல என் பேரை எழுதிடலாம்மா!”

“பாக்கறேன்பா!”

“உனக்கு அந்தக் குடும்ப மனுஷங்க எல்லாரையும் தெரியும். குறிப்பா, கிச்சாமி மாமாகூட நல்ல பழக்கம். ரங்குவுக்கும் அப்பா சொல்தான் வேதம். அதுக்குமேல என்னம்மா?”

“சரிடா! எல்லாத்துக்கும் ஒரு கால நேரம் வரவேண்டாமா?”

“என் வாழ்க்கை இருண்டு கிடந்தப்ப, அதுக்கு விளக்கேத்தி வெளிச்சம் தந்தது ரங்குதான்மா! அவளைத் தவிர, வேற யாரும் என் வாழ்க்கைல வர முடியாது! அவ இல்லைனு ஆயிட்டா, நான் காலம் முழுக்க தனி மனுஷன்தான்!”

“ஏண்டா பிரவீன் இப்பிடி பேசற? அம்மா நான் இருக்கேண்டா! என்னையும் மனச்சிறைலேருந்து மீட்டவ அவதான், எனக்கு மட்டும் அவ மருமகளா வரணும்னு ஆசையில்லையா? நான் சந்தர்ப்பம் பார்த்து பேசறேண்டா! அவ இன்னிக்கு நம்ம வீட்டுக்கு சாப்பிட வந்தா குடுக்கணும்னு ஒரு பட்டுப்புடவை வாங்கி வச்சிருக்கேன்டா!”

“வெரிகுட்! அதை அங்கே எல்லாருக்கும் முன்னால குடும்மா! குடுத்துட்டு கிச்சாமி மாமாகிட்ட பேச்சை ஆரம்பி!”

பிரவீனுக்கு ஒரு நம்பிக்கை வந்துவிட்டது!

அதே நேரம் ரங்கநாயகி தன் வீட்டுக்குப் போய்ச் சேர, ஏற்கெனவே ராகவன் குடும்பமும், ஹேமா குடும்பமும் வந்து சேர்ந்துவிட்டது. வழக்கம் போல உஷாவும், ஹேமா கணவர்

முரளியும் வரவில்லை! மன்னி காலம் தொட்டே 2 பேரும் ஒட்டாதவர்கள் ஆச்சே!

வைதேகி ஸ்ரீதர் வந்து விட்டார்கள்.

மைதிலி குடும்பத்துக்காக காத்திருந்தார்கள்.

மதன் வந்துவிட்டான். ஜேக்கப் வந்து கொண்டேயிருந்தார்.

"அப்பா! குணசேகரன் சார் தன் மனைவி, மகளோட வர்றார்!"

"கரிஷ்மாவுக்கு நேர இருந்த அவமானத்துலேருந்து அவளை நீ மீட்ட சந்தோஷம் ரங்கு!" மதன் சொல்ல,

ஏழரை மணிக்கு பிரவீன் அம்மா அருந்ததி கையில் பெரிய பையுடன் வர, சந்தோஷமாக வரவேற்றார் கிச்சாமி!

ஜேக்கப் வந்து விட்டார்.

மைதிலி குடும்பம் அருகில் நெருங்கிவிட்டதாக தகவல் வந்தது!

ஜெயமஹி வேன் உணவுகளுடன் வந்து இறங்க, பரபரவென செயல்பட்டுக் கொண்டிருந்தது.

ஜெயராமன் மாமா உள்ளே வர, ரங்கநாயகி வரவேற்றாள்.

"வாங்கோ மாமா!"

"முதல்ல மடிசார் மாமிக்கு என் நமஸ்காரங்கள் என வணங்கி, பெரிய மாலையை எடுத்து வந்தார்!"

"உங்க மன்னி படத்துக்கு நீயே போடும்மா! நீங்க மட்டுமில்லை! என் வளர்ச்சிக்கு உங்க மன்னியும் ஒரு காரணம்!"

ராகவன், கிச்சாமி இருவரும் நெகிழ்ந்து நிற்க,

ரங்கநாயகி மன்னி படத்துக்கு மாலைபோட, வாசலில் கார் வந்து நிற்க, மைதிலி, பகதூர், கைலாஷ் இறங்க,

"சீஃப் கெஸ்ட் வந்தாச்சு!"

கைலாஷை குடும்பமே வரவேற்க, பிரவீன் முகம் சிவந்தது! கைலாஷ் அழகாக இருந்தான்! உயரமாக, நல்ல உடல்வாகுடன், சிகப்பா, ஒரு சினிமா ஹீரோ போலிருந்தான்.

வெளிநாட்டில் படித்தவன்!

"ஹாய் ரங்கநாயகி... ஸாரி டாக்டர் ரங்கநாயகி! உன்னை எப்ப பாக்கப் போறேன்னு காத்துக்கிட்டிருந்தேன்!"

நெருங்கி வந்து அவள் கைகளை பற்றிக் குலுக்க,

"உன் முகமே மாறிப் போச்சு கைலாஷ். சினிமா ஹீரோ மாதிரி இருக்கே!"

"அப்படியா சொல்ற? நீ சொல்லிட்டா, உலகமே பாராட்டின மாதிரி!" அவன் நிறையப் பேச, ரங்கநாயகியும் சிரித்துப் பேச,

மைதிலிக்கு பூரிப்பு!

"கிச்சாமி! பேர் மட்டும் நம்ம அண்ணாவோடது இல்லை. குணமும் நிறைய அண்ணா குணம்தான் இவனுக்கு!"

பல வருடங்கள் கழித்துப் பார்க்கும் கடைசித் தங்கையின் மகன் என்பதால் அவனைச் சுற்றி உறவுகள் மொத்தமும் கூட, பிரவீன், அருந்ததி தனித்து விடப்பட்டார்கள்.

ஜேக்கப் கூட அந்தக் கூட்டத்தில் கலந்துவிட்டார்.

பிரவீன் முகம் வாடிப்போனதை மதன் கவனித்துவிட்டான். நெருங்கினான்.

"கைலாஷ்! இப்பிடி வா! இவர் டாக்டர் பிரவீன்! ஆஸ்பத்திரில ரங்குவோட வலதுகை! இவரைக் கேக்காம ரங்கு பெரும்பாலும் எந்த முடிவையும் எடுக்கறதில்லை."

"ஓ... நைஸ் டு மீட் யு டாக்டர்!" கை குலுக்கினான்!

"அருந்ததி ஆன்ட்டி மடிசார் மாமிக்கு ரொம்ப க்ளோஸ், அவங்க மகன்தான் டாக்டர் பிரவீன்!"

ரங்கநாயகி அருகில் வந்து, ''பிரவீன்! எங்கள்ள நீங்களும் ஒருத்தர் ஈஸியா இருங்க!''

''அம்மா! ரங்குவுக்கு நான் வாங்கிண்டு வந்த எல்லாத்தையும் குடு!'' கைலாஷ் சொல்ல,

மைதிலி பையைத் திறந்தாள்.

பிரவீன் அம்மாவைப் பார்த்தான்.

அருந்ததி அந்தப் பட்டுச் சேலையை வெளியே எடுத்தாள்.

அதற்குள் மைதிலி முந்திக்கொள்ள,

ரங்குவுக்கு தங்க நெக்லஸ், வைர மோதிரம், காதுக்கு ஜிமிக்கி, எல்லாம் எடுத்து மைதிலி வைத்தாள்.

''உன் கையால குட்ரா கைலாஷ்!''

''கம்மான் ரங்கு! இதெல்லாம் உனக்காக நானே செலக்ட் பண்ணி வாங்கினது!''

ரங்கநாயகி சிரித்தாள்.

''எதுக்குடா? நான் எப்ப அலங்காரம் பண்ணிண்டேன்! வேண்டாமே!''

கிச்சாமி குறுக்கிட்டு,

''அத்தை ஆசையா தர்றா ரங்கு! வாங்கிக்கோ!''

''நான்கூட உனக்கு பட்டுப் புடவை வாங்கியிருக்கேன் ரங்கு! பிரவீன் குட்ரா அவளுக்கு!''

அதற்குள் குணசேகரன் குடும்பம் உள்ளே நுழைந்தது!

அனைவரும் வரவேற்க,

''ரங்கநாயகி! இந்தக் கார் சாவியை பிடிம்மா!''

''எதுக்கு சார்!''

''வாசல்ல புது ஆடிக்கார் நிக்குது! உனக்காக நான் புக் பண்ணி இப்பத்தான் வந்தது!''

"சார்! என்ன இது?"

"நன்றி! என்னை மீட்டதுக்கு நன்றி! என் மகள் கரிஷ்மாவோட மானம் போகாம காத்ததுக்கு நன்றி! நீ செஞ்ச உதவிகளுக்கு என் மொத்த சொத்துக்களையும் உன் பேருக்கு எழுதி வச்சாக்கூட போதாது! உன்னை நான் பெறாத மகளா பாக்கறேன். இது பாசத்துக்கு தர்ற பரிசும்மா! இன்னும் உனக்கு நான் நிறையச் செய்யணும். மறுக்காதே! ஒத்துக்கோம்மா!"

"சார்! நீங்க நிறைய செய்யணும். அந்த கூட்டத்தை கூண்டோட புடிச்சு, மக்களை விஷ மருந்துகள் பிடிலேருந்து முழுமையா மீட்கணும். அதை உங்களால மட்டும்தான் சாதிக்க முடியும். என்னை எல்லாரும் மன்னிக்கணும். இந்த கார், நகைகள், பட்டுச்சேலை எதுவும் எனக்கு வேண்டாம். எங்க மன்னி வாழற காலத்துல பெரிய அட்வகேட்டா இருந்தாலும் ஆறே ஆறு புடவைகள் மட்டும்தான். கழுத்துல ஒரு செயின். கைல 2 வளையல்கள். மூக்குத்தி மீனாட்சி குங்குமம். பரிசுப் பொருட்களை மன்னி ஏத்துக்கமாட்டானு அப்பா சொல்லுவார். நான் அந்த மடிசார் மாமி போட்டுத் தந்த பாதைல நடக்க ஆசைப்படறேன். மறுப்புக்கு எல்லாரும் மன்னிக்கணும்! ஏன்னா, நானும் ரங்கநாயகி இல்லையா? அந்தப் பேருக்கு களங்கம் வராம காப்பாத்த வேண்டாமா! ஜெயராம் மாமா... சாப்பாடு ரெடியா?"

"ரெடிம்மா! எல்லாம் சூடா இருக்கு! நீ ஒக்காந்ததும் உனக்குப் புடிச்ச மைசூர் மசாலா தோசையை சுடச்சுட கல்லுலேருந்து எடுத்துண்டு வருவா!"

அத்தனை பேரையும் ரங்கநாயகியே அழைத்து உபசரித்தாள்.

மைதிலியிடம், கைலாஷும்,

அருந்ததியிடம், பிரவீனும்

எப்ப கல்யாண மேட்டரை ஓப்பன் பண்ணப் போறேம்மா என துளைத்தெடுக்க, அதை மதனும் ஜேக்கப்பும் கவனிக்க,

ரங்கநாயகி எல்லாரிடமும் சிரித்துப் பேசிக் கொண்டிருந்தாள் அழகாக!

'யாருக்கு ரங்கநாயகி?'

45

அத்தியாயம்

இங்கே ரங்கநாயகி வீட்டில் சந்தோஷமாக விருந்து நடந்து கொண்டிருக்கும் அதே நேரம்,

விக்ரமின் மருந்துக் கம்பெனியில் பெரிய கூட்டம் கூடியிருக்க, ஆம்ஸ்ட்ராங் டாக்டர், இன்னொரு டாக்டர் மித்ரா... அது தொடர்பான உள்ளூர் அரசியல் பிரபலங்கள் சிறு மெடிக்கல் மாஃபியா கும்பல் மொத்தமும் கூடியிருந்தது!

"குணசேகரன் மகளை மடக்கி, ரங்கநாயகியை ஒழிக்க எல்லா ஏற்பாடுகளும் செஞ்சோம். கடைசி நேரத்துல அதே சென்டிமென்டை கைல எடுத்து டாக்டர் விக்ரமை ரங்கநாயகி காச்சிட்டா!"

"அதுக்காக? அவ கைல குணசேகரன் இருக்கறவரைக்கும் நம்ம சரிவு பெரிசாகும்!"

"ஆயாச்சு! லாக்கரோட ஒரு சாவி குணசேகரன்கிட்ட, 2வது விக்ரம்கிட்ட, மூணாவது விக்ரம் ஆள்... நாலாவது டாக்டர் மித்ரா! விக்ரம் அவ பக்கம் திரும்பியாச்சு!"

"நோ... இ... இல்லை!" விக்ரம் கூச்சலிட,

"என்ன இல்லை? உன் மனைவி வேதா, வீடியோ ஆதாரங்களை ரங்கநாயகிகிட்ட ஒப்படைச்சு, கரிஷ்மாவை விடுவிச்சாச்சு!"

“என் குழந்தையை அவ ஆள் வச்சு கடத்தினா! 8 வருஷங்கள் கழிச்சு பிறந்த என் மகளை நான் இழக்க முடியுமா?”

“சபாஷ்! இதே சென்டிமென்ட்லதான் குணசேகரன் அந்தப் பக்கம் போனார். இப்ப நீயா?”

“இல்லை நான் போகல!”

“உன் மனைவி வேதா போகவைப்பா! குணசேகரனை தப்பிக்கவிட்ட மாதிரி விக்ரமை நாம தப்பிக்கவிட்டா, 75 சதவீதம் முடமாயிடுவோம். ரங்கநாயகி லாக்கரை உடைக்க நாள் குறிப்பா! அவ பலம் கூடிட்டே வருது. இனி இந்தப் பக்கத்துலேருந்து யாரும் அங்கே போகக்கூடாது! போக நினைச்சா போட்ருங்க!”

ஆம்ஸ்ட்ராங் தலைமை கொலை வெறியில் கூச்சலிட,

“நான் போகலை!”

“நாங்க நம்பலை! விக்ரமை உள்ளே வச்சு பூட்டு!”

விக்ரம் அதிர்ந்தான்.

“இது பல ஆயிரம் கோடிகள் வர்த்தகம். கூண்டோட மாட்டினா, என்னாகும்! இத்தனை காலம் பட்டபாடு வீண்! வெளிநாட்டுக்காரன் நம்ம கூட்டத்தையே அழிப்பான். இன்னும் 15 நாள்ல அவன் இங்கே வர்றான். அதுக்குள்ளே தீவிரமா ஒரு முடிவுக்கு நாம எல்லாரும் வந்தாகணும்!”

விக்ரம் அருகில் வந்தான்.

“என்னை நம்புங்க! ஒரு முக்கியமான துருப்புச் சீட்டு நம்ம கைக்கு வந்திருக்கு!”

மற்றவர்களிடம் ரகசியமாக அவன் அறிவிக்க,

“அதை ரங்கநாயகி தன் பக்கம் திருப்பறது சுலபம்!”

"மாட்டா! இதுல வேற ஒரு லாக்கிருக்கு! நம்ம உளவாளிகள் டாக்டர் திவாகரும், தர்ஷினியும் ரங்கநாயகியோட உறவுகள்."

"அது ரெண்டும் செல்லாக் காசுகள்!"

"இல்லை! தகவல் சுரங்கம்! அங்கே பல சங்கதிகளை நமக்கு இப்பவும் தர்றது அவங்க ரெண்டு பேரும். இப்ப ரங்கநாயகி வீட்ல உறவுகள் எல்லாம் கூடி விருந்து நடக்குது! இதுல பல நல்ல முடிவுகளை எடுக்கப் போறாங்க! அது நமக்கு சாதகமாக்கும்! விருந்து முடிஞ்சதும் தகவல் வரும்!"

விக்ரம் நம்பிக்கையாகச் சொல்ல,

அங்கே ரங்கு வீட்டில் விருந்து தடபுடலாக நடந்து கொண்டிருக்க, ஜெயமஹியின் ருசியான உணவை அனைவரும் ஒரு கை பார்த்துக் கொண்டிருக்க,

விருந்து முடிந்து தாம்பூலம் தரிக்கும் நேரம்,

மைதிலி மெல்ல ஆரம்பித்து விட்டாள்.

"கிச்சாமி! நம்ம குடும்பம் மொத்தமும் சந்தோஷமா கூடியிருக்கற இந்த நேரத்துல நான் கொஞ்சம் பேச ஆசைப்படறேன்!"

"சொல்லு மைதிலி!"

"நம்ம கைலாஷ் எம்.பி.ஏ. முடிச்சு, இன்னும் பல தொழில்நுட்ப பட்டங்களோட இங்கே வந்திருக்கான். அவன் இங்கியே பெரிசா தொழில் தொடங்கப் போறான். பணம், செல்வாக்கு எல்லாமே இருக்கு!"

"சந்தோஷம் மைதிலி!"

இவனுக்கு அண்ணா பேரு! உன் பொண்ணு சின்ன மன்னியோட மறு அவதாரம்!"

பிரவீன் ரத்த அழுத்தம் ஏற, அம்மாவைப் பார்க்க,

"அதனால?"

''அண்ணா, மன்னி ரொம்ப நாள் சேர்ந்து வாழமுடியலை. தெய்வம் அனுமதிக்கலை, ஆனா மன்னி மானசீகமா கடைசி வரைக்கும் அண்ணாகூட வாழ்ந்தது வேற சங்கதி! பேர் கொண்டவா ரெண்டு பேரும் வாழ்க்கைல ஒண்ணு சேர்ந்தா, மன்னி சந்தோஷப்படுவா இல்லையா?''

கிச்சாமி பேசவில்லை!

''இவன் சென்னைக்கே வந்து செட்டில் ஆகக் காரணம், ரங்குவைக் கல்யாணம் செஞ்சுக்கற ஆசைலதான்!''

பிரவீன் செத்தே போனான்.

''அம்மா! இனி நமக்கு இங்கே வேலையில்லை போகலாம்!''

எழுந்துவிட,

அவன் தோளில் கை விழுந்தது!

திரும்பினால், மதன்!

''இப்படி வாங்க டாக்டர்!''

''என்ன?''

''உங்க மனசும், ரங்குமேல உள்ள காதலும் எனக்குத் தெரியும்!''

''என்ன லாபம்? அத்தை பேசிட்டாங்களே!''

''பேசட்டும்! முடிவை ரங்குதானே எடுக்கணும்! கேட்டதும் சரினு அவ தலையாட்டுவாளா என்ன?''

''மதன்! என்ன சொல்றீங்க!''

''பதட்டப்படாதீங்க டாக்டர்! ரங்கு பேசட்டும்!''

''ஒருவேளை சம்மதம்னு சொல்லிட்டா!''

''இருங்க டாக்டர்!''

''ரங்கு நீ என்னடா சொல்ற?'' மைதிலி கேட்க, முதலில் புன்னகைத்த ரங்கநாயகி,

"அத்தே! கல்யாணம் பற்றி இப்ப யோசிக்கற மனநிலைல நானில்லை. ஒரு பெரிய குருஷேத்ரம் நடக்கறது உங்க எல்லாருக்கும் தெரியும். ஒரு டீமா செயல்பட்டு, ஒவ்வொரு நாளும் செத்துப் பிழைச்சிண்டு இருக்கோம். முதல்ல குற்றவாளிகளை கரெக்டா வெளில கொண்டுவந்து வெளிச்சம் போட்டு, அவா இனி தலைதூக்காதபடிக்கு, சட்டம் தண்டிக்கணும்! அப்பாவி பேஷண்டுகள் பிழைக்கணும். மருத்துவ மாஃபியா கும்பலை வேரோட பறிக்கணும். அது முடியறவரைக்கும் என் சொந்த வாழ்க்கையைப் பற்றிப் பேச்சே இல்லை அத்தே! வெரி ஸாரி!"

கைலாஷ் முகம் வாட, பிரவீன் மலர்ந்தான்.

"அதுக்கு நான் உனக்கு பக்கபலமா இருக்கேன் ரங்கு!"

"சந்தோஷம் கைலாஷ்! அதை அத்தை மகனா செய்! புருஷனா வேண்டாம்!"

"ரங்கு இதைத்தான் சொல்லுவானு எனக்குத் தெரியும்!"

கிச்சாமி சொல்ல, வைதேகி குறுக்கிட்டு, "அவ லட்சியம் நிறைவேற அதிக நாட்கள் இல்லை. அவ ஜெயிச்சதும், அவ சம்மதம் கேட்டு, கல்யாணப் பேச்சை எடுக்கலாமே!"

ஹேமா அதை ஆமோதிக்க,

"இப்பவும் கல்யாணப் பேச்சைத்தான் நாம பேசப் போறோம்!"

ரங்கு சொல்ல,

"என்ன சொல்றே?"

"அடுத்த புதன் - செப்டம்பர் 4-ஆம் தேதி - ராகவன் பெரியப்பாவுக்கு சஷ்டியப்த பூர்த்தி!"

"தெரியுமே! திருக்கடையூர்ல பண்ணப் போறோம்!" மைதிலி சொல்ல,

“அதுதான் இப்ப முக்கியம்! செப்டம்பர் 2-ஆம் தேதி பிள்ளையார் சதுர்த்தி பூஜையை ஆத்துல, ஆஸ்பத்திரில நாம முடிச்சதும் புறப்படறோம்! பெரிய ஏஸி பஸ் ஏற்பாடு செஞ்சாச்சு! 2-ஆம் தேதி சில கோயில்களை பார்த்துட்டு திருக்கடையூர் போவோம். அங்கே மணிவிழால ரூம்கள் புக் பண்ணியாச்சு! 3ஆம் தேதி ருத்ர ஏகாதசி!”

“நாலாம் தேதி சஷ்டியப்த பூர்த்தி! ஜெயராமன் மாமா! எல்லா ஏற்பாடுகளும் ஆச்சா?”

“ஆச்சும்மா ரங்கு!”

“அப்பா! நீயும் அம்மாவும் அத்தைகள், பெரிம்மா எல்லாரையும் கூட்டிண்டு போய் துணிமணிகளை எடுத்துரு! அவாளுக்குப் புடிச்சதா எடுத்துக் குடு!”

“சரிடா ரங்கு!”

“பெரிப்பாவோட சஷ்டியப்த பூர்த்தி ஜாம் ஜாம்னு நடக்கணும்!” ராகவன் கண்கலங்கிவிட்டார்.

“என் குழந்தைகள்கூட உன்னளவு அக்கறை காட்டலை!”

திவாகர் முகம் மாறியது!

“நானும் உங்க பொண்ணுதான் பெரிப்பா!”

“மன்னி சாகலைடா கிச்சாமி!” ராகவன் அழுதுவிட்டார். கைலாஷ் முன்னால் வந்தான்!

“ஓக்கே ரங்கு! ராகவன் மாமாவோட சஷ்டியப்த பூர்த்திக்கான செலவுல பாதியை நான் தர்றேன்!”

“ஏன்? நாங்க தர மாட்டோமா? எனக்கும் மாமா தானே?” மதன் சொல்ல,

ஹேமா மகள் தர்ஷினி, “நாங்களும் குடுப்போம்!”

குணசேகரன் குறுக்கிட்டு, “ரங்குமா நான் எல்லாத்தையும் பாத்துக்கறேன்!”

ரங்கநாயகி சிரித்து கைகளை உயர்த்தினாள்.

"எல்லாரோட அன்புக்கும் நன்றி! யார், யார் பெரிப்பா, பெரிம்மாவுக்கு பரிசுகள் தர விருப்பமோ, அதைச் செய்யலாம். நான் தடுக்கலை. ஆனா, இதை நடத்தப்போறது மன்னி! பெரிப்பானா, மன்னிக்கு உயிர். அதனால சஷ்டியப்தபூர்த்தியை நடத்தற உரிமை மன்னிக்கு மட்டும்தான் உண்டு!"

"என்னம்மா சொல்ற?" கிச்சாமி கேட்க,

"மன்னினா ரங்கநாயகி! ரங்கநாயகினா நான்தான்!" சொல்லிவிட்டு அவள் கலகலவென சிரிக்க, ராகவன் உணர்ச்சிவசப்பட்டு,

"குழந்தையே இதை நடத்தட்டும்! எனக்கும் மன்னி நடத்தின மாதிரி திருப்தி இருக்கும்!"

"சரி! அப்பா! அதுக்கான ஏற்பாடுகளை துரிதமா முடுக்கி விடு! நடுவுல 5 நாள்தான் இருக்கு. 2-ஆம் தேதி திங்கள் விநாயகர் பூஜை முடிஞ்சதும் நாம புறப்படணும். ஜெயராம் மாமா... ரெடியா?"

"இப்பவே ரெடிம்மா!"

"மதன் அண்ணா! பிரவீன்... நமக்கு ஆஸ்பத்திரில இந்த 5 நாள் ஓவர் டைம் வொர்க் இருக்கு. அப்பத்தான் 2 நாட்கள் திருக்கடையூர்ல என்ஜாய் பண்ணலாம்!"

"சரி ரங்கு!"

ஆள், ஆளுக்கு புறப்பட, திவாகரும், தர்ஷினியும் தனியாக வந்தார்கள்.

"எங்கப்பாவுக்கு அறுபது! இவ ஆட்டம் தாங்கலை தர்ஷினி! இவளுக்கு ரசிகர் மன்றம் திறக்காத குறைதான் வைக்கறேன் இவளுக்கு!"

போன் அடித்தான்.

எதிர்முனையில் விக்ரம் எடுக்க, திவாகர் சகலமும் சொல்லி முடிக்க, விக்ரம் சிரித்தான்.

"எங்கிட்ட எல்லாரும் கோவப்பட்டீங்களே! அதிர்ஷ்டம் நம்ம பக்கம் தான். செப்டம்பர் 2-ஆம் தேதி ரங்கநாயகி தன் குடும்பத்தோட பெரியப்பாவுக்கு அறுபது நடத்த திருக்கடையூருக்குப் போறா. மொத்த குடும்பமும் போகுது! இதைவிட சான்ஸ் கிடைக்காது. அந்த பஸ் சிதம்பரம் தாண்டினதும் வெடிச்சு சிதறும், ரங்கநாயகியோட குலமே நாசமாகும். இனிமே நமக்கு எதிரிகளே இல்லை. அறுபதா நடத்தறே? முப்பதுக்குள்ளே உன் கதையே முடியப் போகுதுடி ரங்கநாயகி!"

46

அத்தியாயம்

செப்டம்பர்-2 விநாயக சதுர்த்தி நாள்! திங்கட்கிழமை முதல் நாள் ஞாயிறே எல்லாம் தயாராகி விட்டது.

3, 4 தேதிகளில் திருக்கடையூர் ஆலயத்தில் வைபவம்! இங்கே துணிமணிகள் சகலமும் வாங்கியாகிவிட்டது!

ராகவனுக்கு பட்டு வேட்டி, சட்டை, உஷாவுக்கு பட்டுச் சேலை, நகைகள், சகலமும் ரங்கநாயகியே வாங்கிவிட்டாள்.

"எதுக்கும்மா இத்தனை செலவு?" ராகவன் நெகிழ்ந்து கேட்க,

"பெரிப்பா! நான் செய்யலை. மன்னி செய்யறா! உங்களால் மறுக்க முடியுமா?"

ராகவன் அழுதுவிட்டார்.

வீட்டு வாசலில் காலை 8 மணிக்கு 2 ஆம் தேதி பெரிய ஏ.ஸி. பஸ் வந்துவிட்டது!

அவரவர் வீட்டில் பிள்ளையார் பூஜையை முடித்துக் கொண்டு புறப்பட்டுவிட்டால், அங்கேயே பஸ் போய் அவர்களை ஏற்றிக்கொண்டு புறப்படுவதாக ஏற்பாடு.

ரங்கநாயகியின் குடும்பம் மொத்தமும், தவிர பிரவீன், அருந்ததி, ஜேக்கப், குணசேகரன் குடும்பம் - இன்னும் சில

ஆஸ்பத்திரி டாக்டர், நர்ஸ்கள் என ஏறத்தாழ நாற்பத்தி எட்டுப் பேர்.

ஜெயராமன் மாமா உணவுப்பொருட்களை கொண்டுவந்து ஏற்றி விட்டார். அவரது குழுவும் தயார்.

திருக்கடையூர் மணிவிழா ஓட்டலை ஒட்டுமொத்தமாக பதிவு செய்து விட்டார்கள்.

அங்கே ராஜ ரத்னம் குருக்களை வைத்து அறுபதை சிறப்பாக நடத்த சகல ஏற்பாடுகளையும் ஜெயராமன் மாமா செய்திருக்க,

முதலில் கபாலீஸ்வரர் கோயிலில் வழிபாடு முடித்து, தேங்காய் உடைத்து, தீபம் காட்டி பஸ் புறப்பட்டுவிட்டது.

ரங்கநாயகி உற்சாகத்தின் உச்சியில் இருந்தாள்.

ஏ.ஸி. பஸ் ராகவன், மைதிலி, வைதேகி, ஹேமா என ஒவ்வொருவர் வீடாக ஏற்றிக்கொண்டு புறப்படுவதாக திட்டம்.

பிரவீன், அருந்ததி தயாராக இருந்தார்கள்.

ஜேக்கப் இருந்ததால் போலீஸ் பாதுகாப்பும் இருந்தது.

மதன் சேனல் கவரேஜ்!

டாக்டர் வீட்டு அறுபது திருக்கடையூரில் என ஏற்கெனவே செய்தி வெளியாகத் தொடங்கி விட்டது!

சகல பேரையும் ஏற்றிக் கொண்டு உற்சாகமாக ஏ.ஸி. பஸ் புறப்பட்டு விட்டது!

அருந்ததி, பிரவீனிடம் சொல்லியிருந்தாள்!

“ரெண்டு முழு நாள் ரங்கநாயகி கூட இருக்கப் போறோம். இந்த வாய்ப்பை விடாதே!”

“அந்த கைலாஷ் இருக்கானேம்மா! அவனும் திட்டம் போடுவான் இல்லையா?”

"டேய்! யாரு என்ன திட்டம் போட்டா என்ன? ரங்கநாயகி மனசுல இடம் பிடிக்கறது முக்கியம்டா. நீதான் கூடவே இருக்கே! அவன் நேத்து வந்தவன்! நம்பிக்கையைத் தளரவிடாதே!"

மைதிலியும் தன் மகன் கைலாஷை தயார் செய்து கொண்டிருந்தாள்!

ரங்கநாயகிக்கு 2 பேரும் காதல் வலைகளை வீசத் திட்டம் போட அங்கே விக்ரம் முகாமில் அலை பறந்தது.

"டாக்டர் ரங்கநாயகி க்ரூப் திருக்கடையூருக்கு புறப்பட்டாச்சு! என்ன ஏற்பாடு செஞ்சிருக்கே? 3, 4 விழா!"

"ரெண்டாம் தேதியே குடும்பம் சிதறப் போகுது! அப்புறம் என்ன விழா? திருக்கடையூருக்குப் போய்ச் சேர்ந்தாதானே?"

"என்ன செஞ்சிருக்கே?"

"சிதம்பரம் தாண்டி, சீர்காழி வர்றதுக்குள்ளே எல்லாம் முடிஞ்சிடும்!"

"எப்படி? போலீஸ் ஜேக்கப், சேனல் மதன், குணசேகரன் எல்லாரும் போறாங்க!"

விக்ரம் சிரித்தான்.

"அவங்க விதியும் ரங்கநாயகி குடும்பத்தோட முடியணும்னு எழுதியிருக்கு!"

"என்ன செஞ்சிருக்கே?"

"திவாகர், தர்ஷினி ஏற்கெனவே செஞ்சாச்சு! பஸ்ல பழக்கூடைல பாம் வச்சாச்சு! 2 மாதுளம் பழங்கள்ல வெடிகுண்டு இருக்கு! டைமர் செட் பண்ணியாச்சு! குறிச்ச எடத்துல அது வெடிச்சு பஸ் சிதறும். ஒரு உயிர் கூட மிஞ்சாது!"

"அதெப்படி? திவாகர், தர்ஷினி தற்கொலைப்படையா?"

"இல்லை அவங்க கடலூர் தாண்டினதும் கழண்டுடுவாங்க. அங்கேதான் ஆரம்பம்!"

"ரங்கநாயகி சந்தேகப்படமாட்டாளா இவங்க கழண்டுகிட்டா?"

"அதுக்கும் திட்டம் ரெடியா இருக்கு!"

விக்ரம் ரகசியமாக அதைச் சொல்ல அவனது கூட்டம் அதைக் கேட்டு ஆர்ப்பரிக்க,

இங்கே ஏ.ஸி. பஸ்ஸில் பாட்டு, டான்ஸ், கும்மாளம் என பொறி பறக்க,

ஜெயமஹியின் சுவையான காலைச் சிற்றுண்டிக்காக ஓரிடத்தில் பஸ் நிறுத்தப்பட

திவாகர், தர்ஷினியின் காதைக் கடித்தான்.

"இங்கே வச்சிடலாமா?"

"ஆமாம். சாப்டுட்டு எல்லாரும் பஸ்ல ஏறப் போற நேரம் வச்சிடலாம்."

ஒரு பெரிய கோயில் மண்டபத்தை ஆக்ரமித்து அனைவரும் சாப்பிட, இவர்கள் இருவரும் நழுவி, வெடிகுண்டு மாதுளம் பழத்தை ஓரிடத்தில் வைத்து விட்டார்கள்.

ரங்கநாயகியே பரிமாறினாள்.

எல்லாம் முடிந்து பேருந்தில் அனைவரும் ஏற,

"போகலாமா?"

"மதன் அண்ணா! எதுக்கும் ஒரு பரிசோதனை நடத்திட்டு வண்டியை எடுக்கலாம்!"

"என்ன பரிசோதனை?" கிச்சாமி கேட்க,

"குடும்பத்தோட புறப்படறோம். வெடிகுண்டுகூட வைக்கப்பட்டிருக்கலாம். மதன் அண்ணா, ஒரு பாம் ஸ்குவார்டை கூட்டிட்டு வந்திருக்கார். நீங்க பாத்துருங்க!"

தர்ஷினிக்கு குபீரென வியர்த்தது.

திவாகரை அவள் பீதியுடன் பார்க்க, இருவருக்கும் உடம்பு முழுக்க நடுங்க,

பாம் ஸ்குவார்ட் மதன் இருவரும் வேகமாக பரிசோதனை நடத்த, குடும்பமே கொஞ்சம் கலவரத்துக்கு உள்ளாக,

திவாகர் சாதுர்யமாக அந்தப் பழக்கூடையை நகர்த்தி வெளியே கொண்டு வந்து விட்டான்.

இவர்களது தேடல் முடிந்து, பஸ்ஸை எடுக்கும் நேரம் டிரைவர் சீட்டுக்கு அடியில் கூடை புகுந்துவிட்டது!

தர்ஷினி பிரமிப்பில் விழிகளை விரித்தாள்.

வெடிகுண்டு சுமந்த பஸ் வேகம் பிடித்தது!

திவாகர், விக்ரமுக்கு இந்தத் தகவலை வாட்ஸ் அப்பில் அனுப்ப, அங்கே மொத்தக் கூட்டமும் அதிர்ந்தது!

வெடிகுண்டு மாட்டியிருந்தா நம்ம திட்டமே பாழ்!

மணக்குளம் பிள்ளையார் சதுர்த்தி நாளில் ஜொலித்தார்.

ஆஸ்ரமத்தில் அன்னை அருள்பாலிக்க, அங்கங்கே தரிசனங்களை முடித்துக்கொண்டு சிதம்பரம் வந்து சேர்ந்தார்கள்.

வெடிகுண்டுக்கான நேரம் சரியாக நிர்ணயிக்கப்பட்டிருந்தது!

சிதம்பரம் கோயிலுக்குள் நுழையப் போகும் நேரம் தர்ஷினி அழுதாள். வயிற்று வலியில் துடித்தாள்.

ரங்கநாயகி சிகிச்சைக்கு வர,

“இல்லை ரங்கு! இது மாதாந்திர பிரச்னை! கொஞ்சம் முன்னாலயே வந்தாச்சு! நான் திருக்கடையூருக்கு வரக் கூடாது!”

“சரி! ஓட்டல் ரூம்ல தங்கிக்கோ!”

“வேண்டாம்! சுத்தபத்தமா மாமாவுக்கு நடக்கற அறுபது! நீ ரொம்ப கஷ்டப்பட்டு ஏற்பாடு செஞ்சிருக்கே! நான் வரலை! பஸ் புடிச்சு சென்னை திரும்பிர்றேன்!”

“நீ தனியாவா போவே?” ஹேமா தயங்க,

“இல்லை அத்தே! நான் அவளுக்கு துணையா போறேன்!” திவாகர் முந்திக்கொள்ள,

ஆள், ஆளுக்குப் பேச, மதன் ரங்குவிடம் வந்தான்.

“ரெண்டு பேருமே கிரிமினல்கள் ரங்கு! இப்ப கழண்டுக்கிற மாதிரி தெரியறது! ஏதாவது தப்பு நடக்கப் போறதா? தப்பிக்க பாக்கறாளா ரெண்டு பேரும்?”

“நானும் அதைத்தான் யோசிக்கறேன்!”

“ரெண்டு பேரையும் போக விடப்படாது ரங்கு!”

மதன் வந்து பேச,

“இல்லை மதன்! என்னால மாமா 60 களங்கப்பட வேண்டாம். நான் வரமாட்டேன். திவாகர் துணை இருக்கு! நாங்க திரும்பிப் போறோம்!”

“அந்த நேரம் ரங்கநாயகி போனில் பேசிக் கொண்டிருந்தாள் வேறு யாருடனோ!”

“மதன் அண்ணா! ரெண்டு பேரையும் தடுக்க வேண்டாம். அவா போகட்டும்!”

“என்ன சொல்ற ரங்கு?”

“போகட்டும்!”

“எங்களை மன்னிச்சிடுங்கோ! ஸாரி மாமா!”

“பெத்த பிள்ளை திவாகர். அவன் இல்லாம நமக்கு எதுக்கு அறுபது?” உஷா கேட்க,

“அவனுக்கே ஆர்வம் இல்லை. விடு!” ராகவன் சொல்ல,

“எல்லாத்தையும் இவ எடுத்துச் செய்யறா! நம்ம பிள்ளைகளை யாரும் மதிக்கலை! அவா எப்படி சந்தோஷமா வருவா!”

"உஷா! வாயை மூடு! ரங்கநாயகி நம்ம குழந்தைகளுக்கும் மேல எத்தனை பாசம்! உனக்கு இஷ்டமிருந்தா வா! இல்லைனா திவாகர்கூட நீயும் போயிடு! நான் தனியா அறுபது பண்ணிக்கறேன்!"

"பெரிப்பா! என்ன இது? இந்த நேரத்துல நீங்க வருத்தப்படலாமா?"

"இல்லைடி ரங்கு! மன்னி இருக்கும்போதே, இவ படுத்தினபாடு கொஞ்சமில்லை. மன்னி எத்தனை சங்கடப்பட்டிருக்கா! இப்ப உன்னை அவமானப்படுத்தப் பாக்கறா! இனி, நான் விடமாட்டேன்!"

"விடுங்கோ பெரிப்பா! பெரிம்மாவும் எனக்கு அம்மாதான். குடும்பம்னா, நாலும் இருக்கத்தான் செய்யும். இதையெல்லாம் பெரிசா எடுத்துக்கலாமா?"

"தர்ஷினி தீசல்! குடும்பத்துல அவ மொதல்ல பொறந்த காரணமா, அவளை எல்லாரும் தூக்கி வச்சுக் கொண்டாடினா! எல்லாத்துலேயும் தனக்குத்தான் முன்னுரிமை தரணும்னு ஈகோ!"

"ராகவா! என் பொண்ணை, நான் வளர்க்கலை. இவரோட குணம் அவளுக்கு. அப்பா கெடுத்து வச்சிருக்கார். சில அப்பாக்கள் பெண்களை தட்டிக் கேக்கறதேயில்லை!" ஹேமா புலம்ப,

"வீட்டுக்கு வீடு ஒரு மூத்த பொண்ணு இருப்பா! எல்லாரையும் அடக்கி ஆள நினைப்பா! நாளா வட்டத்துல ஃப்யூஸ் போன பல்பு மாதிரி ஆயிடுவா!"

மதன் சொல்ல, அனைவரும் சிரிக்க,

பஸ் புறப்பட்டது! வழக்கம்போல சிரிப்பு, கேளிக்கை, கொண்டாட்டம்!

சிதம்பர தரிசனம் முடிந்து சீர்காழியை நோக்கி அந்த பஸ் ஓடிக்கொண்டிருக்க,

இன்னும் 15 நிமிடங்களில் அந்த பஸ் வெடித்துச் சிதறப் போகிறது! அதற்கான முள் வேகமாக நகர்ந்து கொண்டிருக்க, இது தெரியாமல் குடும்பம் மொத்தமும் சந்தோஷமாக சிரித்துக் கொண்டிருக்க,

டிரைவர் சீட்டுக்கடியில் கூடையில மாதுளம் பழங்கள் வெடிகுண்டுடன் ஆடிக் கொண்டிருந்தன!

47

அத்தியாயம்

டிரைவர் சீட்டுக்கடியில் மாதுளம் பழங்கள் வெடிகுண்டுடன் ஆடிக் கொண்டிருக்க,

பஸ் உற்சாகமான ரங்கநாயகி குடும்பத்தை சுமந்தபடி ஓடிக் கொண்டிருக்க,

இங்கே விக்ரம் முகம் படபடப்பாக இருந்தது!

"திவாகர் - தர்ஷினி இறங்கின பிறகு அங்கே என்ன நடக்குதுன்னு தெரியலியே?" டாக்டர் மித்ரா கேட்க,

"இங்கே பாருங்க!" விக்ரம் தன் லேப்டாப்பை ஓப்பன் செய்து காட்ட பஸ்ஸுக்குள் அனைவரும் சிரிப்பதும், மாதுளம் சுமந்த கூடை குலுங்குவதும் தெரிய,

"இது எப்படி?"

"இறங்கறதுக்கு முன்னால் திவாகர் இந்த டிவைஸை பஸ்ல சரியான இடத்துல ஃபிக்ஸ் பண்ணிட்டான்!"

"ப்ரில்லியன்ட்"

"பஸ் வெடிச்சு சிதறக்கூடிய காட்சியை, ரங்கநாயகி குடும்பம் ரத்தம், சதை சாம்பலா உருமாற்றதை நீங்கள்ளாம் பார்க்க வேண்டாமா! அதிகபட்சம் 15 நிமிஷங்கள். நம்ம பிரதான எதிரி குடும்பத்தோட பரலோகம் போகப் போறா! இனி நமக்கு எந்தப் பிரச்னையும் இல்லை!"

"சரி விக்ரம்! இது நடந்தா, போலீஸும், மீடியாவும், பொது மக்களும் நம்மை சும்மா விட்டுவைப்பாங்களா?"

"களேபரம் வரத்தான் செய்யும். ஆனா, ஆதாரம் இல்லையே? நாமதான் இதை செஞ்சோம்னு நிரூபிக்க என்ன வழி? சட்டம் நம்மை நெருங்காம இருக்க, ஏற்கெனவே எல்லா ஏற்பாடுகளையும் செஞ்சாச்சு!"

"அப்படியா?"

"ஒரு புத்திசாலி க்ரிமினல், குற்றம் செய்யறதுக்கு முன்னால சட்டத்துல உள்ள ஓட்டைகளை அடைச்சிட்டுத்தான் குற்றத்தை தொடங்கணும்! கன்ஃ்பஷன் முடிஞ்சு, கொலை செய்யற மாதிரி!"

விக்ரம் சிரித்தான்.

"இன்னும் பத்தே நிமிடங்கள்தான். ரங்கநாயகிக்கு கண்ணீர் அஞ்சலி போஸ்டர்கள் தயார்!"

அந்த பஸ் நின்றது!

"ஏன் பஸ் நிக்குது?"

"நிக்கட்டும்! ஓடத் தொடங்கும் போது வெடிக்கட்டும்!"

"ரங்கநாயகி! ஏன் பஸ் நிக்கறது?" கிச்சாமி கேட்க,

"அப்பா! முக்கியமான ஒரு வி.ஐ.பி.யை விட்டுட்டு வந்துட்டோம். சிதம்பரத்துல பிக்கப் பண்ணிக்கறதா சொன்னேன். அவா வந்து சேரலை கார் இப்பத்தான் பின்னால வர்றது!"

"யாரம்மா அது?"

"தோ... கார் வந்தாச்சுப்பா!"

ரங்கநாயகி பஸ்ஸை விட்டு இறங்க, கூடவே ஜேக்கப், குணசேகரன் இறங்க, நின்ற காரிலிருந்து விக்ரம் மனைவி வேதா, தன் மகளுடன் இறங்கினாள்.

பஸ்ஸுக்குள் டிவைஸ் இருந்ததால் வெளியே நடப்பது விக்ரம் க்ரூப்புக்கு தெரியவில்லை!

"வாங்க வேதா! நீங்க கார்ல பஸ்ஸை தொடர்ந்து வாங்க!"

"இல்லை ரங்கு பஸ்ல எல்லார் கூடவும் வந்தாத்தான் ஜாலி! நானும் உங்ககூட வர்றேன்!"

"சந்தோஷம்! வாங்க!"

பஸ்ஸுக்குள் வேதாவும், குழந்தையும் ரங்கநாயகியுடன் ஏறுவதைப் பார்த்து விக்ரம் அலறிவிட்டான்.

"இவ எப்படி வந்தா? எப்ப வந்தா! என்கிட்ட சொல்லவேயில்லையே?"

"யாரு விக்ரம்"

"மகாபாவி! இவ செத்தாலும் வருத்தமில்லை. என் குடியை கெடுக்க வந்த சண்டாளி. எனக்கு என் குழந்தை வேணும்!"

அலறினான்!

பஸ் புறப்பட்டது!

"அய்யோ! பத்து நிமிஷத்துல பாம் வெடிக்கும். என் குழந்தை சாகக்கூடாது!"

கதறினான்.

குழந்தை அந்த நேரம் டிரைவர் சீட்டுக்கு அடியில் இருந்த கூடையைப் பார்த்துவிட்டது!

"அய்... அம்மா! பொமக்ரனேட்!"

படக்கென உள்ளே நுழைந்து இரண்டு மாதுளம் பழங்களையும் கையில் எடுத்துவிட்டது!

"அதை வை ராஜா! என்ன கெட்ட பழக்கம்?" வேதா அதட்ட,

"வச்சுக்கட்டுமே! நிறைய பழங்கள் இருக்கு!" கிச்சாமி சொல்ல, குழந்தை கையில வெடிகுண்டுகள்.

விக்ரம் உயிர் ஏறத்தாழ போய்விட்டது!

உடனே போலீஸுக்கு போன் செய்தான்.

"விக்ரம் என்ன பண்றீங்க?"

"இன்னும் ஏழு நிமிஷத்துல வெடிக்கும். என் குழந்தை? அய்யோ! வெடிக்கக் கூடாது!"

"விக்ரம்! ரங்கநாயகி குடும்பமே அழியப் போகுது! இதைவிட ஒரு நல்ல வாய்ப்பு இனி கிடைக்காது!"

"முட்டாள்! இதுல என் மனைவி, குழந்தை பலியாகணுமா!"

"ஒரு எதிரி கும்பலை அழிக்கும்போது, நமக்கு வேண்டிய 2 பேரை இழக்கத்தான் வேணும். பல லட்சம் கோடிகள் வர்த்தகம் இது! ரங்கநாயகியால அழியக்கூடாது! நமக்கும் ஆயுள் முழுக்க சிறைவாசம்! எங்க எல்லாரையும் பலி குடுக்கப் போறியா! உன் பொண்டாட்டி, புள்ளை சாகட்டும்!"

"இல்லை! விடமாட்டேன். போலீஸ் கிடைக்கலை. நான் ரங்கநாயகிக்கே தகவல் தரப் போறேன்!"

அவசரமாக அவன் டயல் செய்யத் தொடங்க,

பஸ் ஓடிக் கொண்டிருந்தது.

"இன்னும் ஆறே நிமிடங்கள்!"

குழந்தை மாதுளம் பழத்தை கடிக்க முயற்சி செய்ய,

"கண்ணா வேண்டாம்!" வேதா அதட்ட,

"எனக்கு வேணும்!"

"இந்தாம்மா கத்தி! உரிச்சுக்குடு!" கிச்சாமி சொல்ல, மைதிலி அதை வாங்கி,

"கண்ணா! இங்கே தா! நான் உனக்கு உரிச்சுத் தர்றேன்!"

இரு மாதுளைகளும் மைதிலி கைக்கு மாற,

அங்கே விக்ரம் ரங்கநாயகியின் ஏழு நம்பர்களை டயல் செய்துவிட, டாக்டர் மித்ரா படக்கென செல்போனை பறித்தார்.

"டாக்டர்! என்ன இது?"

"ரங்கநாயகியோட அழிவுக்காக உன் குடும்பத்தை நீ பலி குடுத்துத்தான் ஆகணும் விக்ரம்! போன் பேசவிட மாட்டேன்!"

"நோ டாக்டர்!" விக்ரம் பாய,

"டேய்! விக்ரமை புடிச்சுக் கட்டுங்க!"

ஆட்கள் பாய்ந்துவர,

"இல்லை நான் விடமாட்டேன்!" விக்ரம் மோத,

"இவன் செத்தாலும் தப்பில்லை. ரங்கநாயகி அழியணும்!"

விக்ரமை மூன்று பேராக லாக் செய்ய,

பஸ் ஓடிக்கொண்டிருந்தது.

இன்னும் ஐந்தே நிமிடங்கள்.

மாதுளையின் கனமான மேல் தோலை கீற மைதிலியின் கையில் கத்தி பட்டு, ரத்தம் வர,

"பிரவீன்! அத்தைக்கு முதலுதவி செய்ங்க! அத்தே பழங்களை இப்பிடி குடுங்க! மாதுளம் பழத்தைக்கூடவா உரிக்கத் தெரியலை? கொண்டா!"

ரங்கநாயகி வாங்கிக் கொண்டாள்.

இன்னும் நாலே நிமிடங்கள்.

ரங்கநாயகியின் கையில் வெடிகுண்டுகள்...!

அங்கே விக்ரம் வெறி வந்தவன்போல ஒரு முழு யானை பலத்தில் அந்த மூன்று பேரையும் உதைத்துத் தள்ள, ஆளுக்கொரு பக்கம் சிதற,

தன் செல்போனை பறித்துக் கொண்டு ஓடினான்.

"டேய்! அவனை விடாதீங்க! இன்னிக்கு ரங்கநாயகி குடும்பம் அழியணும்! அதுக்கு இவனை பலி குடுத்தா தப்பே இல்லை. சாம்ராஜ்யத்தை தக்க வச்சுக்க, உயிர்ப் பலிகள் அவசியம். தயங்காதீங்க!"

செல்போனுடன் விக்ரம் ஓட, ஆட்கள் வெறியுடன் அவனைத் துரத்த,

விக்ரம் ஓடிக் கொண்டே ரங்கநாயகியின் நம்பர்களை வேகமாக அழுத்தத் தொடங்க,

இங்கே மைதிலிக்கு பிரவீன் கட்டுப்போட,

ரங்கநாயகி மாதுளம்பழத்தை கத்தியால் கீற,

இன்னும் இரண்டே நிமிடங்கள்...

ஜன்னலோரம் உட்கார்ந்த வைதேகிக்கு குமட்டல் வந்து வாந்தி வர, ஜன்னலை ஸ்ரீதர் திறக்க,

"அத்திம்பேர் ஏ.ஸி. ஓடிண்டிருக்கு! ஜன்னலைத் திறக்க வேண்டாம்!"

கிச்சாமி சொல்ல,

"தேவலைடா! வைதேகி பஸ்ஸுக்குள்ளே வாந்தியெடுத்து பஸ்ஸை நாறடிக்கப் போறா!"

"கிச்சாமி! பஸ்ஸை நிறுத்தி, கதவைத் திற! நான் வெளில போய் வாந்தியெடுத்துக்கறேன்!"

கைலாஷ் டிரைவருக்குச் சொல்ல, பஸ் குலுங்கி நிற்க, வைதேகி ஸ்ரீதருடன் இறங்க,

இன்னும் ஒரே நிமிடம்!

விக்ரம் கடைசி எண்களை அழுத்தி விட்டான்.

ரங்கநாயகியின் கையில் வெடிகுண்டு!

"ரங்கநாயகி! நான் விக்ரம் பேசறேன்!"

"உன்கிட்ட பேசற மூட்ல நான் இல்லை விக்ரம்!"

"அய்யோ! கட் பண்ணிடாதே டாக்டர்!" விக்ரம் ஓடிக்கொண்டே அலற, துரத்தும் ஆட்கள் நெருங்க,

பஸ்ஸுக்கு வெளியே வைதேகி வாந்தியெடுக்க, இன்னும் நாற்பது நொடிகள்.

"ரங்கநாயகி! உன் கைல உள்ள 2 மாதுளம் பழங்களும் பழமல்ல அது பாம்! வெடிக்கற நேரம் வந்தாச்சு ரங்கநாயகி சீக்கிரம்!"

விக்ரம் அலறினான்!

இன்னும் பத்து நொடிகளே பாக்கியிருந்தன.

"அவன் பேசிய கடைசி வார்த்தைகள் ரங்கநாயகிக்கு கேட்கவில்லை!"

"நீ பேசறது கேக்கலை!"

"இன்னும் ஆறு நொடிகளே பாக்கி!"

"மாதுளம் பழத்துல வெடிகுண்டு ரங்கநாயகி!" விக்ரம் அலற,

"இன்னும் 3 நொடிகளே பாக்கி!"

அவளுக்கு கேட்டுவிட்டது!

ரங்கநாயகி குபீரென எழுந்து, வேகமாக படிகளில் இறங்கி பஸ்ஸைவிட்டு ஓட,

இன்னும் ஒரு நொடிதான் மீதம் என்ற நிலையில்,

ஒரு கிரிக்கெட் பவுலர் போல இரண்டு பழங்களையும் அதிவேகமாக ரங்கநாயகி வீச,

வெகு தூரத்தில் அது போய் பலத்த ஓசையுடன் வெடித்துச் சிதறியது!

48

அத்தியாயம்

ஒரு ஃபாஸ்ட் பவுலரின் வேகத்தில் ரங்கநாயகி பழங்களை வீச, அது வெகு தூரம்போய் ஒரு வயலில் பலத்த ஓசையுடன் வெடித்துச் சிதற, அந்தப் பகுதி முழுக்க கரும்புகையுடன் நெருப்புப் பிழம்பு சிதற, அந்தப் பிரதேசமே குலுங்க,

ஏராளமான ஆட்கள் ஓடிவர,

எதுவும் புரியாத குடும்பம் மொத்தமும் பெரிய பீதியுடன் பஸ்ஸை விட்டு வேகமாக இறங்க,

“என்னாச்சு ரங்கு?” எப்படி? பாம் எப்படி?”

ஜேக்கப் கேட்க, மதனும் மற்றவர்களும் சூழ்ந்துகொள்ள,

“இந்த மாதுளம் பழங்கள்ல பாம் வைக்கப்பட்டிருக்கு!”

“என்ன சொல்ற? நீ சந்தேகப்பட்டு பாம் ஸ்குவார்டை வச்சு செக் பண்ணினப்ப கிடைக்கலியே?”

ஜேக்கப் கேட்க,

மதன் உள்ளே வந்தான்.

“ரங்கு! இதை வச்சது திவாகரும், தர்ஷினியும்தான்!”

“என் பிள்ளைமேல அபாண்டப்பழி!” உஷா அலற,

“வாயை மூடுடி!” ராகவன் அதட்ட,

"தான் வீட்டுக்கு விலக்குனு அவ சிதம்பரத்துல பொய் சொல்லியிருக்கா! அவளும் திவாகரும் சாகாம தப்பிக்க வழி! பாமை வைக்கச் சொன்னது விக்ரம் கூட்டணி! ஏவிவிட்டது இவா ரெண்டு பேரையும்! நானும் மதன் அண்ணாவும் சந்தேகப்பட்டோம். விக்ரம் காரணமா நமக்கு எந்த நேரமும் ஆபத்து வரலாம்னு தான் வேதா, குழந்தையை நான் வரச் சொன்னேன். அவா காரை விட்டு பஸ்ல ஏறினதும் விக்ரம் பதறிட்டான்!"

"அவனுக்கு எப்படித் தெரியும்!"

"இதோ. இந்த டிவைஸ்!" பிரவீன் சுட்டிக் காட்டினான்.

"அடப்பாவி! அவர் திருந்தலையா ரங்கநாயகி?" வேதா கேட்க,

"இல்லை வேதா! என்னை குடும்பத்தோட அழிக்க விக்ரமை அந்தக் கூட்டம் நியமிச்சிருக்கு! அதனாலதான் உங்களை, குழந்தையோட நான் வரச் சொன்னேன். தன் குழந்தை சாகறதை விக்ரம் விரும்பமாட்டார். கடைசி நொடிகள்ல அவர் தந்த எச்சரிக்கைலதான் நாம அத்தனை பேரும் தப்பிச்சோம். இன்னும் ஒரு நொடி தாமதிச்சிருந்தாகூட, அத்தனை பேர் கதையும் முடிஞ்சிருக்கும்!"

குடும்பமே அலறிவிட்டது!

"ஆனா மன்னி சாக விடமாட்டா! தன் குடும்பம் அழியறதை மன்னி ஒரு நாளும் அனுமதிக்கமாட்டா!"

அதற்குள் போலீஸ், பொது மக்கள் கூடிவிட,

மதனின் சேனல் ஆட்கள் ஒரு பக்கம் கவரேஜை ஆரம்பித்துவிட, ஜேக்கப் உயர் அதிகாரிகளுக்கு தகவல் தர, சில நொடிகளில் அவர்கள் வந்துவிட

அந்த இடமே பரபரப்பானது.

பொதுமக்களிடம் ஒரு பயமும், ஆவேசமும் ஒரு சேர புறப்பட்டது. உள்ளூர் மீடியா ஆட்கள் வந்து வேகமாக தகவல் சேகரிக்க,

டாக்டர் ரங்கநாயகியை குடும்பத்தோட அழிக்க, வெடிகுண்டு முயற்சி!

கடைசி நொடியில தன் குடும்பத்தை டாக்டர் காப்பாற்றி விட்டார்.

பரபரவென செய்திகள் தொலைக்காட்சியில் லைவ்வில் போகத் தொடங்க,

ராகவன் தலையில் கை வைத்து உட்கார,

கிச்சாமி அருகில் வர,

"வேண்டாம்டா கிச்சாமி! நான் ஒரு ராசி கெட்டவன். என் அறுபதுக்கு புறப்பட்டு, குடும்பமே அழிய இருந்தது!"

"அப்படியெல்லாம் பேசாதே! ரங்குதான் காப்பாத்திட்டாளே!"

"ஜேக்கப்! இப்படி வாங்கோ! திவாகர், தர்ஷினிதான் எதிரியோட கையாள். பாவிகள்! குடும்பத்தை அழிக்கப் பார்த்திருக்கா!"

ஹேமா குமுறினாள்.

"ரங்கநாயகி தேவதை! என் பொண்ணு தர்ஷினி சாத்தான். அவா ரெண்டு பேரையும் புடிச்சு உள்ளே போடுங்கோ!"

"முதல்ல உஷாவை கைது பண்ணுங்கோ! ஒரு க்ரிமினலை சோறு போட்டு வளர்த்திருக்கா!"

அங்கே ரங்கநாயகி, ஜேக்கப், மதன் பிரச்னைகளை அலசிக் கொண்டிருக்க, சகலமும் கவர் செய்யப்பட,

"விக்ரமை அரெஸ்ட் பண்ணிடலாம் ரங்கு! இனியும் மன்னிப்பு எதுக்கு?" ஜேக்கப் சொல்ல,

"அதை முதல்ல செய்ங்க!" வேதா ஒப்புதல் தர,

"இப்பவும் முறையான ஆதாரம் இல்லை சார். நான் இதை வேற விதமா டீல் பண்ணிக்கறேன்! இப்ப பார்மாலிட்டீஸை

முடிச்சிடலாம்! திருக்கடையூர் போய்ச் சேர சாயங்காலம் ஆயிடும்!''

"இனி போகணுமா ரங்கு?'' ராகவன் கேட்க,

"கண்டிப்பா போகணும் பெரியப்பா. 60 நடந்தே தீரணும். உங்களுக்கு திருஷ்டி கழிஞ்சாச்சு! எல்லாருக்கும் பசிக்கும்! சாப்பாடு இருக்கா ஜெயராம் மாமா?''

ரங்கு கேட்க,

"மத்யான சாப்பாட்டை சிதம்பரத்துல ஏத்தியாச்சும்மா! தாராளமா இருக்கு! சாப்பிடலாம். உன் நல்ல மனசுக்கு நல்லதுதானே நடக்கும்!''

"தேங்க் யு மாமா! எல்லாரையும் சாப்பிட வைங்கோ! பஸ்ல ஒக்காந்தே சாப்பிடட்டும்!''

பிரவீன் பெருமை பொங்க அவளைப் பார்த்தான்.

கைலாஷ் பிரமித்தான்.

"சாவோட விளிம்புல எல்லாரும் நின்னிருக்கோம். இப்பவும் எங்க ஒடம்பெல்லாம் நடுங்கறது! ஆனா எந்த ஒரு பதட்டமும் இல்லாம, அறுபதைப் பற்றி எப்படி பேச முடியறது ரங்கு உன்னால?''

ரங்கநாயகி சிரித்தாள்.

"பயந்து என்ன லாபம்? வாழ்க்கைல எல்லாத்தையும் எதிர்கொள்ள, ரசிக்க பழகிட்டா, கவலை எங்கே இருக்கும்! பயம்தான் மனநோய்க்கு விதை போடறது! மனசு அளவுக்கு மீறி பதட்டமோ, ஆசையோபட்டா, அது ஒடம்பைத்தான் பாதிக்கும்! வியாதிக்குக் காரணமே சுயநலமும் பேராசையும்தான்! அதை மனுஷா விட்டு ஒழிச்சிட்டா, எங்களை மாதிரி டாக்டர்களுக்கு வேலையே இல்லை. எனக்கு இப்ப பசிக்கறது!''

ஜெயராமன் அவளுக்கும் கொண்டு வந்து தர,

"சர்க்கரைப் பொங்கல் சூப்பர் மாமா! குட்டி மண்சட்டில தயிர் தருவேளே... உங்க ஸ்பெஷல்! அது இல்லையா?"

"இருக்கும்மா! உனக்கது பிடிக்கும்னு எனக்குத் தெரியாதா?" ஜேக்கப் அருகில் வந்தார்.

"இங்குள்ள சங்கதிகளை நான் பாத்துக்கறேன் ரங்கு! மதன் கூடவே இருக்கட்டும். அரைமணி நேரத்துல பஸ்ஸை எடுத்துடலாம்!"

ரங்கநாயகி சிரித்துப் பேசியபடி பதட்டமாக இருந்த குடும்பத்தாரை படிப்படியாக இயல்பான நிலைக்குக் கொண்டு வந்துவிட்டாள். அரைமணியில் பஸ் புறப்பட்டது!

எமன் வாய்க்குப் போக இருந்த குடும்பம், ரங்கநாயகியால் தப்பிப் பிழைத்தது!

"கால சம்ஹார மூர்த்தி, மார்க்கண்டேயன் எல்லாரையும் தரிசிக்கப் போறோம். நம்ம குடும்பம் அழியுமா என்ன?"

ரங்கநாயகி கேட்க,

குடும்பமே... "அமிர்த கடேஸ்வரா...! அபிராமித் தாயே!" என கோஷமிட்டது!

அதே நேரம் இங்கே விக்ரமை ஒரு அறைக்குள் கட்டி வைத்து அடியாட்கள் துவைத்துக் கொண்டிருந்தார்கள்.

"டேய்! விடுங்கடா! நான் உங்க முதலாளி! என் சோத்தைத் தின்னு, என் காலடில கிடந்த நாய்கள் இன்னிக்கு என்னையே கட்டி வச்சு உதைக்கறீங்களா?"

டாக்டர் மித்ரா... ஆம்ஸ்ட்ராங் டாக்டர்கள் சில அரசியல் புள்ளிகள் அவனைச் சுற்றி நின்றார்கள்.

"ரங்கநாயகி தப்பிச்சிட்டா! கடைசி நொடில தப்பிக்க விட்டவன் நீதான்!"

"என் குழந்தையை இழக்க நான் விரும்பலை."

"க்ரிமினல்களுக்கு குடும்பப் பாசம் கூடாது! தாய் - பிள்ளை - தகப்பன் - மகன்னு எந்த சென்டிமென்டுக்கும் இங்கே இடமில்லை. அரசியல் நாற்காலிகள் சொந்த ரத்தங்களை பூசிட்டுத்தான் பல இடங்கள்ல அரியணை ஏறியிருக்கு! உன் பிள்ளையை நீ காப்பாற்றப் போய் எங்களையெல்லாம் பலி வாங்கப் போறியா! விடுவோமா?"

"என்னை விட்ருங்க! உங்க கூட்டணியும் வேண்டாம். கோடிக்கணக்கான பணமும் வேண்டாம். நான் போயிர்றேன். எனக்கு மனைவி, குழந்தை மிஞ்சினா போதும்!"

"த பாருடா! எல்லாம் தெரிஞ்சவன் நீ! உன்னை வெளிலவிட நாங்க கேனையனுங்களா? ஒரு குணசேகரனை விட்டுட்டு படற சங்கடம் போதாதா? உன்னை விட்ருவோமா! டேய் இவன் இனிமே இருக்கக் கூடாது. போட்டுருங்கடா! குடும்பப் பாசம் உள்ளவங்க நமக்குத் தேவையில்லை."

ஆட்கள் பாய்ந்துவர,

டாக்டர் மித்ரா தடுத்தார்.

"அவசரப்படாதீங்க! உணர்ச்சிவசப்பட்டு இவனைப் போட்டுட்டா, நாம நெனச்சதெல்லாம் நடக்குமா! ரங்கநாயகி அடுத்த அடிகளை எடுத்து வச்சாச்சு! இந்த பாம் சம்பவத்துக்கு அப்புறமா அவளோட கூட்டணி ரொம்பத் தீவிரமா இருக்கும். இவனை விட்டுட்டா அதைவிடப் பெரிய விபரீதம் இல்லை!"

"என்ன சொல்றீங்க டாக்டர்?"

"இப்பிடி வாங்க! டேய் அப்பப்ப தண்ணி ஊத்தி ஊத்தி அவனை அடிங்கடா!"

கூட்டம் இந்தப் பக்கம் திரும்ப,

ஆம்ஸ்ட்ராங் குழுவும், அரசியல் தொடர்பான ஆட்களும் தனியாக சேர,

"ரங்கநாயகி - குணசேகரன் மூலம் எல்லாம் தெரிஞ்சு, லாக்கரை குறி வைக்கறா! நாலு நம்பர். ஒண்ணு குணசேகரன்கிட்ட. ஒண்ணு மித்ரா - நான் இங்கே இருக்கேன். மூணாவது விக்ரம்கிட்ட. நாலாவது - அவனோட ஆள்கிட்ட"

"அது யாரு?"

"நம்ம யாருக்கும் தெரியாது! விக்ரமை நாம நழுவவிட்டா, ரங்கநாயகி பக்கம் திரும்பிடுவான். ஸோ மூணு நம்பரை ரங்கநாயகி கைப்பற்றுவா! அப்புறம் மித்ரா மட்டும்தான் நம்ம பக்கம். இது அபாய விளிம்பு. ரங்கநாயகி வெற்றியை நோக்கி வேகமா நகரத் தொடங்கிட்டா. விக்ரமை சித்ரவதை செஞ்சு, அவன் நம்பர், அந்த மூணாவது ஆள் நம்பரை வாங்கணும்!"

"அப்ப குணசேகரன்?"

"மடக்கலாம்! இன்னொரு வழி இருக்கு!"

மித்ரா பேசத் தொடங்க, மற்றவர்கள் கண்களை அகல விரிக்க,

ஏ.ஸி. பஸ், திருக்கடையூர் கோயில் ரோட்டில் நுழைந்து ஓட்டல் மணிவிழா முன்பு நின்றது.

ஆட்கள் இறங்க, பெட்டிகள், பைகள் வேகமாக இறக்கப்பட, சகல பேரும் இறங்கியதும், ராகவன் வந்து ரங்கநாயகியின் கைகளைப் பிடித்துக் கொண்டார்.

"நீ ஒருத்திதான் நம்ம குடும்பத்துக்கே பெரிய பலம். மன்னி உருவாக்கின குடும்பத்தை மீட்டு நீ வாழ வச்சிட்டே! மன்னி சாகலைமா!" கண்கலங்க,

"பெரியப்பா! நீங்க, சந்தோஷமா இருக்கணும்! உங்க அறுபது ஜாம், ஜாம்னு நடக்கப் போறது! சிரிச்சிண்டே இருங்கோ! சரியா?"

போன் அடித்தது! எடுத்தாள்.

"திவாகர், தர்ஷினியை அரெஸ்ட் பண்ணியாச்சு!"

அதை ரங்கநாயகி சொல்ல,

"என் பிள்ளை இருந்து நடத்த வேண்டிய அறுபது! அவனை போலீஸ்ல புடிச்சுக் குடுத்துட்டு எங்களுக்கு அறுபதை நீ நடத்தறியா? நீ நாசமாப் போவே!"

உஷா சாபம்விட, குடும்பமே ஸ்தம்பித்தது!

49

அத்தியாயம்

“எனக்கு இந்த விழா வேண்டாம். அதை நடத்த வேண்டிய நம்ம பிள்ளை திவாகரை அரெஸ்ட் பண்ணியாச்சு! அதுக்குக் காரணம் இவதான்! இவ நடத்தற சஷ்டிபூர்த்தி வேண்டாம்!”

உஷா கூச்சலிட,

ராகவன் ஆவேசமாக கைகளை உயர்த்த, ரங்கு அதைப் பிடித்துவிட்டாள்.

“வேண்டாம் பெரிப்பா! இந்த நேரத்துல நீங்க ஆத்திரப்படக் கூடாது!”

“எப்படீம்மா! பஸ்ல வெடிகுண்டு! அந்த பாவிகளுக்கு பக்கபலமா இருந்திருக்கா திவாகரும், தர்ஷினியும். குண்டு வெடிச்சிருந்தா, நம்ம குடும்பம் மொத்தமும் போய்ச் சேர்ந்திருக்கும். அவா ரெண்டு பேரும் சாகப்படாதுனு சாதுர்யமா கடலூர்ல இறங்கிட்டா. தன்னைப் பெத்தவா சாகறதைப் பற்றி கவலைப்படாத திவாகரையும், தர்ஷினியையும் கைது மட்டும் செஞ்சா போதாது! தூக்குல தொங்கவிடணும்!”

ஹேமா முன்னால் வந்தாள்.

“தர்ஷினி என் மகளே இல்லை. அப்படியே அப்பனோட குணம். நான் இது முடிஞ்சதும் ஆஸ்பத்திரிக்கு வந்துர்றேன் ரங்கு! எனக்கு ஒரு ஆயா வேலை குடு!”

"கிச்சாமி! நானும் உன் வீட்டுக்கு வந்துர்றேன்! இந்த படுபாதகிகூட நான் இனி வாழ முடியாது!" ராகவன் புலம்ப,

அத்தனை பேரும் திட்டித் தீர்க்க,

ரங்கநாயகி கை உயர்த்தினாள்.

"தப்பு! யாரும் வருத்தப்பட வேண்டாம். திவாகர், தர்ஷினியை நான் ஜாமீன்ல எடுக்கறேன். மன்னி வாழ்ந்த காலத்துல யாரையும் பிரியவிடலை இப்பவும் அதுதான்! பெரிப்பா! மனசுல எதையும் வச்சுக்க வேண்டாம். நல்லதே நடக்கறது! எது நடந்தாலும், அது நல்லதுக்கே!"

மளமளவென அறுபதுக்கான ஏற்பாடுகள் நடக்க,

ஜெயமஹி ஜெயராமன் மாமா சுவையான உணவாலும், மற்ற அனைத்து ஏற்பாடுகளாலும், சூழ்நிலையை மாற்றி விட்டார்.

"மாமா! நல்ல சாப்பாடு குடுத்து எல்லாரையும் சந்தோஷப்படுத்திட்டேள். அன்னமிட்டவா, அன்னைக்குச் சமம்!"

"பெரிய வார்த்தைகள் எதுக்கு ரங்கு! இந்தக் குடும்பத்துல நானும் ஒருத்தன்! இந்த சின்ன வயசுல எல்லாத்தையும் சாதுர்யமா நீ சமாளிக்கலையா? அந்த மடிசார் மாமிதான் உங்க குடும்பத்துக்கு என்னை அறிமுகப்படுத்தினா! இப்ப வரைக்கும் 27 வருஷங்களா என் பயணம் தொடர்ந்து வர்றது உங்ககூட!"

கைகூப்பி கும்பிட்டார்.

அந்த நாளும், அடுத்த நாளும் பிரமாதமாக எல்லாமே நடந்தது!

சஷ்டியப்த பூர்த்தி என்பது மட்டும் அல்லாமல் ஒரு குடும்பமே உயிர் பிழைத்த சந்தோஷம் கூடுதலாக இருந்தது.

காலசம்ஹார மூர்த்தியின் சன்னதி!

மார்க்கண்டேயன் பெருமை பெற்ற ஆலயம். இந்தக் குடும்பத்துக்கும் அந்த வரம் கிடைத்துவிட்டது!

மறுநாள் மாங்கல்ய தாரணம் முடிந்து எல்லாரும் உணவுக்கு உட்கார,

''ஜெயராம் மாமா... நீங்க பாத்துக்குங்க! நாங்க கடைசில சாப்பிடறோம். வாண்ணா!'' என மதனை அழைத்துக்கொண்டு வெளியே வந்தாள் ரங்கநாயகி!

கூடவே ஜேக்கப்பும், குணசேகரனும் வர,

''சொல்லும்மா ரங்கு!''

''நான் மாதுளம் பழத்தை வீசி, குடும்பத்தை குண்டு வெடிப்புலேருந்து மீட்க, நமக்கு உதவினது டாக்டர் விக்ரம். அவர் மனைவி வேதா, குழந்தைதான் அதுக்கு முக்கிய காரணம். இதுல சுயநலம் இருந்தாலும், இப்ப விக்ரம் செஞ்ச உதவி மறக்க முடியாதது!''

குணசேகரன் அருகில் வந்தான்.

''ரெண்டு எதிரிகளும் இப்ப உன் பக்கம் ரங்கு!''

''சார்! அவங்க விக்ரமை இனி சித்ரவதை செய்வாங்க! நீங்க மீண்டு வந்தாச்சு! விக்ரம் அவங்க பிடில! விடமாட்டாங்க!''

''போட்ரலாம் ரங்கு!'' மதன் சொல்ல,

''மாட்டாங்க!''

''அவன் திரும்பிட்டானே! இனி விட்டுவைப்பாங்களா?''

''இல்லை மதன் அண்ணா லாக்கரை திறக்க நாலு சாவிகள். ஒண்ணு குணசேகரன் சார்கிட்ட மற்றது மூணும் அவங்க பக்கம்!''

''விக்ரம் இப்ப நம்ம பக்கம் ரங்கு! என் மாதிரியே குடும்ப சென்டிமென்ட்தான் விக்ரமையும் இந்தப் பக்கம் திருப்பியிருக்கு!''

"சரி! நம்ம கைல 2 சாவியா?" ஜேக்கப் கேட்க,

"இல்லை இன்னும் வரலை."

"ரங்கு! விக்ரமை அங்கிருந்து மீட்டுட்டா, நாலாவது சாவி, விக்ரமோட ஆள்கிட்டதான்!"

"யாரந்த நபர்?"

"அது யாருக்கும் தெரியாது. விக்ரமைத் தவிர!"

"சரி! விக்ரம் நம்ம கைக்கு முழுசா வந்துட்டா, அந்த நபரைப் பற்றின தகவலும் வந்துடும்!"

"சரி! ஆம்ஸ்ட்ராங் டாக்டர் மித்ரா கைலதான் இன்னொரு சாவி! ஆஸ்பத்திரி வியாபாரம் படுத்து ஊர் சிரிச்ச காரணமா, ஆம்ஸ்ட்ராங் ஆஸ்பத்திரியே படுத்தாச்சு! அவர் கொலை காண்டுல இருப்பார். அந்த சாவி நம்ம கைக்கு வர்றது ரொம்பக் கஷ்டம்!"

"அதுக்கொரு வழி இருக்கு!" ரங்கு சொல்ல,

"அடுத்தது இன்கம்டாக்ஸ் ரெய்டுதான்! அவருக்கு தமிழ்நாட்லயே ஒன்பது பங்களாக்கள், ஏராளமான நிலம், 2 தியேட்டர்கள், பல ஓட்டல்கள்னு பல ஆயிரம் கோடிகள் சொத்து! எல்லாம் பொது மக்கள் பணம். நோயாளிகளை உற்பத்தி செஞ்சு அடிச்ச பணம்! செல்வாக்கும் அதிகம்!"

"அவரோட சொத்துக்கள் இருக்கற இடம் அத்தனையும் எனக்குத் தெரியும்!"

"உடனே ரெய்டுக்கு ஏற்பாடு பண்ணுங்க!" மதன்.

"இல்லை! மேலிடச் செல்வாக்கு அதிகம். ரெய்டை தடுக்கற பவர் உண்டு!"

மதன் ரங்கநாயகி காதில் ஏதோ சொல்ல,

"நானும் நெனைச்சேன். நாளைக்கு அதிகாலை 5 மணிக்கு அவரோட அத்தனை இடங்களிலும் ரெய்டு! முடியுமா மதன் அண்ணா?"

''நீ சொல்லிட்டா நடந்துடும் ரங்கு!''

இருவரும் கை உயர்த்த மற்றவர்களுக்குப் புரியவில்லை.

''ஜேக்கப் சார்! ஒரு போலீஸ் படையை அதிரடியா இறக்கி, டாக்டர் விக்ரமை முழுசா மீட்கணும்! ஏக காலத்துல மீட்பு நடவடிக்கையும் ரெய்டும் நடக்கணும். நாளைக்குக் காலைல 5 மணிக்கு!''

''சரிம்மா!''

வேண்டிய போலீஸ் பாதுகாப்பை இவர்களுக்கு தந்துவிட்டு மதன், ஜேக்கப், குணசேகரன் தனிக் காரில் அவசரமாக சாப்பிட்டு புறப்பட்டார்கள்!

இவர்களும் 2 மணிக்கு புறப்பட வேண்டும்.

ரங்கநாயகி சாப்பிட வந்தாள்.

கிச்சாமி அருகில் வந்தார்.

''என்னம்மா பிரச்னை பெரிசாறதா?''

''அப்பா! உச்சகட்டத்துக்கு நாம் வந்தாச்சு!''

''உனக்கு எந்த ஆபத்தும் வரப்படாதும்மா!'' ராகவன் குரல் இடறியது.

ஹேமா, வைதேகி, மைதிலி என மன்னியால வளர்க்கப்பட்ட அத்தனை பேரும் அவளைச் சுற்றி கூடிவிட்டார்கள்.

முகங்களில் கவலை.

ரங்கநாயகி கலகலவென சிரித்தாள்.

''எதுக்கு எல்லாரும் டென்ஷன் படறேள்?''

''மன்னியை இழந்து துடிச்சோம். உன் ரூபத்துல திரும்பவும் மன்னி வந்துட்டா! நீ நன்னா இருக்கணும்!''

''மடிசார் மாமிக்கு அழிவே இல்லை!'' சொல்லிவிட்டு அழகாக சிரித்தாள்.

உஷா அருகில் வந்தாள்.

"இத்தனை வருஷ காலமா நான் தப்பாத்தான் இருந்திருக்கேன். அதை இப்ப என் பிள்ளை செய்யறான். ஆனாலும் குடும்பத்தையே நீ காப்பாத்திட்டே! என்னை மன்னிச்சிடு ரங்கு!"

"என்ன பெரிம்மா நீ? நான் உன்னை இப்பவும் என் அம்மாவாத்தான் பாக்கறேன்!"

உடைந்து அழுதாள் உஷா.

"மன்னியால உஷாவை மாற்ற முடியலை. அதையும் நீ செஞ்சிட்டே ரங்கு!" ராகவன் சொல்ல,

"சாப்பிட வாம்மா ரங்கம்மா!" ஜெயராமன் அழைக்க, ரங்கநாயகி வந்து உட்கார, அவரே பாசத்துடன் பரிமாறினார். குடும்பமே புறப்பட்டுவிட,

"மறுபடியும் ஒரு தடவை பஸ்ஸை செக் பண்ணிட்டு எடுங்க!" அனைவரும் சிரிக்க, பயணம் தொடங்கியது!

இங்கே விக்ரமை தனி அறையில அடைத்து வைத்திருந்தார்கள். வெளியே மித்ராவின் க்ரூப் தவிப்புடன் இருக்க,

"அவனை சித்ரவதை செஞ்சு சாவியை வாங்கணும். அந்த நாலாவது ஆளை அவன் சொல்றவரைக்கும் ஐஸ் ரூம்ல வச்சு அடிங்க!"

"சரிப்பா! குணசேகரன் சாவிக்கு என்ன செய்யலாம்? அவர் பலத்த பாதுகாப்போட ரங்கநாயகிகிட்ட இருக்காரே!"

"முதல்ல இவனைப் பிழிஞ்சு சாவியை வாங்கலாம்!"

டாக்டர் விக்ரமை ஒரு பனிக்கட்டிகளால் ஆன அறைக்குள் அழைத்து வந்தார்கள்.

எதிரிகளை அழிப்பது பெரும்பாலும் இங்கேதான்.

உள்ளே நுழைந்து விக்ரம் உடைகளை ஒட்டு மொத்தமாக களைந்து, அவனை நிர்வாணமாக பனிக்கட்டி மேல படுக்க வைத்தார்கள். ஐந்து நிமிடங்கள் கழித்து, ஒரு விசேஷ எந்திரம் மூலம் ஐஸ் ஊசிகளை அவன் மேல தூவ, அது கூர்மையாக வந்து உடம்பு முழுக்க தைக்க, அதன் கூர்மை நரம்புகளை அறுத்து ரத்தத்தைக் கொண்டுவர,

சில்லிப்பு சூழ்ந்த அறையில் உடம்பு முழுக்க காயம்!

"ஒரு மணி நேரம் இந்த ட்ரீட்மென்ட் குடுங்க!"

"செத்துட்டா?"

"சாகமாட்டான். உண்மை வெளில வந்துடும்!"

விக்ரம் துடித்தான்.

எத்தனை பேருக்கு இந்த சித்ரவதையை அவனே செய்திருக்கிறான்! இந்த சித்ரவதையை வடிவமைத்ததே அவன்தான். பிறர் துடிப்பதைப் பார்த்து ரசித்து சிரித்த விக்ரமுக்கு இந்த நொடியில் அதே சித்ரவதை!

பல நோயாளிகளின் மரணம், கோமா, குணப்படாத நோய் என கண்ணீரை வாரிக் கொட்டிக் கொண்டவன் உடம்பில், செந்நீர், பனிக்கட்டியோடு சேர்ந்து சிகப்பு வண்ணத்தை வாரி இறைக்க, விக்ரம் கதறிக் கொண்டிருந்தான்.

"ரெண்டு சாவியை நீ ஒப்படைக்கணும்!"

"முடியாது! நான் சாகத் தயார்! தப்பா வாழ்ந்துட்டு, திருந்திச் சாகறேன். நீங்க யாரும் ஜெயிக்கக் கூடாது. ரங்கநாயகி நல்லவ! அவதான் ஜெயிக்கணும்!"

50

அத்தியாயம்

குணசேகரன் ஜேக்கப்புக்கு தகவல் தந்துவிட்டார்.

"சாதாரணமா எதிரிகளை அவங்க பணிய வைக்கறதும், முடியலைனா அழிக்கறதும் ஒரு பனிக்கட்டி அறைல வச்சுத்தான்! சிங்கப்பெருமாள் கோயிலைக் கடந்து உள்ளே ஏழு கிலோ மீட்டர் போனா வயல் வெளிக்கு மத்தில அழுக்கா ஒரு பங்களா இருக்கும்! அங்கேதான் சித்ரவதை அரங்கேறும். விக்ரம் தொடங்கி வச்ச திருவிழா இப்ப அவனுக்கே திரும்பியிருக்கு!"

"நிச்சயமா அங்கேதான் நடக்குமா?"

"அதுல சந்தேகமே இல்லை!"

"நான் ஒரு பெட்டாலியனை இறக்கறேன் இப்பவே!"

"செக்யூரிட்டி ஆட்கள் அதிகம்!"

"சுட்டுத் தள்ளிடலாம்! மீட்ரலாம்!"

ஜேக்கப் உடனே உத்தரவிட்டு, கமிஷனர் வரை பேசினார்.

சமீபத்தில் பதவியேற்ற கமிஷனர் ஊழல் பெருச்சாளி இல்லை! நியாயத்தின் பக்கம் நிற்பவர்.

ரங்கநாயகியின் தர்மயுத்தத்தை அறிந்து அதற்கு உறுதுணையாக இருக்க விரும்பும் மனிதர்!

இது தெரிந்து அவருக்கு மேலிடத்து பிரஷர் அதிகமாக, அவர் பொருட்படுத்தவில்லை.

ஜேக்கப் அறிவித்துவிட

போலீஸ்காரர்கள் யாரும் காக்கி அணியாமல், சைரன் இல்லாத வாகனங்களில் ஆயுதமேந்தி உடனே புறப்பட,

இங்கே இவர்கள் பரபரப்பாக,

அங்கே விக்ரமுக்கு சித்ரவதை தொடர, தாங்க முடியாத ஒரு சூழ்நிலையில் உடம்பு துவண்டு மயக்கமாக,

ஆட்கள் மித்ராவுக்கு தெரிவிக்க,

"எனர்ஜி இன்ஜெக்ஷன் போட்டு, தெளிய வச்சு அடிங்க!"

"சரி டாக்டர்!"

தெளிய வைத்து மறுபடியும் விஷ ஊசிகளை உடம்பில் இறக்க, மஃப்டியில் போலீஸ் பட்டாளம் உள்ளே நுழைந்துவிட, அங்குள்ள செக்யூரிட்டிகள் தாக்க,

போலீஸார் துப்பாக்கிகளை எடுத்துவிட

ஒரு பெரிய களேபரம் நிகழ,

ஜேக்கப், மதன், குணசேகரன் வந்த கார் உள்ளே நுழைய, விக்ரமை மீட்டு விட்டார்கள்.

மயக்கமாக இருந்தான் விக்ரம். கூடவே பிரவீன் இருந்த காரணமாக, அவசர முதலுதவியை செய்தான்.

"நம்ம ஆஸ்பத்திரிக்கே கொண்டு போயிடலாம். உயிருக்கு ஆபத்து இல்லை."

விக்ரமை அள்ளிப் போட்டுக் கொண்டு கார் புறப்பட, அங்குள்ள ஆட்கள் அத்தனை பேரையும் போலீஸ் வளைத்துவிட்டது!

உடனே டாக்டர் மித்ராவுக்கு தகவல் போக,

அவர் கூச்சலிட்டார்.

"அந்த குணசேகரன் தகவல் சொல்லியிருப்பான்! நாம தப்பு பண்ணிட்டோம். விக்ரமை அங்கிருந்து ஷிஃப்ட் பண்ணாம கொஞ்சம் தாமதிச்சிட்டோம்!"

"இப்ப என்ன செய்யறது டாக்டர்?"

"...தா! கேள்வியாடா கேக்கற? உங்களை மாதிரி சப்பையும், சள்ளையுமா ஆட்களை வச்சிட்டு நான் என்னத்தை புடுங்கறது? மூணு சாவி ரங்கநாயகிக்கு கன்ஃபாம்!"

"அதை வச்சிட்டு லாக்கரை திறக்க முடியுமா டாக்டர்?"

"போதும்டா! என்னை இன்னும் அசிங்கமான வார்த்தைகளை பேச வைக்காதே! அது முடியாது! நாலாவது சாவி எங்கிட்ட. விக்ரமோட அந்த நண்பன் யாருனு தெரியலை... அவனை கவர் பண்ணிட்டா நமக்கு பாதி பலம் கிடைச்சிடும்!"

இங்கே ரங்கநாயகிக்கும் மதன் தகவலை தெரிவித்துவிட்டான். விக்ரமை அவசர சிகிச்சைப் பிரிவில் போட்டு, ஆரம்ப சிகிச்சைகளை பிரவீன் செய்து கொண்டிருக்க, ரங்கநாயகி வந்துவிட்டாள்.

"எப்படியிருக்கு விக்ரமுக்கு?"

"உயிருக்கு ஆபத்து இல்லை. ஆனா, உள்ளே சேதம் நிறைய இருக்கு! அது கோமால கொண்டு போய் விடாம இருக்கணும்!"

"நோ பிரவீன்! விக்ரம் முழுசா பிழைக்கணும்! எழுந்து உட்கார்ந்து பேசணும்! பல பேரோட உசிர் அவர் கைல! ஒரு அராஜக ஆட்டத்தை முடிவுக்குக் கொண்டு வர, விக்ரம் பிழைச்சே ஆகணும்!"

மதன் அருகில் வந்தான்.

"கவலைப்படாதே ரங்கு! உன் நல்ல மனசுக்கு இனி நல்லதே நடக்கும்!"

"நடக்கணும் மதன் அண்ணா! இது தர்மயுத்தம்! இந்தப் பாவிகளை கூண்டோட புடிச்சாத்தான், பல நோயாளிகளை

நாம மீட்க முடியும். இது மருத்துவ யுத்தம். இது ஜெயிச்சே ஆகணும்!'' மன்னி படத்தின் அருகில் போய் நின்றாள் ரங்கு!

''மன்னி! எப்பவும் எனக்கு பக்கபலம் நீதான்! குண்டு வெடிப்புலேருந்து குடும்பத்தை காப்பாத்தினதும் நீதான். விக்ரம் பிழைக்கணும்! அப்பத்தான் இந்த அநீதிகளுக்கு ஒரு முடிவு வரும்!''

கைகூப்பி, கண்களை மூடி மன்னி படத்தின் முன்பு நின்றாள். சில நொடிகளில் படத்தில் வைக்கப்பட்டிருந்த மல்லிகைச்சரம், ரங்கநாயகியின் உச்சந்தலையில் விழுந்தது!

சிலிர்த்துப் போனாள்.

''நீ ஆசிர்வாதம் பண்ணியாச்சு மன்னி! இனி எல்லாமே சரியாக நடக்கும்!''

திரும்பி அவள் நடந்துவர,

பிரவீன் எதிரே வந்தான்!

''பல்ஸ், ஹார்ட் பீட் உட்பட எல்லாமே சீராகுது டாக்டர். விக்ரம் முழுமையா நமக்குக் கிடைப்பார்!''

''மன்னி எனக்கு சொல்லிட்டா பிரவீன்!''

இப்போது மதன் அருகில் வந்தான்.

''நாளைய இன்கம்டாக்ஸ் ரெய்டு!''

''நிச்சயமா நாம திட்டமிட்டபடி நடந்தே ஆகணும். விக்ரம் கண்திறந்து பேசிட்டா, மூணு சாவி நம்ம கைல! மித்ராவோட சாவியும் வரணும்! இந்த ரெய்டுல அவரை நிலைகுலைய வச்சு சட்டமும், போலீஸும் அதிரடியா களத்துல இறங்கினா, நமக்கொரு வழி பிறக்கும்!''

ரங்கநாயகியின் அறைக்குள் விக்ரம் மனைவி வேதாவும், குழந்தையும் இருக்க,

''விக்ரம் பிழைச்சாச்சு வேதா!''

"உங்களுக்கு எல்லா கஷ்டங்களையும் தந்து, குண்டு வச்சு, குடும்பத்தையே அழிக்க நெனச்ச பாவி என் புருஷன். அவரை சாகட்டும்னு விடாம, மீட்டு கொண்டு வந்திருக்கீங்களே டாக்டர்! இது தூக்கு தண்டனையைவிடப் பெரிய தண்டனை!"

"வேதா! எந்த உயிரும் சாகறதுல எனக்கு, எப்பவுமே உடன்பாடு இல்லை. விக்ரமை மீட்கறதுல எங்க சுயநலமும் நிறைய இருக்கு. விடுங்க! நல்லதே நடக்கட்டும்!"

அன்று இரவு ரங்கநாயகி வீட்டுக்கே போகவில்லை!

கிச்சாமி, ராகவன் இரவு 11 மணிக்கு ஆஸ்பத்திரிக்கே வந்து விட்டார்கள்.

"என்னம்மா! பிரச்னை எதுவும் இல்லையே?"

"அது இருக்கணும்பா! இருக்கு! வாழ்க்கைல போராட்டம் இல்லைனா, ருசியே இல்லை. நான் இன்னும் 2 நாளைக்கு வீட்டுப் பக்கம் வரமாட்டேன்! கடைசி கட்ட யுத்தம் நடக்கும்போது குருஷேத்ரத்துல நான் இருந்தே ஆகணும்!"

மறுநாள் காலை 5 மணிக்கு டாக்டர் மித்ராவின் 18க்கும் மேற்பட்ட இடங்களில் ஆட்கள் சரமாரியாகப் புகுந்து ரெய்டு நடத்த, அங்குள்ள காவலர்களின் தகவல்தொடர்பு சாதனங்கள் ஒட்டுமொத்தமாக பறிக்கப்பட்டு, அவர்களும் வீட்டுக்குள் அடைக்கப்பட, மித்ராவுக்கு எந்த ஒரு தகவலும் வரவில்லை. விக்ரம் பறிக்கப்பட்டதால் மித்ரா அடுத்த கட்ட ஆலோசனையில் தீவிரமாக இருக்க, இதுபற்றி யோசிக்கவில்லை.

மாலை 6 மணிக்கு அவருக்கு தகவல் வர, அவரது சொத்துக்களுக்கான ஆவணங்கள் அத்தனையும் பறிமுதல் செய்யப்பட்ட விவரம் வர,

வருமானவரி இலாகாவுக்கு பதட்டமாக அவர் போனைப் போட,

''நாங்க யாரும் போகலையே! செல்வாக்கான உங்க ஏரியாக்குள்ள நாங்க ரெய்டு நடத்தினா, உங்களுக்குத் தெரியாம இருக்குமா!''

''அப்படீன்னா இது யாரோட வேலை?''

அவருக்கு போன் அடித்தது! எடுத்தார்.

''ரங்கநாயகி பேசறேன்! உங்க ஜாதகம் ஒட்டுமொத்தமா இப்ப எங்க கைல! உங்க குற்றங்களோட பட்டியலை எடுத்தாச்சு! வெளிநாட்டு லெவல்ல நீங்க அடிச்ச பல லட்சம் கோடிகள்... அதுக்கு உறுதுணையா இருந்த முன்னாள் முக்கிய மந்திரி... தலைநகரத்து அல்லக்கைகள்... எல்லார் பட்டியலும், தேதி வாரியான ஊழலும் வந்தாச்சு!''

''ஏய்! மிரட்டறியா?''

''இல்லை! நாளைக்கு எல்லா சேனல்களும் உங்க அரெஸ்ட் செய்தியை ஒளிபரப்புவாங்க!''

''என்மேல கை வைக்க முடியாது!''

''அரெஸ்ட் வாரன்ட் ரெடி!''

''நான் இந்த நொடில முன்ஜாமீன் எடுப்பேன்!''

''அதைத் தர விடாம தடுத்தாச்சு! டூ லேட்! நீங்க தப்பிச்சு ஓட நெனச்சா, மதிலேறி குதிச்சு உள்ளே வந்து மடக்குவாங்க!''

மித்ரா மிரள,

''ஒரே வழி இருக்கு! அந்த சாவியை 8 மணி நேரத்துல என் கைல ஒப்படைக்கணும்! நீங்களும் அப்ரூவரா மாறினா தப்பிக்கலாம். தண்டனை குறையும். இல்லைனா திகார்தான்! எப்படி வசதி?''

மித்ரா ஆடிப் போனார்.

''என் செல்வாக்கு தெரியுமா உனக்கு?''

''பால்கனிக்கு வந்து கொஞ்சம் எட்டிப்பாருங்க!''

மித்ரா வந்து பார்க்க,

வீட்டைச் சுற்றி போலீஸ்!

இத்தனை வேகமாக நடவடிக்கையா?

அவர் முக்கிய மந்திரிக்கு போன் செய்ய முயல, அவரது வீட்டு எண், செல்போன், ஹாட்லைன் என சகலமும் முடக்கப்பட்டிருக்க,

அவரது ரகசிய எண்ணும் வேலை செய்யவில்லை.

கடைசியாக ரங்கநாயகியுடன் பேசிக் கொண்டிருந்த எண்ணும் முடக்கப்பட்டு விட்டது!

சுற்றி வளைத்து விட்டார்கள்.

சகலமும் முடக்கப்பட்டுவிட்டது.

ஏறத்தாழ வீட்டுச் சிறை!

'சாவியை ஒப்படைத்தால், நான் தப்பிக்க முடியுமா? தண்டனை குறையுமா?'

3 பேர் இங்கே! அந்த நாலாவது நபர் யார்?

51

அத்தியாயம்

மித்ராவின் பல கோடி சொத்துக்கள் இவர்கள் வசம். மித்ராவின் குடும்பம் இவர்கள் வசம்! எதுவும் முடியாத நிலையில் மித்ரா மாட்டிக்கொள்ள,

குணசேகரன், ஜேக்கப், ரங்கநாயகி, மதன் நால்வரும் மித்ராவை சுற்றி வளைத்து விட்டார்கள்.

“நாங்க ஐ.டி. ஆட்கள் இல்லை. இது எங்க க்ரூப்!”

“நான் விடமாட்டேன்!”

“நீ என்ன செய்ய முடியும்? உன்னோட சகல தகவல் தொடர்புகளையும் துண்டிச்சாச்சு! நீ நாங்க கேக்கறதை தந்தே ஆகணும்! அந்த லாக்கர் சாவி எங்க கைக்கு வரலைனா, உன்னைப் போட்டுத் தள்ளிட்டு போயிட்டே இருப்போம். அதுக்கும் ஆம்ஸ்ட்ராங் ஆஸ்பத்திரிதான் காரணம்னு அறிக்கை தருவோம். உன் மனைவி, குழந்தைகள் தெருவுக்கு வருவாங்க! நீ அப்ரூவரா மாறினா, தண்டனையும் குறையும். குடும்பமும் தப்பிக்கும்!”

முதலில் மித்ரா எகிறிப் பார்த்து, தனக்கு எந்த ஆதரவும் இல்லையென்பது புரிய,

மித்ராவை சுட ஜேக்கப் தயாராக இருக்க,

வேறு வழியில்லாமல் மித்ராவின் மூன்றாவது சாவி ரங்கநாயகி கைக்கு வந்துவிட்டது!

"சரி! குணசேகரன் சார், விக்ரம், இப்ப உன்னுதுனு மூணு சாவி வந்தாச்சு! நாலாவது எங்கே?"

"சத்யமா எனக்குத் தெரியாது! விக்ரம் உங்க வசம் வந்தாச்சே! சுலபமா கிடைச்சிடுமே! நீங்க ஜெயிச்சாச்சு!"

"ரங்கு! இவரை அரெஸ்ட் பண்ணி, மீடியாவுக்கும் தகவல் தந்துடலாமா?"

ஜேக்கப் கேட்க,

"வேண்டாம் சார். உடனே இவரோட அரசியல் செல்வாக்கை பயன்படுத்தி வெளில வந்துடுவார்!"

"ரங்கு! நாலாவது சாவி யார்கிட்டேனு விக்ரமுக்குத் தெரியுமே!"

"தெரியும் மதன் அண்ணா! அந்த ஆளை நாம புடிக்கறதுக்கு முன்னால, செல்வாக்கு, அரசியல் ஆட்டம் தொடங்கிட்டா, குற்றவாளிகள் தப்பிடுவாங்க. கூடாது! இந்த மித்ரா நம்ம கஸ்டடில இருக்கட்டும். காவல் பலமா இருக்கட்டும்!"

"இப்ப பேசின எல்லாம் பதிவாயாச்சு!"

"அதுபோதும். டார்ச்சர் பண்ண வேண்டாம். கௌரவமா நடத்துங்க! போகலாம்!"

ஆஸ்பத்திரிக்கு திரும்பி விட்டார்கள்.

விக்ரம் பூரணமாக குணமாகி விட்டான். பக்கத்தில் வெறுப்புடன் வேதா... குழந்தை இருவரும் இருக்க,

வேதா அவனிடம் பேசவே இல்லை.

ரங்கநாயகி உள்ளே வந்தாள்.

"என்ன சொல்றார் டாக்டர் விக்ரம்?"

''எனக்கு பேசவே பிடிக்கலை. இவரை நம்பாதீங்க! போலீஸ்ல ஒப்படைங்க!''

''டாக்டர்! நான் மனசு மாறி திருந்தவே இவளும், என் மகளும்தான் காரணம். இவ நம்பலை!''

''விடுங்க! நாங்க நம்பறோம். குடும்பப் பாசம் யாரையும் மாற்றும். வேதா! குழந்தையோட வெளில இருங்க! விக்ரம்கிட்ட நாங்க பேசணும்!''

ஜேக்கப்பின் போலீஸ் பட்டாளம், சேனல், கேமராக்கள் எல்லாமே உள்ளே வந்துவிட,

''விக்ரம்! உங்களோட சாவி எங்கே?''

''என் வீட்ல இருக்கு! வேதாகிட்ட எடுத்துத் தரச் சொல்றேன்!''

''குட்! மித்ராகிட்ட வாங்கியாச்சு!''

''நல்லது டாக்டர்!''

''நாலாவது சாவியை யார்கிட்டே குடுத்து வச்சிருக்கீங்க! அது கிடைச்சிட்டா, ஆம்ஸ்ட்ராங் லாக்கரைத் திறந்து, அங்குள்ள சாவி, மற்ற தகவல்களை எடுத்து மேற்கொண்டு வேகமா செயல்படலாம். இது மக்கள் பிரச்னை! அவங்களுக்கு எந்த ஒரு ஆபத்தும் வராம காக்கணும்!''

''டாக்டர்! நாலாவது சாவி இப்ப வெளிநாட்ல இருக்கு! அமானுல்லானு ஒரு வைர வியாபாரி! அவர்கிட்ட குடுத்து, அவர் சிகாகோல இருக்கற ஒருத்தர்கிட்ட குடுத்திருக்கார்! வியாபாரம் முழுக்க அமானுல்லா வழியால நடந்திருக்கு!''

''கூப்பிடுங்க அமானுல்லாவை!''

விக்ரம் உடனே அந்த நம்பரைப் போட்டு முயற்சித்தான்.

உடனே கிடைக்கவில்லை.

பிறகு வேறு யாரோ எடுக்க, அடுத்த 2 மணி நேரங்களுக்கு ஆட்டம் காட்டி, அந்த அமானுல்லா இணைப்பில் கிடைக்க,

"ஸ்பீக்கர்ல போடுங்க!"

விக்ரம் அமானுல்லாவிடம் பேச,

"அந்த சாவி எங்கிட்ட இல்லை. சிகாகோல இருக்கற ஒருத்தர்கிட்ட நான் குடுத்திருக்கேன். அவர் எம்.பி.ஏ. படிச்சவர். அவரோட கம்பெனி மூலமா எனக்கு பெரிய ஆதாயம் இருக்கு! எனக்கு நிறைய உதவியிருக்கார். இந்த கூட்டணில அவர் இணைஞ்ச காரணமா, அவருக்கு பல கோடிகள் நான் தந்திருக்கேன்!"

"அமெரிக்கரா?"

"இல்லை! நம்ம தமிழ்நாட்டு இளைஞர். அய்யர் குடும்பத்தைச் சேர்ந்த ஒருத்தர்!"

"பேரு?"

"படக்குனு எனக்கு ஞாபகம் வரலை! யோசிச்சு சொல்றேன். வியாபாரம் அப்பவே முடிஞ்ச காரணமா, அவர்கிட்ட கடந்த மூணு வருஷங்களா நான் பேசலை."

"அவரோட போன் நம்பர் இருக்கா?"

"இருக்கு! இப்பவே தர்றேன். எதுக்கு இத்தனை துருவல்?"

"இது பெரிய போலீஸ் கேஸ்! தேவைப்பட்டா உங்களையும் கைது செய்ய வேண்டி வரலாம்!"

அவர் போன் நம்பரைத் தர,

அது அமெரிக்க நம்பர்!

ஜேக்கப் அதை டயல் செய்ய, ஸ்விட்ச் ஆஃப் என வந்தது!

திரும்பத் திரும்ப முயற்சி, கிடைக்கவில்லை.

அனைவரும் பதட்டமாக, ரங்கநாயகி அமைதியாக,

“ஜேக்கப் சார்! இப்ப டெக்னாலஜி வளர்ந்தாச்சு! நம்பர் கிடைச்சாச்சு. இதை வச்சு உள் புகுந்து அலசினா, இதுக்கு சொந்தக்காரன் யாருனு தெரிஞ்சுப் போகுது!”

உடனே ஜேக்கப்பும் மதனும் அந்த வேலைகளில் ஈடுபட,

“அறுபது முடிஞ்சு வீட்டுக்குக்கூடப் போகலை. நான் போய் ஒரு குளியலைப் போட்டுட்டு, எல்லாரையும் பார்த்துட்டு வந்துர்றேன்!”

“சரி டாக்டர்!”

ரங்கநாயகி புறப்பட, இவர்கள் தேடுதல் வேட்டையைத் தொடங்க,

ரங்கநாயகி வீட்டுக்குள் நுழைய,

கிச்சாமியிடம் மைதிலி பேசிக்கொண்டிருந்தாள்.

“கல்யாணம் மெதுவா நடக்கட்டும். இப்ப தாம்பூலம் மாற்றி கைலாஷ் ரங்கநாயகி கல்யாணத்தை உறுதிப்படுத்திக்கலாம் இல்லையா? கல்யாணம் மெதுவா நடக்கட்டும்!”

“அவ ஒப்புக்கணுமே! பெரிய லட்சியப் பயணம் தொடங்கியிருக்காளே!”

“அதுல ரங்கு ஜெயிக்க, நானும் துணையா இருக்கேன் மாமா! நான் கோடிக்கணக்கா சம்பாதிச்சு வச்சிருக்கேன். ரங்கு அயல் நாட்ல வந்து ஆஸ்பத்திரியே கட்டட்டும். நான் கூட இருக்கேன்!”

கைலாஷ் சொல்ல,

ரங்கநாயகி உள்ளே வந்தாள் - சகலமும் கேட்டபடி!

“வா ரங்கு! உங்க சங்கதிதான் பேசறோம்!”

“என் லட்சியத்தை நான் நெருங்கிட்டேன். அது முடியட்டும். பாரதப் போரோட 17வது நாள் இன்னிக்கு! பதினெட்டாம் நாள் எல்லாம் முடிஞ்சிடும்!”

ராகவன் அருகில் வந்தார்.

"ரங்குவோட விருப்பப்படி விடுங்கோ! உஷாவே திருந்திட்டா! அதுக்குமேல என்ன?"

ராகவன் குடும்பம், ஹேமா குடும்பம், வைதேகி குடும்பம் எல்லாமே இங்கேதான் இருந்தது!

ரங்கு குளித்து மன்னி படத்துக்கு நமஸ்காரம் செய்தாள்.

"அந்த ஆள் கிடைக்கணும். அப்பத்தான் இந்தப் போராட்டம் வெற்றிகரமா முடியும். நீ உதவி செய் மன்னி!"

படத்தில் மாட்டியிருந்த மாலை அப்படியே ரங்குவின் கழுத்தில் விழ,

குடும்பமே சிலிர்த்தது!

"மன்னி பச்சைக் கொடி காட்டிட்டா! நீ நிச்சயமா ஜெயிப்பே ரங்கு!" கிச்சாமி சொல்ல,

"அந்த நாலாவது சாவி நம்ம தமிழ்நாட்டைச் சேர்ந்த, அமெரிக்காவல வாழற ஒரு பிராமண இளைஞன்கிட்ட இருக்காம்!"

"காசுக்கு யாருதான் ஆசைப்படலை?"

"என் பிள்ளை திவாகர், ஹேமா பொண்ணு தர்ஷினி பணத்துக்கு ஆசைப்பட்டு இப்ப ஜெயில்ல இருக்கா! குடும்பத்துக்கே இது அவமானம்!"

ராகவன் சொல்ல,

"விடுங்கோ பெரியப்பா. அவாளும் திருந்துவா!"

போன் அடிக்க... கைலாஷ் வாசலுக்குப் போய்ப் பேசத் தொடங்கினான்!

இங்கே ரங்குவின் போன் அடித்தது! அவள் எடுத்து, "சொல்லுங்க ஜேக்கப் சார்!"

அவர் எதிர்முனையில் சொல்லச் சொல்ல, ரங்கநாயகி முகம் மாறிக் கொண்டே வந்தது.

அதில் பலமான அதிர்ச்சி தெரிந்தது.

"இது சரியா?"

"அமானுல்லா இப்ப அந்தப் பார்ட்டி கிட்டத்தான் பேசிட்டு இருக்கார். அதை நாங்க ரெக்கார்ட் பண்றோம்!"

"மதன் அண்ணா எங்கே?"

"ரெக்கார்டிங் வேலைல அவன்தான் இருக்கான். இது உறுதிப்பட்டதும் அந்த பார்ட்டியை உடனே கைது செய்யணும்!"

"அப்படியா? தாமதிக்க வேண்டாம். கன்ஃபர்ம் ஆயிட்டா, உடனே நடவடிக்கை எடுங்க!"

ரங்கநாயகி முகம் சிவந்துவிட்டது!

மைதிலி அருகில் வந்தாள்.

"நான் உன்கிட்ட மட்டும் பேசணும்!"

"அத்தே! அதுக்கு இனி அவசியம் இருக்காது!"

"என்னடி சொல்ற?"

கைலாஷ் உள்ளே வந்தான்.

"அம்மா! நான் அவசரமா வெளில கிளம்பறேன். எனக்குக் கொஞ்சம் வேலை இருக்கு!"

"சரிடா!"

"கைலாஷ்! ஒரு பத்து நிமிஷம் இருப்பியா? என்னை ஆஸ்பத்திரில நீ ட்ராப் செய்யணும்!"

"தாராளமா ரங்கு!"

பத்தாவது நிமிடம் ஜேக்கப் தலைமையிலான போலீஸ் படை உள்ளே புகுந்தது!

"அரெஸ்ட் ஹிம்!" ரங்கநாயகி சொல்ல,

கைலாஷ் கைது செய்யப்பட்டான்.

குடும்பமே அலறியது.

52

அத்தியாயம்

கைலாஷ் கைது செய்யப்பட, அமானுல்லா அந்த நாலாவது சாவியை தந்து வைத்திருப்பது கைலாஷிடம்.

அதற்கு பல கோடிகள் விலை.

"எனக்கு இதுல ஒரு மெடிக்கல் மாஃபியா கும்பல் வேலை செய்யறது சத்யமா தெரியாது! ரங்கு நடத்தற போராட்டம் இதுக்குத்தான்னு தெரியாது!"

"எதையும் இங்கே பேசாதே! ஸ்டேஷன்ல வந்து பேசு!" ஜேக்கப் அவனை இழுத்துப் போக,

மைதிலி கதறினாள்.

"இல்லை! என் பிள்ளை தப்பு பண்ணமாட்டான்!"

மதன் அருகில் வந்தான்!

"அமெரிக்கால கோடிக்கணக்குல அவன் சொத்து வச்சிருக்கான் சித்தி. அவன் அனுப்பித் தந்த பணத்துல இங்கே, நாலாயிரம் ஏக்கர் நிலம் நீயே வாங்கிப் போட்டிருக்கே நகரத்துல!"

"அவன் சம்பாதிக்கறான்!"

"எப்படி! ஸாரி சித்தி! எல்லா தகவலும் வந்தாச்சு! கைலாஷுக்கு பண வெறி அதிகம். கோடிக்கணக்கான பணம்

கைக்கு வருதுன்னா, அவன் எதையும் செய்வான்! தகவல்களை வேகமாக சேகரிச்சிட்டே இருக்கோம்.''

போலீஸ் காவலில் கைலாஷ் வைக்கப்பட

விசாரணைக்கு வர,

பல திடுக்கிடும் தகவல்கள் அவனைப் பற்றி வெளியாக,

அந்த நாலாவது சாவியை சித்ரவதை செய்துதான் ஜேக்கப்பால வாங்க முடிஞ்சது.

மறுநாள் தொலைக்காட்சி, மற்ற ஊடகங்கள், வலைதளங்களில் செய்தி வெளியாகிவிட்டது!

'மக்களை ரட்சிக்கப் போராடும் டாக்டர் ரங்கநாயகி!'

'அந்த டாக்டர் குடும்பத்தில் பிறந்த மூன்றாவது குற்றவாளி!' தொடர்ந்து செய்திகள் வர,

ஆஸ்பத்திரியில் ரங்கநாயகி தன் டீமுடன்,

நாலு சாவிகளும் கையில்!

''புறப்படுங்க! இனி ஒரு நிமிஷம்கூட தாமதிக்கக் கூடாது!''

ஆம்ஸ்ட்ராங் ஆஸ்பத்திரிக்கு வந்து பலத்த காவலுடன், நாலு சாவிகளைப் போட்டு விசேஷமாக வடிவமைக்கப்பட்ட அந்த லாக்கரை திறந்துவிட்டார்கள்.

உள்ளே ஏராளமான பத்திரங்கள் - மறுபடியும் ஒரு சாவி!

அதற்கு உரிய இன்னொரு லாக்கர் அதே ஆஸ்பத்திரியின் ரகசிய அறையில்.

அதுவும் திறக்கப்பட்டது.

அங்கே உள்ள அக்ரிமெண்டுகள்!

இங்குள்ள பெரிய புள்ளிகள் - மத்திய, மாநில அமைச்சர்கள் - பிரபல நடிகர்கள்... விளையாட்டு வீரர்கள் வெளிநாட்டு மல்ட்டி மிலியனர் கம்பெனிகள் என பல பேருக்கு இதில் பங்கு இருப்பது தெரிய வந்தது!

அப்பட்டமான அக்ரிமெண்ட்!

உடனே ஜேக்கப் கமிஷனர் அலுவலகம் வந்துவிட்டார். இங்கேயும், மத்தியிலும் நியாயமான அமைச்சர்கள் சமீபத்தில் பதவி ஏற்றிருக்க,

ஒரு முன்னாள் மத்திய அமைச்சருக்கு இதில் பெரும் பங்கு இருந்தது! விஷ மருந்துகளை இறக்குமதி செய்ய, அவரது ஆசிகள்தான் அந்த ஆம்ஸ்ட்ராங் ஆஸ்பத்திரிக்கு பெருமளவு கை கொடுத்தது.

அவரது ஊழல்கள் வெளிச்சமாகி அவர் இன்று சிறையில்!

பரபரவென செய்தி பற்றிக்கொள்ள,

ஊடகங்கள் போட்டி போட்டு களத்தில் இறங்க,

சம்பந்தப்பட்ட அத்தனை பேரும் கைது செய்யப்பட தப்பிக்க நினைத்தவர்களை தேடித் தேடி கைது செய்தார்கள்.

காக்க வேண்டிய மக்களை காசுக்காக அழிக்கும் கும்பல் சிக்கிக் கொண்டது!

ஓரிருவர் தப்பி விட்டார்கள்!

ஆனால் அவர்களும் மாட்டிக் கொள்வார்கள் என்ற நிலை நீடித்தது!

ஏறத்தாழ ஒரு மாத காலம் இந்த நெருப்பு அணையாமல் பற்றிக் கொண்டு இருந்தது!

ரங்கநாயகி வீட்டுக்கே வர முடியாமல் எந்த நேரமும் ஆஸ்பத்திரி, மீடியா என அலைபாய்ந்து கொண்டிருந்தாள்.

தனியொரு இளம் பெண் டாக்டர் இந்த அளவுக்குப் போராடி ஜெயிக்க முடியுமா என்று உலகமே வியந்தது.

விஷ மருந்துகளின் இறக்குமதி ஒரு முடிவுக்கு வந்தது.

அரசியலில், பதவியில் மோசமானவர்கள் இருக்கும்போது, நல்லவர்களும் அந்த நாற்காலியை அலங்கரிக்கத்தான்

செய்கிறார்கள். அவர்களால்தான் ரங்கநாயகிக்கு வெற்றி சாத்தியமாயிற்று!

ரங்கநாயகி பேசும்போது, உலக அளவில் அந்த பேட்டி ஒளிபரப்பானது!

அந்த நேரம் அவளுடன் ஜேக்கப், மதன், குணசேகரன், பிரவீன், விக்ரம் அனைவரும் இருந்தார்கள்.

எதிரிகள் பிடில இருந்த குணசேகரன் சாரும், டாக்டர் விக்ரமும் என் பக்கம் திரும்பலைனா, எனக்கு இந்த வெற்றி சாத்தியமில்லை. ராமாயண விபீஷணனும், மகாபாரத விதுரனும் நல்லவங்க பக்கம்தான் எப்பவுமே! எந்த ஒரு வெற்றிக்கும் எதிரிகள் முகாம்ல உள்ளவங்க நம்ம பக்கம் திரும்பலைனா, வெற்றியை அடையறது கஷ்டம். அதே நேரம் கண்யமான என் குடும்பத்தைச் சேர்ந்த திவாகர், தர்ஷினி, கைலாஷ் மூணு பேருமே கறுப்பு ஆடுகள்! எங்க ரத்தம்தான் அவங்க ஒடம்புலேயும் ஓடுது! இது எங்களுக்கு அவமானம். நம்ம சாதனைகளுக்காக தலை நிமிரும்போது, தப்புக்களை பகிரங்கமா ஒப்புக்கணும் இல்லையா?''

"டாக்டர்! இந்த ஊழலை உடைச்சு, நோயாளிகளை காப்பாற்றின காரணமா, மருத்துவ உலகம் இனி பாதுகாப்பா, நிம்மதியா இருக்குமா?''

"அதுக்கு நான் உத்தரவாதம் தர முடியாது!''

"ஏன் டாக்டர்?''

"இந்த ஆம்ஸ்ட்ராங் ஆஸ்பத்திரி - மெடிக்கல் மாஃபியா கும்பல் பெரிய இயக்கம். போராடிப் புடிச்சிட்டோம். ஆனா உள்ளே இன்னமும் ஊழல்கள் நடக்குது! காசுக்காக வெள்ளைக் கோட்டை கறைபடிய வைக்கற கறுப்பு ஆடுகள் நிறைய இருக்கு. கிட்னி மாற்று சிகிச்சை, இதய நோய் தொடர்பான ஊழல்கள்... செயற்கை முறைல கருத்தரிக்கறதுல சிகிச்சைனு இந்த IVF கடைகளை தெருத்தெருவா திறந்து லட்சக்கணக்குல

கொள்ளையடிக்கறாங்க! அதுக்குள்ளே புகுந்து அங்குள்ள பூச்சிகளைக் கொல்லணும். இனி அடுத்த வேட்டை அதுதான்!''

''ஸோ, இதுக்கு முடிவே இல்லையா?''

''பணம் புரளக்கூடிய இடங்கள்ல ஊழல் சுலபமா உள்ளே நுழைஞ்சிடும். ஆஸ்பத்திரி - பள்ளிக்கூடம் இந்த ரெண்டும்தான் இன்னிக்கு நல்ல பிஸினஸ்! குழந்தைகள் பெத்துக்கற விருப்பம், அவங்களை படிக்க வைக்கற நியாயமான ஆசை. நோயாளிகளை குணமாக்கற வேகம்... நர்ஸிங் ஹோமும், நர்ஸரி பள்ளிக்கூடங்களும் தான் உச்சகட்ட வியாபாரத்துல இறங்கியிருக்கு. அதுக்கு நிறைய பணம் தேவைப்படுது! அதை சம்பாதிக்க, நம்ம இளைய சமுதாயம் போராட வேண்டியிருக்கு. சமயத்துல இலக்கை அடைய முடியிலனா, தப்பான வழிகளைத் தேர்ந்தெடுக்கறாங்க! குற்றம் உள்ளே நுழையுது. வேரோட பறிக்க வேண்டிய சங்கதிகள். தனியொரு நபரா இதுல சாதிக்க முடியாது! ஒரு சமுதாயமே இறங்கிப் போராடணும்! பணம் சம்பாதிக்கறது முக்கியம்தான். ஆனா அது மட்டுமே வாழ்க்கைனு போனா, நிம்மதி தொலையும். குடும்ப உறவுகள்ல கசப்பு மேலோங்கி, வாழ்க்கை வீணாகும்!''

சில இளைஞர்கள் குடும்பம், மனைவி, குழந்தைக்கு முக்கியத்துவம் தராம, காசு பாக்கறதுல குறியா இருக்கற காரணமா, உறவுகள் சிதைஞ்சு போகுது! தேவைக்கு மேலே ஆசைப்படாம இருந்தாலே குற்றங்கள் குறையும். படுத்த உடனே தூக்கம் வரணும்! பேட்டியை முடித்துக் கொண்டு ரங்கநாயகி வெளியே வந்தாள்.

ஊடகங்களில் இன்றைய கதாநாயகி ரங்கநாயகி!

வீட்டுக்கு வந்து விட்டாள்.

''நீ வீட்டுக்கு வந்தே ஒரு மாசமாச்சு ரங்கு!''

கிச்சாமி புலம்ப,

''குருஷேத்ரம் முடிஞ்சுதுப்பா!''

மதன் உள்ளே வந்தான்.

"ரங்கு! பிரவீனும் அவரோட அம்மாவும் வந்திருக்காங்க!"

"வா அருந்ததி!" கிச்சாமி வரவேற்க,

பொதுவாக நலம் விசாரித்துவிட்டு,

"இனிமே யாரும் போட்டிக்கு இல்லை. என் பிள்ளை பிரவீனைக் கல்யாணம் செஞ்சுக்க உனக்கு சம்மதமா ரங்கு?"

அனைவரும் அவள் முகம் பார்க்க,

ரங்கநாயகி சிரித்தாள்.

"பிரவீனை எனக்குப் பிடிக்கும். 24 மணி நேரமும் என் கூடவே இருக்கக்கூடிய திறமையான, நல்ல டாக்டர்!"

"அப்புறமா என்னம்மா! குடும்பம், தொழில் ரெண்டுலேயும் இணைஞ்சு இருப்பீங்க இல்லையா? இதை சம்மதமா எடுத்துக்கலாமா?"

அருந்ததி கேட்க,

ரங்கநாயகி பிரவீனைப் பார்த்தாள்.

போன் அடித்தது! ரங்கநாயகி எடுத்தாள்.

பேசப்பேச அவள் முகம் மாறியது!

பிரவீன் அருகில் வந்தான்.

"என்ன டாக்டர்?"

"சிறுநீரக அறுவை சிகிச்சைல ஒரு மோசடி! அடுத்தபடியா, சோதனைக் குழாய் குழந்தைல ஒரு பெரிய ஊழல் நடந்திருக்கு பிரவீன்! நாம உள்ளே நுழைய வேண்டிய நேரம் வந்தாச்சு!"

"நான் ரெடி ரங்கு! இப்ப என்ன செய்யணும்?"

"மதன் அண்ணா! சேனலை அலர்ட் பண்ணு! ஜேக்கப் சாரை உடனே கூப்பிடு! இப்பவே போகணும்!"

அருந்ததி பதட்டமாகப் பார்க்க,

"ஆன்ட்டி! எனக்குக் கல்யாணம் நடந்தா, அது டாக்டர் பிரவீன் கூடத்தான். ஆனா அது எப்ப நடக்கும்னு தெரியாது! நிறைய வேலைகள் இருக்கு! போகலாமா பிரவீன்?"

"சாப்டுட்டு போ ரங்கு!"

"இல்லைப்பா! நேரமில்லை! வெளில சாப்பிட்டுக்கறோம்! பிரவீன் வாங்க! மதன் அண்ணா வண்டியை எடு!" மூன்று பேரும் பரபரவென காருக்குள் நுழைந்துவிட, கார் வேகம் பிடித்தது!

இந்த கதை முடிகிறது

ஆனால், ரங்கநாயகியின் பயணம் தொடர்கிறது.

முற்றும்

www.ingramcontent.com/pod-product-compliance
Lightning Source LLC
LaVergne TN
LVHW060320051026
849517LV00004B/1169
* 9 7 8 9 3 9 4 5 0 5 7 7 3 *